BIỆT DỊCH TẠP A-HÀM
Quyển 1

GIÁO HỘI PHẬT GIÁO VIỆT NAM THỐNG NHẤT
ỦY BAN PHIÊN DỊCH TRUNG ƯƠNG

ĐẠI TẠNG KINH VIỆT NAM

THANH VĂN TẠNG

Tập 25

KINH BỘ XIII

BIỆT DỊCH TẠP A-HÀM

別譯雜阿含經

T02n0100

Việt dịch: THÍCH NGUYÊN HIỀN

Hiệu chỉnh & Chú thích: TUỆ SỸ

Quyển 1

HỘI ĐỒNG HOẰNG PHÁP

PL. 2568 - DL. 2024

ĐẠI TẠNG KINH VIỆT NAM
THANH VĂN TẠNG - Tập 25 – KINH BỘ XIII
BIỆT DỊCH TẠP A-HÀM, Quyển 1
Việt dịch: Thích Nguyên Hiền
Hiệu chỉnh & chú thích: Tuệ Sỹ

Ban Báo Chí & Xuất Bản Hội Đồng Hoằng Pháp
Ấn hành lần thứ nhất, quý IV/2024

Trách nhiệm xuất bản: Thích Nguyên Siêu
Chuyết văn, sửa lỗi: Tâm Huy
Trình bày: Quảng Hạnh Tuệ
Thiết kế bìa: Quảng Pháp, Nhuận Pháp

https://hoangphap.org

MỤC LỤC PHÂN TÍCH

TỤNG PHẨM I (4)

GIỚI THIỆU CÔNG TRÌNH PHIÊN DỊCH ĐẠI TẠNG KINH VIỆT NAM

Yo vo, ānanda,
mayā dhammo ca vinayo ca desito paññatto,
so vo mamaccayena satthā. [*]

I. SƠ LƯỢC QUÁ TRÌNH PHIÊN DỊCH

Trước khi nhập Niết-bàn, đức Phật có di giáo tối hậu cho các chúng đệ tử: "Pháp và Luật mà Ta đã thuyết và quy định, là Đạo Sư của các ngươi sau khi Ta diệt độ." Phụng hành di giáo của đức Thế Tôn, các vị Trưởng lão A-la-hán đã thực hiện cuộc kiết tập lần thứ nhất tại thành Vương Xá, cùng hòa hiệp phúng tụng tất cả những điều đã được Phật giảng dạy trong suốt bốn mươi lăm năm giáo hóa; nền tảng của văn hiến Phật giáo mà về sau được gọi là Tam tạng được thành lập từ đó.

Kể từ đó, giáo pháp của đức Thích Tôn theo bước chân du hóa của các Thánh đệ tử lan tỏa khắp bốn phương. Nơi nào Giáo pháp được truyền đến, nơi đó bốn chúng đệ tử học tập và hành trì theo phương ngôn của bản địa, như điều đã được đức Phật chỉ giáo: *anujānāmi, bhikkhave, sakāya niruttiyā buddhavacanaṃpariyāpuṇitun"ti.* "Này các tỳ-kheo, Ta cho phép các ngươi học Phật ngôn bằng chính phương ngữ của mình." Y cứ theo lời dạy này, ngay từ khởi thủy Phật ngôn đã được chuyển thể qua nhiều phương ngữ khác nhau. Khi các bộ phái Phật giáo phát triển, mỗi bộ phái cố gắng thành lập Tam tạng Thánh điển theo phương ngữ của địa phương được xem là căn cứ địa. Khi

---

[*] Này *Ānanda*! Pháp và Luật mà Ta đã thuyết và qui định, là Đạo Sư của các ngươi sau khi Ta diệt độ.

mà hệ thống văn tự tại cổ Ấn Độ chưa phổ biến, sự lưu truyền Thánh điển bằng khẩu truyền là phương tiện chính. Do khẩu truyền, những biến âm do khẩu âm của từng địa phương khác nhau thỉnh thoảng cũng ảnh hưởng đến một vài thay đổi nhỏ trong các văn bản. Những biến thiên âm vận ấy trong nhiều trường hợp dẫn đến những giải thích khác nhau về một điểm giáo nghĩa giữa các bộ phái. Tuy nhiên, nhìn từ đại thể, các giáo nghĩa trọng yếu vẫn được hiểu và hành trì như nhau giữa tất các các truyền thống, nam phương cũng như bắc phương. Điều có thể được khẳng định qua các công trình nghiên cứu tỉ giảo về văn bản trong hai nguồn văn hệ Phật giáo hiện tại: Pali và Hán tạng. Các bản Hán dịch xuất xứ từ A-hàm, và các bản văn Pali hiện đọc được, đại bộ phận đều tương ưng với nhau. Do đó, những điều được cho là dị biệt giữa hai truyền thống nam và bắc phương, mà thường hiểu lệch lạc là Tiểu thừa và Đại thừa, chỉ là sự khác biệt bởi môi trường lịch sử văn minh theo các địa phương và dân tộc. Đó là sự khác biệt giữa nguyên thủy và phát triển. Phật pháp truyền sang phương nam, đến các nước Nam Á, nơi đó sự phát triển văn minh và các định chế xã hội chưa đến mức phức tạp, nên giáo pháp của Phật được hiểu và hành gần với nguyên thủy. Về phương bắc, tại các vùng đông bắc Ấn, và tây bắc Trung Quốc, nhiều chủng tộc dị biệt, nhiều nền văn hóa khác nhau, và do đó cũng xuất hiện nhiều định chế xã hội khác nhau. Phật pháp được truyền vào đó, một thời đã trở thành quốc giáo của nhiều nước. Thích ứng theo sự phát triển của đất nước ấy, từ ngôn ngữ, phong tục, định chế xã hội, giáo pháp của đức Phật cũng dần dần được bản địa hóa.

Thánh điển Tam tạng là nguồn suối cho tất cả nhận thức về Phật pháp, để học tập và hành trì, cũng như để nghiên cứu. Kinh tạng và Luật tạng là tập đại thành Pháp và Luật do chính đức Phật giảng dạy và quy định, là sở y cho tri thức và hành trì của Thánh đệ tử để tiến tới thành tựu cứu cánh Minh và Hành. Kinh và Luật cũng bao gồm những diễn giải của các Thánh đệ tử được thân truyền từ kim khẩu của đức Phật. Luận tạng, theo truyền thống Thượng tọa bộ nam phương, và cũng theo truyền thống Hữu bộ, do chính đức Phật thuyết. Nhưng các đại luận sư như Thế Thân (*Vasubandhu*), cũng như hầu hết các nhà nghiên cứu Phật học trên thế giới hiện đại, đều không công nhận truyền thuyết này, mà cho rằng đó là tập đại thành các công trình phân tích, quảng diễn, và hệ thống hóa những điều đã được Phật thuyết trong Pháp và Luật. Kinh và Luật tạng được thành lập trong một khoảng thời gian nhất định, trực tiếp hoặc gián tiếp từ kim khẩu của Phật, và là sở y chung cho tất cả các bộ phái Phật giáo, bao gồm cả Phật giáo Đại thừa, mặc dù có những sai biệt do vấn đề truyền khẩu với các khẩu âm và phương ngữ khác nhau, theo thời gian và địa vức.

Luận tạng là bộ phận Thánh điển phản ánh lịch sử phát triển của Phật giáo, bao gồm các phương diện tín ngưỡng tôn giáo, tư duy triết học, nghiên cứu khoa học, định chế và tổ chức xã hội chính trị. Tổng quát mà nói, đó không chỉ là phản ánh lịch sử phát triển của nội bộ Phật giáo, mà trong đó cũng phản ánh toàn bộ văn minh tại những nơi mà giáo lý của đức Phật được truyền đến. Điều này cũng được chứng minh cụ thể bởi lịch sử Việt Nam.

Mỗi bộ phái Phật giáo tự xây dựng cho mình một nền văn hiến Luận tạng riêng biệt, tập hợp các luận giải giáo nghĩa, bảo vệ kiến giải Phật pháp của mình, bài trừ các quan điểm dị học. Đây là nền văn hiến đồ sộ, liên tục phát triển trên nhiều khu vực địa lý khác nhau. Cho đến khi Hồi giáo bành trướng tại Ấn Độ, Phật giáo bị đào thải. Một bộ phận văn hiến Phật giáo được chuyển sang Tây Tạng, qua các bản dịch Phạn Tạng, và một số lớn nguyên bản Phạn văn được bảo trì. Một bộ phận khác, lớn nhất, gần như hoàn chỉnh nhất, văn hiến Phật giáo được chuyển dịch sang Hán tạng, bao gồm hầu hết mọi xu hướng tư tưởng dị biệt của Phật giáo phát triển trong lịch sử Ấn Độ, từ Nguyên thủy, Bộ phái, Đại thừa, cho đến Mật giáo.

Truyền thuyết ghi rằng Phật giáo được truyền vào Trung Hoa dưới đời Hán Minh Đế, niên hiệu Vĩnh bình thứ 10 (Tl. 65), và bản kinh Phật đầu tiên được dịch sang Hán văn là Kinh Tứ thập nhị chương, do Ca-diếp Ma-đằng và Trúc Pháp Lan. Nhưng truyền thuyết này không được nhất trí hoàn toàn giữa các nhà nghiên cứu lịch sử Phật giáo Trung Quốc. Điều chắc chắn là Khương Tăng Hội, quê quán Việt Nam, xuất phát từ Giao Chỉ (Việt Nam), đã đưa Phật giáo vào Giang Tả, miền Nam Trung Hoa. Các công trình phiên dịch và chú giải của

Khương Tăng Hội đã chứng tỏ rằng trước đó, tức từ năm thứ 247 kỷ nguyên Tây lịch, thời gian được nói là Tăng Hội vào đất Kiến nghiệp, quy y cho Tôn Quyền, Phật giáo đã phát triển đến một hình thái nhất định tại Việt Nam, cùng một số kinh Phật được phiên dịch. Điều này cũng được củng cố thêm bởi những điều được ghi chép trong Mâu Tử Lý Hoặc Luận. Có lẽ do hậu quả của thời kỳ Bắc thuộc, hầu hết những điều được tìm thấy trong hành trạng của Khương Tăng Hội và trong ghi chép của Mâu Tử đều bị xóa sạch. Chỉ tồn tại những gì được ghi nhận là truyền từ Trung Quốc.

Dịch giả Phạn Hán đầu tiên tại Trung Quốc được khẳng định là An Thế Cao (đến Trung Quốc trong khoảng Tl. 147 – 167). Tất nhiên trước đó hẳn cũng có các dịch giả khác mà tên tuổi không được ghi nhận. Lương Tăng Hựu căn cứ trên bản Kinh lục xưa nhất của Đạo An (Tl. 312 – 385) ghi nhận có chừng 134 kinh không rõ dịch giả; và do đó cũng không xác định trước hay sau An Thế Cao.

Sự nghiệp phiên dịch Phật kinh Phạn Hán liên tục từ An Thế Cao, cho đến các đời Minh, Thanh được tập thành trong 32 tập của Đại Chánh, bao gồm Thánh điển Nguyên thủy, Bộ phái, Đại thừa, Mật giáo, 1692 bộ. Những trước tác của Trung Hoa, từ sớ giải, luận giải, cho đến sử truyện, du ký, v.v., tập thành từ tập 33 đến 55 trong Đại Chánh, gồm 1492 tác phẩm. Số tác phẩm được ấn hành trong Tục tạng chữ Vạn còn nhiều hơn thế nữa. Đây là hai bản Hán tạng tương đối đầy đủ nhất, trong đó tạng Đại Chánh được sử dụng rộng rãi trên quy mô thế giới.

Sự nghiệp phiên dịch Kinh điển ở nước ta được bắt đầu rất sớm, có thể trước cả thời Khương Tăng Hội, mà dấu vết có thể tìm thấy trong *Lục độ tập kinh*. Ngôn ngữ phiên dịch của Khương Tăng Hội là Hán văn. Hiện chưa có phát hiện nào về các bản dịch Kinh Phật bằng tiếng quốc âm. Suốt trong thời kỳ Bắc thuộc, do nhu cầu tinh thông Hán văn như là sách lược cấp thời để đối phó sự đồng hóa của phương bắc, Hán văn trở thành ngôn ngữ thống trị. Vì vậy công trình phiên dịch Kinh điển thành quốc âm không thể thực hiện. Bởi vì, công trình phiên dịch Tam tạng tại Trung Hoa thành tựu đồ sộ được thấy ngay, chủ yếu do sự bảo trợ của triều đình. Quốc âm chỉ được dùng như là phương tiện hoằng pháp trong nhân gian.

Cho đến thời Pháp thuộc, trước tình trạng vong quốc và sự đe dọa bởi văn hóa xâm lược, văn hóa dân tộc có nguy cơ mất gốc, cho nên sơn môn phát động phong trào chấn hưng Phật giáo, phổ biến kinh điển bằng tiếng quốc ngữ qua ký tự La-tinh. Từ đó, lần lượt các Kinh điển quan trọng từ Hán tạng được phiên dịch theo nhu cầu học và tu của Tăng già và Phật tử tại gia. Phần lớn các Kinh điển này đều thuộc Đại thừa, chỉ một số rất ít được trích dịch từ các A-hàm. Dù Đại thừa hay A-hàm, các Kinh Luận được phiên dịch đều không theo một hệ thống nào cả. Do đó sự nghiên cứu Phật học Việt Nam vẫn chưa có cơ sở chắc chắn. Mặt khác, do ảnh hưởng ngữ pháp Phạn, các bản dịch Hán hàm chứa một số vấn đề ngữ pháp Phạn Hán khiến cho ngay cả các nhà chú giải Kinh điển lớn như Cát Tạng, Trí Khải cũng phạm phải rất nhiều sai lầm. Chính Ngạn Tông, người tổ chức dịch trường theo lệnh của Tùy Dạng đế đã nêu lên một số sai lầm này. Cho đến Huyền Trang, vì phát hiện nhiều sai lầm trong các bản Hán dịch nên quyết tâm nhập Trúc cầu pháp, bất chấp lệnh cấm của triều đình và các nguy hiểm trên lộ trình.

Ngày nay, do sự phát hiện nhiều bản Kinh Luận quan trọng bằng tiếng Sanskrit, cũng như sự phổ biến ngôn ngữ Tây Tạng, mà phần lớn Kinh điển Sanskrit được phiên dịch, nên nhiều công trình chỉnh lý được thực hiện cho các bản dịch Phạn Hán. Thêm vào đó, do sự phổ biến ngôn ngữ Pali, vốn được xem là ngôn ngữ Thánh điển gần với nguyên thuyết nhất, một số sai lầm trong các bản dịch A-hàm cũng được chỉnh lý, và tỉ giảo, khiến cho lời dạy của Đức Thích Tôn được thọ trì một cách trong sáng hơn.

Trên đây là những nhận thức cơ bản để Ban phiên dịch Đại Tạng Kinh Việt Nam y theo đó mà thực hiện các bản dịch. Trước hết, là bản dịch các kinh A-hàm đang được giới thiệu ở đây. Các kinh thuộc bộ A-hàm được dịch sang Hán rất sớm, kể từ thời Hậu Hán với An Thế Cao. Nhưng phần lớn các truyền bản này đều phát xuất từ Tây vực, từ các nước Phật giáo thịnh hành thời đó như Quy-tư, Vu-điền. Do khẩu âm và phương ngữ nên trong các truyền bản được nói là Phạn văn đã hàm chứa khá nhiều sai lạc. Điều này có thể thấy rõ qua sự so sánh các đoạn tương đương Pali, hay các dẫn chứng trong Đại Tì-bà-sa, Du-già sư địa. Thêm vào đó, các dịch giả hầu hết đều học Phật và học tiếng Sanskrit tại các nước Tây Vực chứ không trực tiếp tại Ấn Độ như La-thập và Huyền Trang, nên trình độ ngôn ngữ Phạn có hạn chế. Các vị ấy khi vừa đặt chân lên Trung Hoa, do khát vọng thâm thiết của các Phật tử Trung Hoa, muốn có thêm kinh Phật để học và tu, cho nên trong khi chưa tinh thông tiếng Hán, mà công trình phiên dịch lại được thôi thúc cần thực hiện. Vì không tinh thông Hán ngữ nên công tác phiên dịch luôn luôn qua trung gian một người chuyển ngữ. Quá trình phiên dịch đi qua nhiều giai đoạn mà chính người chủ dịch không thể quán triệt, cho nên trong các bản dịch hàm chứa những đoạn văn rất tối nghĩa, và nhiều khi nhầm lẫn. Trong tình hình như vậy, một bản dịch Việt từ Hán đòi hỏi rất nhiều tham khảo để hy vọng tiếp cận với nguyên bản Sanskrit đã thất lạc, và cũng từ đó mà hy vọng có thể tiếp cận với lời Phật dạy hơn, điều mà các bản Hán dịch do trở ngại ngôn ngữ đã không thể thực hiện được.

Đại Tạng Kinh Việt Nam chủ yếu căn cứ trên Đại Chánh Đại Tạng Kinh, Nhật Bản, gồm 100 tập, được biên tập khởi đầu từ niên hiệu Đại Chánh (Taisho) thứ 11, Tl. 1922, cho đến niên hiệu Chiêu Hòa (Showa) thứ 9, Tl. 1934, tập hợp trên 100 nhà nghiên cứu Phật học hàng đầu của Nhật Bản, dưới sự chủ trì của Cao Nam Thuận Thứ Lang (Takakusu Junjiro) và Độ Biên Hải Húc (Watanabe Kaigyoku). Để bản sử dụng là bản in của chùa Hải Ấn, Triều Tiên, được gọi là bản Cao-lệ. Công trình chỉnh lý văn bản căn cứ các khắc bản Tống, Nguyên, Minh, cùng một số khắc bản và thủ bản tại Hoa và Nhật khác như tả bản Thiên Bình, bản Liêu của Cung nội sảnh, bản chùa Đại Đức, bản chùa Vạn Đức, v.v. Một số bản văn được phát hiện tại các vùng trong Tây Vực như Vu Điền, Đôn Hoàng, Quy Tư, Cao Xương, cũng được dùng làm tham khảo. Nhiều đoạn văn từ Pali và Sanskrit cũng được dẫn dưới cước chú để đối chiếu đoạn Hán dịch mà người biên tập nghi ngờ là không chính xác hoặc thuộc về dị bản nào đó.

Nội dung Đại tạng Đại Chánh được phân làm ba phần chính: phần thứ nhất, gồm 32 tập, là các bản dịch Phạn Hán bao gồm Kinh, Luật, Luận, được thuyết bởi chính kim khẩu của Phật, hay được kiết tập bởi các Thánh đệ tử, hoặc được trước tác bởi các Luận sư. Phần thứ hai, từ Đại Chánh tập 33 đến tập 55, trước tác của Trung Hoa, bao gồm các số giải Kinh, Luật, Luận, và luận thuyết riêng biệt của các tông phái Phật giáo Trung Hoa, các sử truyện, truyện ký, du ký, truyền kỳ; các bản Hán dịch thuộc ngoại giáo như Thắng luận, Số luận, Ba tư giáo, Thiên chúa giáo, các tập ngữ vựng Phạn Hán, giáo khoa Phạn Hán, các Kinh lục. Phần thứ ba, từ tập 56 đến 85, tập họp các trước tác của Nhật Bản, gồm các sớ giải Kinh, Luật, Luận, phần lớn căn cứ trên các bản sớ giải Trung Hoa mà giải nghĩa rộng thêm, và các luận thuyết của các tông phái tại Nhật Bản. Còn lại 12 tập sưu tập các đồ tượng, tranh ảnh, phần lớn là các đồ hình mạn-đà-la của Mật tông. 3 tập cuối, tổng mục lục, liệt kê nội dung các bản Đại tạng lưu hành.

Ban phiên dịch Đại Tạng Kinh Việt Nam chọn Đại Chánh tạng làm để bản, phiên dịch tất cả tác phẩm được ấn hành trong đó. Phàm lệ để thực hiện bản dịch tạm thời được quy định như sau:

1. Đại Tạng Kinh Việt Nam bao gồm tất cả các bản dịch tiếng Việt của Tam Tạng Kinh Điển Phật giáo đã xuất hiện ở nước ta từ trước đến nay, qua các thời kỳ với nhiều dịch giả khác nhau, để cho thấy quá trình hình thành Đại Tạng Kinh Việt Nam qua lịch sử.

2. Về bản đáy, bản dịch Việt căn cứ trên ấn bản Đại Chánh Tân Tu Đại Tạng Kinh 100 tập, mỗi tập trên dưới 1000 trang chữ Hán cỡ 10pt và sẽ được đánh số theo thứ tự của số ghi trong bản in Đại Chánh. Mỗi trang của bản in Đại chính được chia làm ba cột: a, b, c. Số trang và cột này đều được ghi trong bản dịch để tiện tham khảo.

3. Vì thế, một bản kinh chữ Hán có thể có nhiều bản dịch tiếng Việt, nên sau số thứ tự của Đại Chánh, sẽ đánh thêm các mẫu tự A, B, C... để phân biệt các bản dịch tiếng Việt khác nhau của cùng một bản kinh chữ Hán đó.

4. Về xử lý văn bản trong khi phiên dịch, phần lớn căn cứ công trình hiệu đính và đối chiếu của bản Đại Chánh. Ngoài ra, tham khảo thêm các công trình hiệu đính và đối chiếu khác.

5. Giữa các ấn bản có những điểm khác nhau, bản Việt sẽ lựa chọn hoặc hiệu đính theo nhận thức của người dịch.

6. Trong bản Hán, nếu chỗ nào xét thấy văn dịch hay từ ngữ không phù hợp với giáo nghĩa truyền thống phổ biến, người dịch sẽ tham khảo các Kinh, Luật, Luận cần thiết để hiệu chính. Những hiệu chính

này được giải thích ở phần cước chú.

7. Bản Hán dịch thực hiện căn cứ phần lớn trên sự truyền khẩu. Do đó những từ phát âm tương tự dễ đưa đến ngộ nhận, như *sam* Pāli hay *sama* và *samyak*; *cala* và *jala*; *muti* và *muṭṭhi*, v.v... Trong những trường hợp này, người dịch sẽ tham chiếu các kinh tương đương, các bản Hán biệt dịch, suy đoán tự dạng nguyên thủy có thể có trong Phạn bản để hiệu chính. Những hiệu chính này đều được ghi ở phần cước chú.

8. Do các truyền bản khác nhau giữa các bộ phái, để có nhận thức về giáo nghĩa nguyên thủy, chung cho tất cả, cần có những nghiên cứu đối chiếu sâu rộng. Công việc này ngoài khả năng hiện tại của các dịch giả. Tuy nhiên, trong trường hợp có thể, những điểm dị biệt giữa các truyền bản sẽ được ghi nhận và đối chiếu. Những ghi nhận này được nêu ở phần cước chú.

9. Bản Hán dịch được phân thành số quyển. Bản dịch Việt không chia số quyển như vậy, nhưng sẽ ghi ở phần cước chú mỗi khi bắt đầu một quyển khác.

10. Các từ Phật học trong một số bản Hán dịch nếu không phổ biến, do đó có thể gây khó khăn cho việc đọc và nghiên cứu, trong các trường hợp như vậy, tuy vẫn giữ nguyên dịch ngữ của bản Hán, nhưng dịch ngữ tương đương thông dụng hơn sẽ được ghi trong phần cước chú. Trong trường hợp có thể, sẽ ghi luôn dịch giả của những dịch ngữ này và xuất xứ của chúng từ bản dịch nào để tiện việc tham khảo.

11. Các kinh sách tham khảo trong cước chú đều được viết tắt theo quy định phổ thông của giới nghiên cứu quốc tế; xem quy định về viết tắt ở cuối mỗi tập của Đại tạng kinh Việt Nam.

II. PHƯƠNG ÁN THỰC HIỆN

Dự án thực hiện bao gồm các công trình phiên dịch, biên tập, và ấn hành, một Hội Đồng phiên dịch Đại Tạng Kinh Việt Nam được thành lập, được điều phối bởi Tổng biên tập, với các nhiệm vụ được phân phối như sau:

1. Ủy ban Phiên dịch. Để hoàn tất một bản dịch, các công tác sau đây cần được thực hiện:

a. Phiên dịch trực tiếp: Các văn bản lần lượt được phân phối đến các vị có trình độ Hán văn tương đối, kiến thức Phật học cơ bản, và khả năng ngôn ngữ cần thiết, phiên dịch trực tiếp từ Hán sang Việt.

b. Hiệu đính và chú thích: nhiệm vụ chủ yếu của phần hiệu chính là đọc lại bản dịch thô và bổ túc những sai lầm có thể có trong bản dịch. Trong thực tế, người hiệu đính còn phải làm nhiều hơn thế nữa.

Trước hết là phần chỉnh lý văn bản. Phần này đáng lý phải thực hiện trước khi phiên dịch. Việc chỉnh lý văn bản thoạt tiên có vẻ đơn giản, vì người dịch chỉ lưu ý một số nhầm lẫn trong việc khắc bản của để bản. Những điểm khác nhau giữa các bản khắc hầu hết được ghi ở cước chú trong ấn bản Đại Chánh, người dịch chỉ cần hiểu rõ nội dung đoạn dịch thì có thể lựa chọn những từ thích hợp trong cước chú. Tuy nhiên, do hạn chế về trình độ Phật pháp và khả năng tham khảo nên đa số người dịch không chọn được từ chính xác. Mặt khác, ngay cả các từ trong cước chú không phải hoàn toàn chính xác. Ngay cả Đại sư Ấn Thuận cũng phạm phải một số sai lầm khi chọn từ, vì không tìm ra các đoạn Pali hoặc Sanskrit tương đương nên phải dựa trên ức đoán. Những ức đoán phần nhiều là sai. Mặt khác, nhiều sai lầm không phải do tả bản hay khắc bản, mà do chính từ truyền bản. Bởi vì, kinh điển từ Ấn Độ truyền sang hầu hết đều do khẩu truyền. Những biến đổi trong khẩu âm, phát âm, khiến nhầm lẫn từ này với từ khác, làm cho ý nghĩa nguyên thủy của giáo lý sai lạc. Người dịch từ Hán văn mà không có trình độ Phạn văn nhất định thì không thể phát hiện những sai lầm này. Điều đáng lưu ý những sai lầm này xuất hiện rất nhiều và rất thường xuyên trong nhiều bản dịch Phạn Hán.

Phần hiệu đính tập trung trên cú pháp Phạn mà ảnh hưởng của nó trong các bản dịch khiến cho nhiều khi ngay cả những vị tinh thông Hán, ngay cả các nhà chú giải kinh điển nổi tiếng cũng phải nhầm lẫn. Để hiểu rõ nội dung bản dịch Hán, cần thiết phải tìm lại nguyên bản Phạn để đối chiếu. Đại sư Cát Tạng đã vấp phải sai lầm khi không có cơ sở để phân tích mệnh đề Hán dịch là năng động hay thụ động, do đó đã nhầm lẫn người giết với kẻ bị giết. Đó là một đoạn văn trong *Thắng man* mà nguyên bản Phạn của kinh này đã thất lạc, nhưng đoạn văn tương đương lại được tìm thấy trong trích dẫn của *Siksasamuccaya* của *Sāntideva*. Nếu không tìm thấy đoạn Sanskrit được trích dẫn này thì không ai có thể biết rằng Cát Tạng đã nhầm lẫn.

Rất nhiều kinh điển trong nguyên bản Phạn đã bị thất lạc. Ngay cả những tác phẩm quan trọng như Đại Tì-bà-sa chỉ tồn tại trong bản dịch của Huyền Trang. Nhiều đoạn được trích dẫn trong bản dịch *Câu-xá*, mà Phạn văn đã được phát hiện, cũng giúp người đọc Đại Tì-bà-sa có manh mối để đi sâu vào nội dung. Đọc một bản văn mà không nắm vững nội dung của nó, nghĩa là chính dịch giả cũng không hiểu, hoặc hiểu sai, sao có thể hy vọng người đọc hiểu được đoạn văn phiên dịch? Do đó, công tác hiệu đính không đơn giản chỉ bổ túc những khuyết điểm trong bản dịch về lối hành văn, mà đòi hỏi công phu tham khảo rất nhiều để nắm vững nội dung nguyên tác trong một giới hạn khả dĩ.

Đại Tạng Kinh Việt Nam là bản dịch Việt từ Hán tạng, do đó không thể tự tiện thay đổi nội dung dù phát hiện những sai lầm trong bản Hán. Những sai lầm mang tính lịch sử, do đó không được phép loại bỏ tùy tiện. Tuy vậy, bản dịch Việt cũng không thể bỏ qua những nhầm lẫn được phát hiện. Những phát hiện sai lầm cần được nêu lên, và những hiệu đính cũng cần được đề nghị. Những điểm này được ghi ở phần cước chú để cho bản Việt vẫn còn gần với bản Hán dịch.

Trên đây là một số điều kiện tất yếu để thực hiện một bản dịch tương đối khả dĩ chấp nhận. Trong tình hình hiện tại, chúng ta chỉ có rất ít vị có thể hội đủ điều kiện yêu cầu như trên. Do đó, dự án thực hiện hướng đến chương trình đào tạo, không đơn giản chỉ là đào tạo chuyên gia dịch thuật, mà là bồi dưỡng những vị có trình độ Phật học cao với khả năng đọc và hiểu các ngôn ngữ chuyển tải Thánh điển, chủ yếu các thứ tiếng Pali, Sanskrit, Tây Tạng và Hán. Trong tình hình nghiên cứu Phật học hiện tại trên thế giới, người muốn nghiên cứu Phật học mà không biết đến các ngôn ngữ này thì khó có thể nắm vững giáo nghĩa căn bản. Và đây cũng là điều mà Ngạn Tông đã nêu rõ trong các điều kiện tham gia dịch thuật trong viện phiên dịch bảo trợ bởi Tùy Dạng Đế, mặc dù Ngạn Tông chỉ yêu cầu hiểu biết Phạn văn nhưng đồng thời cũng yêu cầu kiến thức uyên bác, không chỉ tinh thông Phật điển mà còn cả thư tịch ngoại giáo.

Chi tiết chương trình đào tạo cần được trình bày trong một dịp khác.

2. Ủy ban Ấn hành. Công tác ấn hành gồm các phần:

a. Sửa lỗi chính tả của các bản dịch. Hiện tại lỗi chính tả trong các bản dịch do các Thầy, Cô, và Phật tử tự nguyện chỉnh sửa. Nhưng chỉ là công tác nghiệp dư, do không chuyên trách, và do đó cũng thiếu kinh nghiệm trong việc phát hiện lỗi, nên các bản in phổ biến tồn tại khá nhiều lỗi chính tả.

b. Trình bày bản in. Công tác này tùy thuộc điều kiện kỹ thuật vi tính. Sơ khởi, ban ấn hành chưa đủ điều kiện để có những vị thành thạo sử dụng kỹ thuật vi tính trong việc trình bày văn bản. Công việc này hiện tại do các Thầy, Cô phụ trách, với trình độ kỹ thuật do tự học, và tự phát. Vì vậy, trong nhiều trường hợp không khắc phục được lỗi kỹ thuật nên hình thức trình bày của bản văn chưa được hoàn hảo như mong đợi.

Sự nghiệp phiên dịch được định khoảng 15 năm, hoặc có thể lâu hơn nữa. Hình thức Đại Tạng Kinh do đó không thể được thiết kế một lần hoàn hảo. Trong diễn tiến như vậy, tất nhiên trình độ kỹ thuật được cải tiến theo thời gian, khiến cho hình thức trình bày cũng cần thay đổi cho phù hợp với thời đại. Hậu quả sẽ khó tránh khỏi là sự không đồng bộ giữa các tập Đại Tạng Kinh ấn hành trước và sau.

c. Ấn loát. Sau khi hình thức trình bày được chấp nhận, bản dịch được đưa đi nhà in. Trách nhiệm ấn loát được giao cho nhà in với các khoản được ghi thành hợp đồng. Vấn đề ấn loát như vậy tương đối ổn định. Tuy nhiên, cũng cần có người chuyên trách để theo dõi quá trình ấn loát, hầu tránh những sai sót kỹ thuật có thể có do nhà in.

d. Phát hành, phổ biến và vận động. Một nhiệm vụ không kém quan trọng là phát hành và phổ biến Đại Tạng Kinh. Công việc này đáng lý do một ban phát hành chuyên trách. Nhưng trong điều kiện nhân sự hiện tại, một Ban như vậy chưa thể thành lập, do đó ban ấn hành kiêm nhiệm. Thêm nữa, công trình phiên dịch là sự nghiệp chung của toàn thể Phật tử Việt Nam, không phân biệt Giáo hội, hệ phái, do đó cần có sự tham gia và cống hiến của chư Tăng Ni, Phật tử, bằng hằng sản và hằng tâm, bằng tâm nguyện cá nhân hay tập thể dưới các hình thức hỗ trợ và bảo trợ bằng vật chất hoặc tinh thần, cống hiến bằng tất cả khả năng vật chất và trí tuệ. Công việc vận động này để cho được hữu hiệu với sự tham gia tích cực của nhiều chúng đệ tử cũng cần được chuyên trách bởi một ban vận động. Trong điều kiện nhân sự hiện tại, ban ấn hành kiêm nhiệm.

HẬU TỪ

Trải qua trên dưới 2 nghìn năm du nhập, những giáo nghĩa căn bản mà đức Phật đã giảng được học và hành tại Việt Nam, đã đem lại nhiều an lạc cho nhiều cá nhân và xã hội, đã góp phần xây dựng tình cảm và tư duy của các cộng đồng cư dân trên đất nước Việt. Thế nhưng, sự nghiệp phiên dịch cũng như ấn hành để phổ biến Thánh điển, làm nền tảng sở y cho sự học và hành, chưa được thực hiện trên quy mô rộng lớn toàn quốc.

Sự nghiệp phiên dịch tại Trung Quốc trải qua gần hai nghìn năm, với thành tựu vĩ đại, tập đại thành và bảo tồn kho tàng Thánh điển thoát qua nhiều trận hủy diệt do những đức tin mù quáng, quàng tín. Sự nghiệp ấy đại bộ phận do các quốc vương Phật tử tích cực bảo trợ, đã là sự nghiệp chung của toàn thể nhân dân theo từng giai đoạn đặc biệt của lịch sử. Việt Nam tuy cũng có các minh quân Phật tử, nhưng do tác động bởi các yếu tố chính trị xã hội nên chưa từng được tổ chức quy mô dưới sự bảo trợ của triều đình. Chỉ do yêu cầu thực tế học và hành mà một số kinh điển được phiên dịch, nhưng chưa đủ để lập thành nền tảng tương đối hoàn bị cho sự nghiên cứu sâu giáo nghĩa.

Gần đây, vào năm 1973, một Hội đồng phiên dịch Tam tạng lần đầu tiên trong lịch sử được thành lập. Chủ tịch: Thượng tọa Thích Trí Tịnh, Tổng thư ký: Thượng tọa Thích Quảng Độ, với các thành viên quy tụ tất cả các Thượng tọa và Đại đức đã có công trình phiên dịch và có uy tín trên phương diện nghiên cứu Phật học, dưới sự chỉ đạo của Viện Tăng Thống, Giáo hội Phật giáo Việt Nam Thống nhất. Chương trình phiên dịch được soạn thảo trên quy mô rộng lớn, nhưng do bởi hoàn cảnh chiến tranh cho nên chỉ mới thực hiện được một phần nhỏ. Một phần của thành quả này về sau được ấn hành năm 1993 bởi Viện Nghiên cứu Phật học Việt Nam, trực thuộc Giáo hội Phật giáo Việt Nam, dưới danh hiệu "Đại Tạng Kinh Việt Nam." Thành quả này là các Kinh thuộc bộ A-hàm được phân công bởi Hội đồng Phiên dịch Tam tạng, trong đó, *Trường A-hàm* và *Tạp A-hàm* do TT Thiện Siêu, TT Trí Thành và ĐĐ Tuệ Sỹ thuộc Viện Cao đẳng Phật học Hải đức Nha Trang; *Trung A-hàm* và *Tăng nhất A-hàm* do TT Thanh Từ, TT Bửu Huệ, TT Thiền Tâm thuộc Viện Cao đẳng Phật học Huệ Nghiêm Saigon.

Ngoài ra, một phần phân công khác cũng đã được hoàn thành như:

TT Trí Nghiêm: Đại Bát Nhã (Huyền Trang dịch, 600 cuốn) thuộc bộ Bát-nhã. TT Trí Tịnh: Kinh *Ma-ha Bát-nhã-ba-la-mật* (Đại phẩm) thuộc bộ Bát-nhã; Kinh *Diệu pháp Liên hoa* (La-thập dịch), thuộc bộ Pháp hoa; Kinh Đại phương Quảng Phật Hoa nghiêm (bản Bát thập) thuộc bộ Hoa nghiêm, và toàn bộ Đại bảo tích.

Các bản dịch này cũng đã được ấn hành nhưng do bởi đệ tử của các Ngài chứ chưa đưa vào Đại Tạng Kinh Việt Nam.

Những vị được phân công khác chưa thấy có thành quả được công bố.

Mặc dù với nỗ lực to lớn, nhưng do hoàn cảnh nhiễu nhương của đất nước nên thành tựu rất khiêm nhượng. Thêm nữa, các thành tựu này cũng chưa hội đủ điều kiện và thời gian thuận tiện được hiệu đính và biên tập theo tiêu chuẩn nghiên cứu và phiên dịch Phật điển trong trình độ nghiên cứu Phật giáo hiện đại của thế giới, do đó cũng chưa thể được dự phần trong sự nghiệp phiên dịch và nghiên cứu Phật học trên quy mô quốc tế, như cống hiến của Phật giáo Việt Nam cho cộng đồng nhân loại trong sự nghiệp hoằng dương Chánh pháp chung của toàn thể Phật tử thế giới vì lợi ích và an lạc của hết thảy mọi loài chúng sanh.

Sự nghiệp như vậy không thể là cống hiến cá biệt của một cá nhân hay tập thể, của một Giáo hội hay hệ phái, mà là sự nghiệp chung của toàn thể Tăng tín đồ Phật giáo Việt Nam, không chỉ một thế hệ, mà liên tục trong nhiều thế hệ, cùng tồn tại và tiến bộ theo đà thăng tiến của xã hội và nhân loại. Trên hết là báo đáp ân đức của Phật Tổ, đã vì an lạc của chúng sanh mà trải qua vô vàn khổ hành, qua vô số a-tăng-kỳ kiếp. Thứ đến, kế thừa sự nghiệp hoằng pháp lợi sanh của Thầy Tổ để cho ngọn đèn Chánh pháp luôn luôn được thắp sáng trong thế gian.

Vì vậy, chúng tôi khẩn thiết, trên nương nhờ uy thần nhiếp thọ của Chư Phật và Thánh Tăng, cùng với sự tán trợ của chư vị Trưởng lão hiện tiền trong hàng Tăng bảo, kêu gọi sự hỗ trợ cống hiến bằng tất cả tâm nguyện và trí lực, bằng tất cả hằng sản và hằng tâm, của bốn chúng đệ tử Phật, cho sự nghiệp hoằng pháp đệ nhất tối thắng này được tiến hành vững chắc và liên tục từ thế hệ này cho đến nhiều thế hệ tiếp theo, duy trì ngọn đèn Chánh pháp tồn tại lâu dài trong thế gian vì lợi ích và an lạc của hết thảy chúng sanh.

Mùa Phật đản Pl. 2552 – Mậu Tý 2008
Trí Siêu – Tuệ Sỹ
cẩn bạch

GIÁO HỘI PHẬT GIÁO VIỆT NAM THỐNG NHẤT
HỘI ĐỒNG PHIÊN DỊCH TAM TẠNG LÂM THỜI

DUYÊN KHỞI

Kể từ phong trào chấn hưng Phật giáo vào thập niên 1930, chư vị dịch giả đã cố gắng phiên âm và phiên dịch Kinh điển từ Hán văn hay chữ Nôm sang chữ quốc ngữ để sử dụng trong sinh hoạt thiền môn Việt Nam cũng như để đem giáo lý Phật đi vào quần chúng. Những nỗ lực như vậy rất đáng trân trọng, nhưng vẫn còn là những đóng góp từ cá nhân, mang tính cấp thời, chưa có sự phối hợp đồng bộ, và chưa đủ tầm mức học thuật để giới thiệu Thánh điển Phật giáo tiếng Việt đến với cộng đồng dân tộc.

Vài thập niên sau đó thì chữ quốc ngữ qua ký tự La-tinh mới được phổ cập trong thiền môn, và kinh sách Phật giáo bằng tiếng Việt, phiên dịch cũng như trước tác, mới được bừng khai, không những tạo nên các phong trào tu học của quần chúng khắp nước, mà còn là sự dẫn đạo tư tưởng của Phật giáo Việt Nam đối với các thế hệ trưởng thành trong chiến tranh qua sự thành lập Giáo Hội Phật Giáo Việt Nam Thống Nhất (GHPGVNTN), đồng thời kiến lập Đại Học Vạn Hạnh, một viện đại học tư thục Phật giáo đầu tiên tại Nam Việt Nam vào năm 1964.

Từ nguồn nhân lực dồi dào với nhiều vị pháp sư, học giả được đào tạo trong và ngoài nước, cũng như các cơ sở giáo dục Phật giáo được trải rộng khắp miền Trung và Nam Việt, Viện Tăng Thống GHPGVNTN đã có nền tảng vững chắc về học thuật để quyết định thành lập Hội Đồng Phiên Dịch Tam Tạng; và qua Hội nghị Toàn thể Hội đồng Phiên dịch Tam Tạng tổ chức tại Viện Đại Học Vạn Hạnh vào các ngày 20, 21,

22 tháng 10 năm 1973, hội nghị đã đưa ra dự án phiên dịch với mục lục tổng quát các Kinh điển truyền bản Hán tạng cần phiên dịch, phân chia công việc, cũng như giới thiệu thành viên của Hội đồng Phiên dịch Tam Tạng gồm 18 vị Pháp sư như sau:

HỘI ĐỒNG PHIÊN DỊCH TAM TẠNG 1973

A. *Ủy Ban Phiên Dịch:*

1. Hòa thượng Trưởng lão Thích Trí Tịnh   (1917 – 2014)
   Trưởng Ban

2. Hòa thượng Trưởng lão Thích Minh Châu   (1918 – 2012)
   Phó Trưởng Ban

3. Hòa thượng Trưởng lão Thích Quảng Độ   (1928 – 2020)
   Tổng Thư Ký

4. Hòa thượng Trưởng lão Thích Trí Quang   (1923 – 2019)

5. Hòa thượng Trưởng lão Thích Đức Nhuận   (1924 – 2002)

6. Hòa thượng Trưởng lão Thích Bửu Huệ   (1914 – 1991)

7. Hòa thượng Trưởng lão Thích Trí Thành   (1921 – 1999)

8. Hòa thượng Trưởng lão Thích Nhật Liên   (1923 – 2010)

9. Hòa thượng Trưởng lão Thích Thiện Siêu   (1921 – 2001)

10. Hòa thượng Trưởng lão Thích Huyền Vi   (1926 – 2005)

B. *Thành Viên Bổ Sung:*

1. Hòa thượng Trưởng lão Thích Đức Tâm   (1928 – 1988)

2. Hòa thượng Trưởng lão Thích Huệ Hưng   (1917 – 1990)

3. Hòa thượng Trưởng lão Thích Thuyền Ấn   (1927 – 2010)

4. Hòa thượng Trưởng lão Thích Trí Nghiêm   (1911 – 2003)

5. Hòa thượng Trưởng lão Thích Trung Quán   (1918 – 2003)

6. Hòa thượng Trưởng lão Thích Thiền Tâm   (1925 – 1992)

7. Hòa thượng Trưởng lão Thích Thanh Từ   (1924 –)

8. Hòa thượng Thích Tuệ Sỹ   (1943 – 2023)

Sau gần 50 năm kể từ khi Hội đồng Phiên dịch Tam Tạng được thành lập, nhiều Kinh điển đã được phiên dịch, góp phần đáng kể vào kho tàng Thánh điển Phật giáo Việt Nam, nhưng có thể nói rằng dự án phiên dịch đưa ra thời ấy, vẫn chưa hoàn tất. Lý do thứ nhất, do hoàn cảnh chiến tranh và bất toàn xã hội, các Kinh điển được dịch rồi vẫn không có đủ thời gian thuận tiện để được hiệu đính và nhuận sắc lại theo đúng tiêu chuẩn Phật điển hàn lâm. Thứ nữa, với nguồn tài liệu cổ ngữ, sinh ngữ dồi dào hiện nay cùng với phương tiện kỹ thuật vi tính, thông tin liên mạng, chư vị dịch giả có rất nhiều cơ hội để truy cập, tham khảo, đối chiếu các truyền bản khác nhau để có được định bản tiếng Việt đáng tin cậy, theo chuẩn mực quốc tế. Ngoài ra, chư vị thành viên Hội đồng Phiên dịch đã theo thời gian, tuần tự viên tịch khi công trình phiên dịch còn dang dở. Nay chỉ còn 2 trong số 18 vị dịch giả còn đương tiền, nhưng một vị đang trong tình trạng bất hoạt; vị duy nhất còn lại có thể tiếp tục đảm đương trọng nhiệm là Hòa thượng Thích Tuệ Sỹ. Xét thấy, đây cũng là phước duyên hy hữu cho Phật giáo Việt Nam cũng như cho công trình phiên dịch Tam Tạng do Viện Tăng Thống đề ra nửa thế kỷ trước:

a) Về phương diện học thuật, Hòa thượng Tuệ Sỹ là một trong số ít học giả uy tín trong việc nghiên tầm, phiên dịch, chú giải và giảng thuật về Tam Tạng Kinh điển từ nhiều thập niên qua; đã và đang đào tạo, nâng đỡ nhiều thế hệ Tăng Ni và Cư sĩ có trình độ Phật học và cổ ngữ có thể phụ trợ công trình phiên dịch;

b) Về phương diện điều hành, Hòa thượng Tuệ Sỹ chính thức tiếp nhận ấn tín Viện Tăng Thống từ Đức Đệ ngũ Tăng Thống, hàm nghĩa kế thừa sự nghiệp hoằng pháp của GHPGVNTN, đồng thời kế thừa công trình phiên dịch của Hội đồng Phiên dịch Tam Tạng được Hội đồng Giáo phẩm Trung ương Viện Tăng Thống thành lập năm 1973.

Từ những nhân duyên và điều kiện kể trên, công trình phiên dịch dang dở của chư vị tiền hiền tất yếu phải được Hòa thượng Tuệ Sỹ đưa vai gánh vác, không thể để cho gián đoạn. Đó là lý do, từ danh nghĩa Viện Tăng Thống GHPGVNTN, Hội Đồng Phiên Dịch Tam Tạng Lâm Thời (HĐPDTTLT) đã được thành lập vào ngày 03 tháng 12 năm 2021, theo Thông Bạch số 11/VTT/VP, nhằm kế thừa sự nghiệp phiên dịch Tam Tạng của chư vị Trưởng lão Hội Đồng Phiên Dịch Tam Tạng Viện Tăng Thống, với thành phần nhân sự như sau:

HỘI ĐỒNG PHIÊN DỊCH TAM TẠNG LÂM THỜI 2021*

Cố Vấn:	Giáo sư Trí Siêu Lê Mạnh Thát (Việt Nam)
Chủ Tịch:	Hòa thượng Thích Tuệ Sỹ (Việt Nam)
Chánh Thư Ký:	Hòa thượng Thích Như Điển (Đức quốc)
Phó Thư Ký Quốc Nội:	Hòa thượng Thích Thái Hòa (Việt Nam)
Phó Thư Ký Hải Ngoại:	Hòa thượng Thích Nguyên Siêu (Hoa Kỳ)

Ủy Ban Duyệt Sách:

Hòa thượng Thích Tuệ Sỹ; Giáo sư Trí Siêu Lê Mạnh Thát.

Ủy Ban Phiên Dịch:

Hòa thượng Thích Đức Thắng (Việt Nam); Hòa thượng Thích Thái Hòa (Việt Nam); Thượng tọa Thích Nguyên Hiền (Việt Nam); Thượng tọa Thích Nhuận Châu (Việt Nam); Đại đức Thích Nhuận Thịnh (Việt Nam); Cư sĩ Đạo Sinh Phan Minh Trị (Việt Nam); Cư sĩ Trí Việt Đỗ Quốc Bảo (Đức quốc).

Ủy Ban Chứng Nghĩa Chuyết Văn:

Hòa thượng Thích Thiện Quang (Canada); Thượng tọa Thích Nguyên Tạng (Úc); Đại đức Thích Nhuận Thịnh (Việt Nam); Cư sĩ Tâm Huy Huỳnh Kim Quang (Hoa Kỳ); Cư sĩ Tâm Quang Vĩnh Hảo (Hoa Kỳ).

Những thành viên khác tùy theo nhu cầu sẽ được thỉnh cử sau.

Xét thấy công hạnh tu trì cũng như kiến văn của thành viên chưa thể sánh ngang với chư Tôn túc Trưởng lão Hội đồng Phiên dịch Tam Tạng 1973, do đó chỉ có thể thành lập Hội đồng Lâm thời để kế thừa việc phiên dịch Kinh-Luật-Luận theo khả năng. Trong điều kiện như thế, HĐPDTTLT sẽ không phiên dịch theo thứ tự lịch sử hình thành Thánh điển như Đại Chánh, mà theo phương pháp các Kinh Lục cổ điển, phân Thánh giáo thành Ba thừa: Thanh Văn Tạng, Bồ-tát Tạng và Mật Tạng. Cho đến khi nào sở học và đạo hạnh được nâng cao, đủ để xác định tín tâm trong hàng bốn chúng đệ tử, bấy giờ Hội đồng Phiên dịch Tam Tạng Lâm thời sẽ chuyển thành chính thức, và sẽ tuần tự thực hiện chương trình phiên dịch đúng theo đề xuất của Hội đồng Phiên dịch Tam Tạng 1973.

---

* Xem thêm chú thích cuối bài.

Sự nghiệp phiên dịch Đại Tạng Kinh là sự nghiệp chung, hệ trọng và trường kỳ, của Tăng tín đồ Phật giáo Việt Nam trong và ngoài nước. Hình thành Đại Tạng Kinh tiếng Việt không những tạo điều kiện thuận lợi cho việc nghiên cứu và thực hành Phật Pháp đúng đắn cho tứ chúng đệ tử, khẳng định vị thế của Phật giáo Việt Nam đối với nhân loại và cộng đồng Phật giáo quốc tế, mà còn là sự phục hưng những giá trị văn hóa dân tộc nhằm góp phần vào việc xây dựng và phát triển đất nước. Nhận thức được tầm quan trọng này, chư vị lãnh đạo các Giáo hội Phật giáo Việt Nam Thống Nhất tại hải ngoại đã vận động thành lập Hội Đồng Hoằng Pháp vào ngày 08 tháng 5 năm 2021, với sự tán trợ của Viện Tăng Thống, nhằm mở rộng con đường hoằng pháp ngoài nước theo tiêu hướng của GHPGVNTN, cũng như để vận động yểm trợ và thúc đẩy công trình phiên dịch và ấn hành Đại Tạng Kinh Việt Nam tiến đến thành tựu viên mãn.

Để tri niệm ân sâu của chư lịch đại Tổ sư và chư vị Tôn túc trong Hội Đồng Phiên Dịch Tam Tạng 1973 trong sự nghiệp hoằng truyền chánh đạo, Hội Đồng Hoằng Pháp nguyện góp phần công đức, toàn tâm ủng hộ, cúng dường tâm lực, trí lực và tài lực để Đại Tạng Kinh Việt Nam chuẩn mực được lần lượt ấn hành, khởi đầu từ Thanh Văn Tạng, tháng 01 năm 2022, cho đến khi hoàn tất Bồ-tát Tạng và Mật Tạng trong thập niên tới.

Nguyện đem công đức Pháp thí này hồi hướng chánh pháp cửu trụ, tứ chúng an hòa, phát Bồ-đề tâm tiến tu đạo nghiệp; lại nguyện nhân loại được an vui, phúc lạc; sớm chấm dứt thiên tai dịch bệnh, khắp loài chúng sinh đều được lạc nghiệp an cư.

Ngưỡng vọng chư tôn Trưởng lão, chư Hòa thượng, Thượng tọa, Đại đức Tăng Ni cùng bốn chúng đệ tử trong và ngoài nước chứng minh và liễu tri.

Nam mô Công Đức Lâm Bồ-tát.

Phật lịch 2565, năm Tân Sửu
Ngày 01 tháng 01 năm 2022

Hội Đồng Phiên Dịch Tam Tạng Lâm Thời
Cẩn bạch

CHÚ THÍCH *(cập nhật 15/09/2024):*

Tham chiếu Quyết định số: 07.VTT/CTK/QĐ do Hòa Thượng Thích Tuệ Sỹ ký 21/09/2023; đồng thời tham chiếu Biên bản kỳ họp Ủy Ban Phiên Dịch Trung Ương mở rộng vào ngày 15/08/2024 và 29/08/2024, từ 9/2024 có những thay đổi về tổ chức và nhân sự sau:

- *Tên gọi mới:*

ỦY BAN PHIÊN DỊCH TRUNG ƯƠNG

- *Nhân sự:*

Chủ tịch:	Hòa Thượng Thích Như Điển
Chánh Thư Ký:	Hòa Thượng Thích Thái Hòa
Phó Thư Ký:	Hòa Thượng Thích Nguyên Siêu
Phụ tá đặc trách Giáo nghĩa	Tỳ-kheo-ni TN. Thanh Trì
Tiểu Ban Phiên Dịch Chuyên Trách:	

PHÀM LỆ

1. Đại Tạng Kinh Việt Nam bao gồm tất cả các bản dịch tiếng Việt của Tam Tạng Kinh Điển Phật giáo đã xuất hiện ở nước ta từ trước đến nay, qua các thời kỳ với nhiều dịch giả khác nhau, để cho thấy quá trình hình thành Đại Tạng Kinh Việt Nam qua lịch sử.

2. Về bản đáy, bản dịch Việt căn cứ trên ấn bản Đại Chánh Tân Tu Đại Tạng Kinh 100 tập, mỗi tập trên dưới 1000 trang chữ Hán cỡ 10pt và sẽ được đánh số theo thứ tự của số ghi trong bản in Đại Chánh. Mỗi trang của bản in Đại chính được chia làm ba cột: a, b, c. Số trang và cột này đều được ghi trong bản dịch để tiện tham khảo.

3. Vì thế, một bản Kinh chữ Hán có thể có nhiều bản dịch tiếng Việt, nên sau số thứ tự của Đại Chánh, sẽ đánh thêm các mẫu tự A, B, C... để phân biệt các bản dịch tiếng Việt khác nhau của cùng một bản Kinh chữ Hán đó.

4. Về xử lý văn bản trong khi phiên dịch, phần lớn căn cứ công trình hiệu đính và đối chiếu của bản Đại Chánh. Ngoài ra, tham khảo thêm các công trình hiệu đính và đối chiếu khác.

5. Giữa các ấn bản có những điểm khác nhau, bản Việt sẽ lựa chọn hoặc hiệu đính theo nhận thức của người dịch.

6. Trong bản Hán, nếu chỗ nào xét thấy văn dịch hay từ ngữ không phù hợp với giáo nghĩa truyền thống phổ biến, người dịch sẽ tham khảo các Kinh, Luật, Luận cần thiết để

hiệu chính. Những hiệu chính này được giải thích ở phần cước chú.

7. Bản Hán dịch thực hiện căn cứ phần lớn trên sự truyền khẩu. Do đó những từ phát âm tương tự dễ đưa đến ngộ nhận, như *sam* Pāli hay *sama* và *samyak*; *cala* và *jala*; *muti* và *muṭṭhi*, v.v... Trong những trường hợp này, người dịch sẽ tham chiếu các Kinh tương đương, các bản Hán biệt dịch, suy đoán tự dạng nguyên thủy có thể có trong Phạn bản để hiệu chính. Những hiệu chính này đều được ghi ở phần cước chú.

8. Do các truyền bản khác nhau giữa các bộ phái, để có nhận thức về giáo nghĩa nguyên thủy, chung cho tất cả, cần có những nghiên cứu đối chiếu sâu rộng. Công việc này ngoài khả năng hiện tại của các dịch giả. Tuy nhiên, trong trường hợp có thể, những điểm dị biệt giữa các truyền bản sẽ được ghi nhận và đối chiếu. Những ghi nhận này được nêu ở phần cước chú.

9. Bản Hán dịch được phân thành số quyển. Bản dịch Việt không chia số quyển như vậy, nhưng sẽ ghi ở phần cước chú mỗi khi bắt đầu một quyển khác.

10. Các từ Phật học trong một số bản Hán dịch nếu không phổ biến, do đó có thể gây khó khăn cho việc đọc và nghiên cứu, trong các trường hợp như vậy, tuy vẫn giữ nguyên dịch ngữ của bản Hán, nhưng dịch ngữ tương đương thông dụng hơn sẽ được ghi trong phần cước chú. Trong trường hợp có thể, sẽ ghi luôn dịch giả của những dịch ngữ này và xuất xứ của chúng từ bản dịch nào để tiện

việc tham khảo.

11. Các Kinh sách tham khảo trong cước chú đều được viết tắt theo quy định phổ thông của giới nghiên cứu quốc tế; xem quy định về viết tắt ở cuối mỗi tập của Đại Tạng Kinh Việt nam.

12. Quy ước các danh từ viết hoa

* *Các từ gốc Sanskrit/Pāli:*

a. Từ thường phiên âm: tất cả viết thường với gạch nối. Như *śūnyatā* = thuấn-nhã-đa tính, *kṣatriya* = sát-đế-lợi. Trừ các từ tôn kính, theo ngữ cảnh; như: *Nirvāṇa* = Niết-bàn; *Ācārya* = A-xà-lê; *Bhikṣu* = Tỳ-kheo v.v...

b. Từ đặc hữu (nhân danh, địa danh): Chữ đầu hoa, còn lại thường, với gạch nối. Như *Śariputra* = Xá-lợi-phất, *Śrāvastī* = Xá-vệ, *Kapilavastu* = Ca-tì-la-vệ.

c. Trường hợp vừa âm vừa nghĩa, phần phiên âm chữ đầu hoa, còn lại thường với gạch nối; phần nghĩa viết Hoa, như *Śariputra* = Xá-lợi Tử.

* *Các từ thuần Việt,* chưa có quy tắc chính thức, nhưng theo cách viết phổ thông hiện nay:

a. Từ phổ thông: tất cả không hoa, trừ trường hợp tôn kính hay đặc biệt.

b. Từ đặc hữu, nhân danh, địa danh: tất cả viết hoa.

Vạn Hạnh, Pl. 2550 - Dl. 2006
Trí Siêu và **Tuệ Sỹ** cẩn chí

BẢNG VIẾT TẮT

A	*Aṅguttara-Nikāya* – Tăng chi bộ kinh
Câu-xá	A-tỳ-đạt-ma-câu-xá luận, T 29 No 1558
Cf.	*confer*, Tham chiếu, so sánh
Cđ., Chân Đế	bản dịch của Chân Đế
cht.	chú thích
Ch.	Chương
...cho đến	Lặp lại nguyên văn đoạn trên
D	*Dīgha-nikāya*, Trường bộ kinh
Đại.	Đại Chánh Tân Tu Đại Tạng Kinh, Taisho
đđ	đã dẫn
Dh, Dhp	*Dhammapada*, kinh Pháp cú
Du-già	Du-già sư địa luận, T 30 No 1579
ff.	following, tiếp theo
Ht., Huyền Trang	bản dịch của Huyền Trang
ibid.	*ibidem*, cùng chỗ đã dẫn, đã dẫn, dẫn thượng
M	*Majjhima-Nikāya* – Trung bộ kinh
n.	number, số hiệu
Niss.	*Nissaggiya*, Ni-tát-kỳ
NM	bản in đời Nguyên Minh
nt	như trên
Pl.	Pāli
S	*Samyutta-Nikāya* – Tương ưng bộ kinh
Pāc.	*Pācittiya*, Ba-dật-đề
Sdt.	sách dẫn trên
Sđd.	Sách da dẫn
Skt.	Sanskrit

Sn	*Sutta-nipāta* – Kinh tập
T.	Taisho (大正), Đại chánh tân tu Đại tạng kinh, dẫn theo số sách, số trang, cột và dòng.
Tập dị	Tập dị môn túc luận
Th 1	*Theragātha* – Trưởng lão kệ
Th 2	*Therīgāthā* – Trưởng lão ni kệ
thc.	tham chiếu
thk.	tham khảo
Tì-bà-sa	A-tì-đạt-ma Đại tì-bà-sa luận
Tl.	Tây lịch
TNM	bản in các đời Tống Nguyên Minh
tr.	Trang
vd.	ví dụ
Vin.	*Vinaya*, Luật tạng Pāli
Vsm.	*Visuddhimagga* – Thanh tịnh đạo luận
x.	xem
X.	Xuzang (續藏), Tục tạng, Vạn.
Wogihara	Phạn Hòa từ diển, Địch Nguyên Vân Lai (Wogihara Unrai)

TỤNG PHẨM I (1)

KINH 1. THIỆN SANH[1]

[374a7] Tôi nghe như vầy:

Một thời, Đức Phật ở tại vườn Am-bà-la[2], nước Di-hi-la[3].

Bấy giờ tôn giả Thiện Sanh[4] vừa mới xuất gia, cạo bỏ râu tóc, đi đến chỗ Phật, đảnh lễ sát chân Phật, rồi ngồi sang một bên. Phật bảo các tỳ-kheo: Tộc tánh tử Thiện Sanh này có hai thứ đoan nghiêm: một là dung mạo kỳ vĩ, thiên tư đĩnh đạc;[5] hai là cạo bỏ râu tóc, thân mặc pháp y, hiểu rõ gia duyên đều bị chi phối bởi luật vô thường, xuất gia học đạo, đoạn tận phiền não, thành tựu vô lậu tâm giải thoát, tuệ giải thoát, thân chứng vô vi, vĩnh viễn chấm dứt sanh tử, Phạm hạnh

---

[1] Tương đương *No. 99* (1062). Pāli, S. 21. 5. *Sujāta*. Tham khảo *Tạp A-hàm*, Việt dịch, kinh 966.

[2] Am-bà-la 菴婆羅, 〔Pāli〕 *amba*, cây xoài; am-bà-la viên 菴婆羅園 = am-bà-la lâm 菴婆羅林, 〔Pāli〕 *ambavana*, vườn xoài, rừng xoài.

[3] Di-hi-la quốc 彌絺羅國 = Di-tát-la 彌薩羅, nước Di-hi-la; 〔Pāli〕 *mithilā*; Cf. M.83; M. 91: *mithilāyaṃ maghadevambavane*, ở tại vườn xoài của *Maghadeva*, xứ *Mithilā*. No. 99: Xá-vệ quốc Kỳ thọ Cấp-cô-độc viên 舍衛國 祇樹給孤獨園. 〔Pāli〕 *Sāvatthi*.

[4] Thiện sanh 善生. 〔Pāli〕 *sujāta*.

[5] 〔Pāli〕 *yañca abhirūpo dassanīyo pāsādiko paramāya vaṇṇapokkharatāya samannāgato*. No. 99: 一者剃除鬚髮, 著袈裟衣, 正信非家, 出家學道, một là cạo bỏ râu tóc, mặc áo ca-sa, chánh tín, xuất gia học đạo, sống không nhà.

đã lập, không còn thọ thân đời sau nữa. Phật nói như vậy rồi, liền thuyết kệ:

"Tỳ-kheo thường tịch định
Trừ dục lìa sanh tử
Trụ nơi thân tối hậu
Phá dẹp hết ma quân
Tu tâm đoạn các kết
Đoan chánh không gì hơn."

Phật nói kinh này xong, các tỳ-kheo sau khi nghe những lời Phật dạy, hoan hỷ phụng hành.

KINH 2. TIỀU TÚY[6]

Tôi nghe như vầy:

Một thời, Đức Phật ở tại vườn Cấp Cô Độc, rừng cây Kỳ-đà, nước Xá-vệ.

Bấy giờ, đức Thế Tôn thuyết pháp với vô lượng vô số đại chúng vây quanh. Ngay lúc ấy, có một tỳ-kheo dung sắc tiều tụy, không có uy đức,[7] đi đến chỗ Phật, đảnh lễ sát chân Phật, chắp tay hiệp chưởng, hướng đến các tỳ-kheo, rồi ngồi sang một bên. Bấy giờ, các tỳ-kheo đều tự nghĩ rằng: Vị tỳ-kheo này vì nguyên nhân gì mà dung sắc tiều tụy, không có uy đức như vậy? Khi ấy, đức Thế Tôn biết rõ tâm niệm của các tỳ-kheo, liền bảo rằng: "Các ngươi có thấy tỳ-kheo đảnh lễ ta đó không?" Các tỳ-kheo đồng bạch Phật rằng: "Bạch đức Thế Tôn! Chúng con có thấy". Đức Thế Tôn lại bảo: "Các ngươi chớ có khởi ý

⬚ Tương đương *No.* 99 (1063). Pāli, S. 21. 6. *Lakuṇḍakabhaddiya*. Tham khảo *Tạp A-hàm*, Việt dịch, kinh 967.

⬚ *No.* 99: 形色醜陋，難可觀視，為諸比丘之所輕慢，hình tướng xấu xí khó coi, bị các tỳ-kheo khinh mạn.

tưởng khinh thường[8] tỳ-kheo ấy. Vì sao vậy? Vì tỳ-kheo ấy, những việc cần làm đã làm xong, đã đắc quả A-la-hán, đã vất bỏ gánh nặng, đã được chánh giải thoát. Nay các ngươi không nên **[374b01]** khởi ý tưởng khinh thường tỳ-kheo ấy. Nếu các ngươi có thể thấy biết như Ta thì mới có khả năng xét đoán về tỳ-kheo ấy. Nếu xét đoán sai lầm thì tự mình sẽ bị tổn hại". Bấy giờ Thế Tôn liền nói kệ rằng:

"Chim khổng tước bày thân sắc đẹp
Nhưng chẳng bằng hồng hạc bay cao
Tuy ngoại hình nghi dung mỹ lệ
Sánh bằng công đức đoạn lậu sao
Tỳ-kheo này nay như ngựa tốt
Điều phục tâm hạnh khéo dường nào
Đoạn dục, diệt kiết, lìa sanh tử
Thọ thân tối hậu ma thoái trào."

Phật nói kinh này xong, các tỳ-kheo sau khi nghe những lời Phật dạy, hoan hỷ phụng hành.

KINH 3. ĐỀ-BÀ-ĐẠT-ĐA[9]

Tôi nghe như vầy:

Một thời, Đức Phật ở tại vườn Trúc, Ca-lan-đà, thành Vương Xá.

Bấy giờ, Đề-bà-đạt-đa chứng được Tứ thiền, liền nghĩ như vầy: "Ở nước Ma-kiệt-đà này, ai là người quyền uy nhất?" Tự vấn như vậy rồi lại tư duy: Nay thái tử A-xà-thế đang kế thừa vương vị, nếu ta điều phục được A-xà-thế thì có thể khống chế được nhân dân cả nước. Nghĩ như vậy rồi, Đề-bà-đạt-đa liền đi đến chỗ vua A-xà-thế, hóa thành một con voi báu, từ cổng đi vào, nhưng không từ cổng đi ra.

---

[8] Sinh hạ liệt tưởng 生下劣想.

[9] Tương đương *No. 99* (1064). Pāli, S. 17. 36. *Pañcarathasata.* Cf. A. 4. 68. *Devadatta.* Tham khảo *Tạp A-hàm,* Việt dịch, kinh 968.

Sau đó hóa thành một con ngựa báu, cũng lại như vậy. Rồi lại hóa thành vị sa-môn, từ cổng đi vào, rồi bay lên hư không mà đi ra. Sau đó hóa thành một đứa bé, trang nghiêm thân bằng các loại châu báu anh lạc, ngồi trên đùi của A-xà-thế. Bấy giờ, A-xà-thế ôm lấy và mớm nước bọt vào trong miệng của nó. Đề-bà-đạt-đa vì tham cầu lợi dưỡng, liền nuốt nước bọt ấy. Đề-bà-đạt-đa từ thân hình đứa bé biến lại thành chính mình. Khi ấy, vua A-xà-thế thấy việc này liền phát sinh tà kiến, cho rằng Đề-bà-đạt-đa thần thông biến hóa, vượt qua cả Thế Tôn. Bấy giờ, A-xà-thế đối với Đề-bà-đạt-đa phát khởi niềm kính tin sâu sắc,[10] mỗi ngày đem 500 cỗ xe lương thực đến cho ông ta. Đề-bà-đạt-đa cùng 500 đồ chúng đều thọ nhận sự cúng dường này.

Bấy giờ, có nhiều tỳ-kheo đắp y, ôm bát đi vào thành khất thực. Sau khi ăn uống xong, họ đi đến chỗ Phật, bạch Phật rằng: "Bạch Đức Thế Tôn! Sáng nay chúng con đi vào thành khất thực, thấy Đề-bà-đạt-đa triệu tập khắp gần xa, đạt được cúng dường lớn". Đức Phật bảo các tỳ-kheo: "Các ngươi không nên sinh tâm ngưỡng mộ đối với Đề-bà-đạt-đa. Vì sao vậy? Vì Đề-bà-đạt-đa này chắc chắn sẽ bị lợi dưỡng làm tổn hại. Giống như cây chuối, cây lau, cây tre sinh quả thì chết. Con la[11] mang thai cũng lại như vậy. Đề-bà-đạt-đa có được lợi dưỡng **[374c01]** cũng như những thứ ấy không khác. Đề-bà-đạt-đa ngu si vô trí, không biết nghĩa lý, phải chịu khổ lâu dài. Vì vậy các ông, khi thấy Đề-bà-đạt-đa bị lợi dưỡng làm cho nguy hại thì nên xả bỏ các sự tham cầu, suy xét quán sát kỹ, phải hiểu như thế, chớ tham cầu lợi dưỡng". Đức Phật liền nói kệ:

> "Chuối sinh quả thì chết
> Lau tre cũng như vậy
> Người tham cầu lợi dưỡng
> Ắt làm thương tổn mình
> Những thứ lợi dưỡng này
> Thường suy hao tổn giảm
> Trẻ ngu bị lợi dưỡng
> Làm hại pháp tịnh thiện

---

[10] Đoạn duyên khởi này không có trong bản *No. 99* và Pāli.

[11] Cự hư, loa 駏驉, 騾: con la (con vật lai giữa lừa và ngựa).

Giống như cây đa-la
Chặt rồi không mọc lại."

Phật nói kinh này xong, các tỳ-kheo sau khi nghe những lời Phật dạy, hoan hỷ phụng hành.

KINH 4. TƯỢNG THỦ[12]

Tôi nghe như vầy:

Một thời, Đức Phật ở tại vườn Cấp Cô Độc, rừng cây Kỳ-đà, nước Xá-vệ.

Bấy giờ có nhiều tỳ-kheo, đến giờ thọ thực, đắp y ôm bát vào thành khất thực. Các tỳ-kheo nghe Tượng Thủ Tỳ-kheo[13] họ Thích thọ bệnh và mạng chung ở ngay trong thành. Thọ thực xong trở về, các tỳ-kheo đi đến chỗ Phật, đảnh lễ sát chân Phật, ngồi xuống một bên, bạch Phật rằng: "Bạch Đức Thế Tôn! Sáng sớm hôm nay chúng con đắp y ôm bát, vào thành khất thực, nghe nói Tượng Thủ Tỳ-kheo đã mạng chung. Cúi xin đức Thế Tôn nói cho chúng con rõ, Tượng Thủ Tỳ-kheo sinh về nơi nào, thọ quả báo gì?"

Phật bảo các tỳ-kheo: "Người nào tăng trưởng ba phi pháp[14], khi thân hoại mạng chung chắc chắn sẽ đọa địa ngục. Thế nào gọi là ba phi pháp? Đó là tăng trưởng xan tham, ngu si, sân nhuế. Nay tỳ-kheo này phạm ba phi pháp, nên biết tỳ-kheo chắc chắn sẽ đọa địa ngục".

Bấy giờ, Thế Tôn liền nói kệ:

"Nếu sanh tâm bất thiện
Thành tựu tham, sân, si

---

[12] Tương đương *No. 99* (1065). Không có Pāli tương đương. Tham khảo *Tạp A-hàm*, Việt dịch, kinh 969.

[13] Tượng Thủ Tỳ-kheo 象首比丘. *No. 99*: Thủ Tỳ-kheo 手比丘.

[14] Tam phi pháp 三非法. *No. 99*: tam bất thiện pháp 三不善法.

Thân này tự làm ác
Trở lại hại chính mình
Như cây chuối sinh quả
Tự hại lấy bản thân
Nếu không tham, sân, si
Được gọi là trí tuệ
Không hại đến thân mình
Gọi trượng phu thù thắng
Vì thế nên đoạn trừ
Tham, sân, si đại hoạn."

Lúc ấy, các tỳ-kheo sau khi nghe những lời Phật dạy, hoan hỷ phụng hành.

KINH 5. NAN-ĐÀ (1)[15]

Tôi nghe như vầy:

Một thời, Đức Phật ở tại vườn Cấp Cô Độc, rừng cây Kỳ-đà, nước Xá-vệ.

[375a01] Bấy giờ, trưởng lão Nan-đà đắp y sáng đẹp, mang giữ bát tốt, ý khí (khí phách) kiêu mạn, khinh miệt người khác, nói lời cống cao: "Ta là em trai Phật, con của Di mẫu".[16]

Bấy giờ, có rất nhiều tỳ-kheo đi đến chỗ Phật, đảnh lễ sát chân Phật, ngồi sang một bên, bạch Phật rằng: "Bạch đức Thế Tôn! Tỳ-kheo Nan-đà đắp y sáng đẹp, tay ôm bát tốt, tự xưng là em trai của Phật,

---

[15] Tương đương *No. 99* (1067). Pāli, *S. 21. 8. Nanda.* Tham khảo *Tạp A-hàm*, Việt dịch, kinh 971.

[16] *No. 99:* 尊者難陀是佛姨母子，好著好衣，染色，擣治光澤，執持好鉢，好作嬉戲調笑而行. Tôn giả Nan-đà là con Di mẫu của Phật, ưa mặc áo đẹp, áo nhuộm, chải chuốt bóng láng, mang giữ bát tốt, thích vui đùa, vừa đi vừa trêu ghẹo.

con của Di mẫu, trong lòng kiêu mạn, khinh miệt người khác".

Đức Phật nghe lời ấy rồi, sai một tỳ-kheo đến gọi Nan-đà. Khi ấy, một tỳ-kheo vâng lời Phật dạy đến chỗ Nan-đà, nói với Nan-đà rằng: "Đức Thế Tôn cho gọi ông". Nan-đà nghe xong, liền đến chỗ Phật, đảnh lễ sát chân Phật, rồi đứng sang một bên.

Phật bảo Nan-đà: "Nghe nói ông đắp y sáng đẹp, tay ôm bát tốt, xưng là em trai Phật, con của Di mẫu, kiêu mạn với người khác, có việc này không?"

Nan-đà đáp: "Thật đúng như vậy, bạch Thế Tôn!".

Đức Phật bảo Nan-đà: "Nay ngươi không nên làm những việc như vậy. Nay ngươi phải nên yêu thích A-lan-nhã, nơi gò mả, dưới gốc cây, đắp y phấn tảo,[17] khất thực. Nếu là em trai Ta, được Di mẫu sinh ra thì phải nên tu hành những việc như vậy".[18]

Bấy giờ, Thế Tôn liền nói kệ:

"Ta mong thấy làm sao
Nan-đà ưa khổ hạnh
Như trú A-lan-nhã
Ngồi gò mả, khất thực
Nơi núi rừng, nhàn tĩnh
Bỏ dục đi vào định."

Phật nói kệ này xong, các tỳ-kheo sau khi nghe những lời Phật dạy, hoan hỷ phụng hành.

---

[17] Nạp y 納衣.

[18] *No. 99:* Thêm đoạn Nan-đà vâng lãnh lời Phật dạy và thực hành theo. 難 陀受佛教已, 修阿蘭若行, 乞食, 著糞掃衣, 亦常讚歎著糞掃衣 者, 樂處山澤, 不顧愛欲. Sau khi thọ lãnh lời Phật dạy, Nan-đà tu hành ở A-lan-nhã, đi khất thực, mặc y phấn tảo, tán thán người mặc y phấn tảo, ưa thích nơi núi khe, không đoái hoài ái dục.

KINH 6. NAN-ĐÀ (2)[19]

Tôi nghe như vầy:

Một thời, Đức Phật ở tại vườn Cấp Cô Độc, rừng cây Kỳ-đà, nước Xá-vệ.

Bấy giờ, tôn giả Nan-đà đi đến chỗ Phật, đảnh lễ sát chân Phật, rồi ngồi xuống một bên. Khi ấy, Đức Thế Tôn bảo các tỳ-kheo rằng: "Trong những người khéo thuyết pháp, Tỳ-kheo Nan-đà là đệ nhất. Người có dung nghi đoan chánh trong hàng hào tộc, Tỳ-kheo Nan-đà là đệ nhất. Người xả bỏ ái dục mạnh, Tỳ-kheo Nan-đà là đệ nhất.[20] Người thâu nhiếp các căn, ăn uống điều độ, đầu đêm cuối đêm tinh cần tu tập, tu niệm giác chi, thường luôn hiện tiền, Tỳ-kheo Nan-đà cũng là đệ nhất.[21] Thế nào gọi là Tỳ-kheo Nan-đà thâu nhiếp các căn? Không đắm trước sắc, thanh, hương, vị, xúc, pháp, đây gọi là Nan-đà thâu nhiếp các căn. Thế nào gọi là Tỳ-kheo Nan-đà ăn uống điều độ? Ăn vì trừ đói, chứ không vì sắc lực, vì để tu Phạm hạnh, chỉ lấy vừa đủ, như xe bôi dầu mỡ. Lại như trị ung nhọt, không vì sắc lực, béo tốt đẹp đẽ, [375b01] đây gọi là Nan-đà ăn uống điều độ. Thế nào gọi là Tỳ-kheo Nan-đà đầu đêm cuối đêm tinh cần tu tập? Ban ngày thì kinh hành, ban đêm thì tọa thiền, loại trừ ấm cái khỏi tâm. Đầu đêm, rửa chân xong, ngồi ngay thẳng, buộc niệm hiện tiền, nhập thiền định đến hết đầu đêm. Lúc giữa đêm, nằm hông bên phải, hai chân chồng lên nhau, buộc niệm trước mặt, tu niệm giác chi. Lúc cuối đêm đầu sáng, ngồi ngay thẳng, buộc niệm trước mặt. Nan-đà này, đầu đêm cuối đêm chuyên tâm hành đạo, đều như nhau không khác".

---

[19] Tương đương *No. 99* (275). Pāli, A. 8. 9. *Nanda*; 9. 4. *Nandaka*. Tham khảo *Tạp A-hàm*, Việt dịch, kinh 260.

[20] *No. 99:* "Có người nói: 'Người có sức mạnh nhất chỉ có Nan-đà.' Đây là lời nói chính xác. Có người nói: 'Người đẹp trai nhất cũng chỉ có Nan-đà.' Đây là lời nói đúng. Có người lại nói: 'Người ái dục nặng cũng chỉ có Nan-đà.' Đây là lời nói đúng. Này các tỳ-kheo, nhưng nay Nan-đà đã đóng cửa các căn…

[21] *Kimaññatra, bhikkhave, nando indriyesu guttadvāro, bhojane mattaññū, jāgariyaṃ anuyutto, satisampajaññena samannāgato.*

Này các tỳ-kheo,[22] Nan-đà đạt được niệm giác tối thượng, Tỳ-kheo Nan-đà an trụ tâm không tán loạn, chánh quán phương Đông, phương Nam, phương Tây, phương Bắc cũng lại như vậy, an trụ tâm quán sát, không cho tán loạn. Khổ thọ, lạc thọ, bất khổ bất lạc thọ thảy đều biết duyên khởi của nó. Biết rõ các thọ này sinh khởi và diệt, lâu hay mau. Cũng biết rõ nhân duyên các tưởng sinh khởi và diệt. Cũng biết rõ nhân duyên các tầm[23] sinh khởi, đình trụ, và diệt. Các tỳ-kheo nên học như vầy, thâu nhiếp các căn, ăn uống điều độ, đầu đêm giữa đêm cuối đêm phải tinh cần tu tập, tu niệm giác tối thượng phải như Nan-đà. Phật bảo các tỳ-kheo: "Ta nay khuyên bảo các ngươi hãy học hạnh tu tập của Tỳ-kheo Nan-đà. Nếu có tỳ-kheo nào tu hành giống như Nan-đà ta cũng sẽ khuyên các ngươi nên học theo."[24]

Bấy giờ, đức Thế Tôn liền nói kệ:

"Nếu người khéo nhiếp phục các căn
Cũng buộc niệm, ăn uống tiết độ
Như thế ấy gọi người có trí
Khéo biết thể tướng tâm sinh khởi
Như vậy Ta tán thán Nan-đà
Các ngươi phải nên học như thế."

Phật nói kinh này xong, các tỳ-kheo sau khi nghe những lời Phật dạy, hoan hỷ phụng hành.

---

[22] Tộc tánh tử 族姓子. ᴾᵃˡⁱ *Kula-putra*, từ mỹ xưng đối với người nam tin Phật, nghe pháp, tu hành thiện nghiệp, như trong kinh dùng "Thiện nam tử" vậy. Ở Ấn Độ, nếu người nam sinh vào tộc tánh Bà-la-môn được xem là cao quý hơn hết nên gọi là Tộc tánh tử. Tộc tánh tử thông thường chỉ cho hàng tại gia, nhưng cũng có khi dùng để gọi hàng tỳ-kheo. Ở đây Đức Phật đang nói với các tỳ-kheo nên dịch là Này các tỳ-kheo!

[23] Giác 覺. ᴾᵃˡⁱ *vitakka*, tầm, suy tầm.

[24] 設有比丘所修之行，猶如難陀，我今亦當教汝等學. *No. 99*: 如教授難陀法，亦當持是為其餘人說. Như pháp truyền dạy cho Nan-đà cũng nên được đem dạy cho người khác.

KINH 7. TRẤT SƯ[25]

Tôi nghe như vầy:

Một thời, Đức Phật ở tại vườn Cấp Cô Độc, rừng cây Kỳ-đà, nước Xá-vệ.

Bấy giờ, có Tỳ-kheo tên Trất Sư[26], là con Cô của Đức Phật[27], vì hầu Phật nên ôm lòng kiêu mạn, không cung kính các Tỳ-kheo trưởng lão có đức, không có tàm quý, thường hay nói nhiều; nếu có tỳ-kheo nào nói gì dù chút ít cũng liền nổi giận.[28] Bấy giờ, các tỳ-kheo thấy vị ấy như thế nên đến chỗ Phật, chắp tay lễ sát chân Phật, rồi ngồi sang một bên, bạch Phật rằng: "Bạch đức Thế Tôn! Tỳ-kheo Trất Sư thường sanh tâm kiêu mạn, tự nói ta là con Cô của Phật, khinh mạn các Tỳ-kheo trưởng lão khác, thường hay nói nhiều, nếu có tỳ-kheo nào nói gì dù chút ít cũng liền nổi giận". Phật bảo các tỳ-kheo: "Nay các ông hãy đến gọi Tỳ-kheo Trất Sư kia". Các tỳ-kheo [375c01] vâng lời Phật dạy đến gọi Trất Sư. Trất Sư vâng lệnh liền đi đến chỗ Phật, lễ sát chân Phật rồi đứng sang một bên. Bấy giờ, Đức Như Lai bảo Trất Sư rằng: "Ngươi đối với các Tỳ-kheo trưởng lão tôn túc không có tâm cung kính, không biết hổ thẹn, thường hay nói nhiều; nếu có tỳ-kheo nào nói gì dù chút ít cũng liền nổi giận, có thật như vậy không?" Trất Sư bạch rằng: "Thật đúng như vậy! Bạch Thế Tôn". Phật bảo Trất Sư: "Nay nếu ngươi là con Cô của Ta thì phải nên sinh tâm thật cung kính đối với các bậc Tỳ-kheo trưởng lão tôn túc, phải biết tàm quý, bản thân nên nói ít lại, nghe lời người khác nói, phải nên nhẫn thọ."

---

[25] Tương đương *No. 99* (1068). Pāli, S.21.9. *Tissa*. Tham khảo *Tạp A-hàm*, Việt dịch, kinh 972.

[26] Trất-Sư 窒師. *No. 99*: 低沙 Đê-sa. Pāli *tisso*.

[27] Hữu Tỳ-kheo danh viết Trất Sư, thị Phật cô tử 有比丘名曰窒師，是佛姑子. *No. 99*: 尊者低沙自念，我是世尊姑子兄弟故, Tôn giả Đê-sa tự nghĩ: 'Ta là anh em con cô của Thế Tôn. Pāli *āyasmā tisso bhagavato pitucchāputto*.

[28] *No. 99*: 不修恭敬，無所顧錄，亦不畏懼，不堪諫止, không cần phải tu phép cung kính, không cần quan tâm, cũng không cần nể sợ, không cần kham chịu sự can gián.

Bấy giờ, Thế Tôn liền nói kệ:

"Thường nên tu thiện chớ khởi sân,
Nếu phát khởi sân gọi bất thiện.
Trất Sư, ngươi nay ở bên Ta,
Phải nên đoạn sân và kiêu mạn.
Thực hành thiện nghiệp, tu Phạm hạnh,
Nếu được như vậy Ta vui mừng."

Phật nói kinh này xong, các tỳ-kheo sau khi nghe những lời Phật dạy, hoan hỷ phụng hành.

KINH 8. TỲ-XÁ-KHƯ[29]

Tôi nghe như vầy:

Một thời, Đức Phật ở tại vườn Cấp Cô Độc, rừng cây Kỳ-đà, nước Xá-vệ.

Bấy giờ, Sa-môn Tỳ-xá-khư Bát-xà-la tử[30], tập hợp các tỳ-kheo ở trên giảng đường, thuyết pháp cho họ, với ngôn từ hoàn hảo, nói năng lưu loát, khiến cho thính giả đại chúng vui thích, nghe không biết chán, được hiểu biết rõ ràng.[31] Khi ấy, các tỳ-kheo nghe Ngài ấy thuyết pháp phấn khởi hoan hỷ, chí tâm nghe thọ, cúng dường cung kính, chú tâm chuyên ý lắng nghe. Ngài ấy thuyết pháp không vì lợi dưỡng hay danh xưng, diễn thuyết khéo léo, ứng hợp nghĩa lý, không có cùng tận, khiến cho người nghe nhớ mãi không quên. Khi đại

---

[29] Tương đương *No. 99* (1069). Pāli, S.21.7. *Visākha*; Cf. A. 4. 48. *Visākha.* Tham khảo *Tạp A-hàm*, Việt dịch, kinh 973.

[30] Tì-xá-khư sa-môn Bát-xà-la tử 毘舍佉沙門般闍羅子. *No. 99*: Tôn giả Tì-xá-khư Bát-xà-la tử 尊者毘舍佉般闍梨子. Pāli *āyasmā visākho pañcālaputto.*

[31] Pāli *samādapeti samuttejeti sampahaṃseti, poriyā vācāya vissaṭṭhāya anelagalāya atthassa viññāpaniyā pariyāpannāya anissitāya.*

chúng tụ hội đều lắng nghe pháp như vậy.

Có các tỳ-kheo đi đến chỗ Phật, đảnh lễ sát chân Phật rồi đứng sang một bên, bạch Phật rằng: "Bạch đức Thế Tôn! Tỳ-kheo Tì-xá-khư Bát-xà-la tử ở trên giảng đường thuyết pháp cho đại chúng, không vì lợi dưỡng, danh xưng, hay sự khen ngợi, diễn thuyết khéo léo, ứng hợp nghĩa lý, không có cùng tận, khiến cho người nghe nhớ mãi không quên".

Phật bảo các tỳ-kheo: "Các ngươi hãy gọi Tì-xá-khư Bát-xà-la tử kia đến đây". Lúc ấy, các tỳ-kheo vâng lời Phật dạy đến gọi Tì-xá-khư. Tì-xá-khư lãnh thọ, liền đến chỗ Phật, đảnh lễ sát chân Phật rồi đứng sang một bên.

Đức Phật hỏi Tì-xá-khư rằng: "Ngươi thường tập họp các tỳ-kheo và thuyết pháp cho họ, *cho đến* khiến các tỳ-kheo chí tâm nghe thọ, có việc như vậy không?"

Tì-xá-khư đáp: "Thật đúng như vậy, bạch Thế Tôn!"

Phật khen ngợi: "Lành thay, lành thay, Tỳ-xá-khư! Ngươi tập họp các tỳ-kheo ở trên giảng đường, nói pháp cho họ, **[376a01]** lại không vì lợi dưỡng, danh xưng, ngôn từ hoàn hảo, khiến người nghe hoan hỷ, chí tâm tín thọ. Từ nay về sau, ngươi hãy thường xuyên thuyết pháp lợi ích như vậy. Tỳ-kheo các ngươi, hoặc nhiều hoặc ít cũng nên thực hành hai việc: (1) Nên nói pháp yếu; (2) Nếu không có gì để nói thì nên im lặng, không được luận bàn các việc thế tục. Nay các ngươi chớ nên xem thường sự im lặng, vì sự im lặng có lợi ích rất lớn".[32]

Bấy giờ, Thế Tôn liền nói kệ:

> *"Nếu trong các đại chúng*
> *Ngu trí cùng tụ tập*
> *Nếu chưa nói điều gì*
> *Người không phân biệt được*

---

[32] *No. 99:* 汝當數數為諸比丘如是說法，令諸比丘專精敬重，一心樂聽，當得長夜以義饒益，安隱樂住, "Ngươi hãy thường xuyên thuyết pháp như vậy cho các tỳ-kheo, khiến các tỳ-kheo chuyên tinh kính trọng, nhất tâm ưa nghe, sẽ được lợi ích lâu dài, sống an lạc."

Nếu hiển thuyết điều gì
Sau mới nhận biết khác.
Vì thế các ngươi nay
Hãy thường thuyết pháp yếu
Hãy thắp sáng đuốc Pháp
Dựng lập cờ Đại tiên
Chư vị A-la-hán
Lấy Diệu pháp làm cờ
Các bậc Thánh hơn người
Lấy cờ là thiện ngữ."

Đức Phật nói kinh này xong, các tỳ-kheo sau khi nghe những lời Phật dạy, hoan hỷ phụng hành.

KINH 9. NIÊN THIẾU[33]

Tôi nghe như vầy:

Một thời, Đức Phật ở tại vườn Cấp Cô Độc, rừng cây Kỳ-đà, nước Xá-vệ. Bấy giờ, có số đông tỳ-kheo đang tụ tập trong giảng đường để cùng nhau may y. Khi ấy, có một tỳ-kheo trẻ tuổi[34], xuất gia chưa lâu, mới thọ giới Cụ túc, ngồi ở trong Tăng nhưng không cùng Tăng may y. Khi các tỳ-kheo may y xong, đi đến chỗ Phật, đảnh lễ sát chân Phật, rồi ngồi sang một bên. Các tỳ-kheo bạch Phật rằng: "Bạch đức Thế Tôn! Tỳ-kheo chúng con ở trong giảng đường cùng nhau cắt may y phục. Tỳ-kheo trẻ tuổi này ngồi ở trong Tăng, nhưng không cùng chúng Tăng cắt may y phục".

Đức Phật hỏi tỳ-kheo nhỏ tuổi rằng: "Ngươi thật không phụ giúp chúng Tăng may y phục chăng?"

---

[33] Tương đương *No.* 99 (1070). Pāli, S. 21. 4. *Nava.* Tham khảo *Tạp A-hàm*, Việt dịch, kinh 974.

[34] Niên thiếu 年少. Pāli *nava.*

Tỳ-kheo trẻ tuổi bạch Phật: "Bạch Thế Tôn! Con tùy theo năng lực của mình cũng làm với chúng Tăng".

Bấy giờ, đức Thế Tôn biết tâm niệm của tỳ-kheo kia nên bảo với các tỳ-kheo rằng: "Các ngươi chớ có hiềm trách tỳ-kheo nhỏ tuổi này[35] không làm gì. Vì tỳ-kheo này việc cần làm đã làm xong, đã đắc A-la-hán, các lậu đã tận, đã xả bỏ gánh nặng, đạt được Chánh trí, tâm được giải thoát".

Bấy giờ, Thế Tôn liền nói kệ:

"Pháp Niết-bàn của ta
Hoàn toàn không vì kẻ
Biếng nhác và vô trí
Mà có thể đạt được.
Giống như con ngựa hay
Bậc trượng phu thượng đại
[376b01] *Đoạn trừ sạch ái kết*
Diệt tận các phiền não
Trừ khử bốn chấp thủ
Hoạch đắc quả tịch diệt
Phá dẹp chúng ma quân
An trụ thân tối hậu."

Đức Phật nói kinh này xong, các tỳ-kheo sau khi nghe những lời Phật dạy, hoan hỷ phụng hành.

KINH 10. TRƯỞNG LÃO[36]

Tôi nghe như vầy:

Một thời, Đức Phật ở tại vườn Cấp Cô Độc, rừng cây Kỳ-đà, nước

---

[35] Pāli: *mã kho tumhe, bhikkhave, etassa bhikkhuno ujjhāyittha.*
[36] Tương đương *No. 99 (1071).* Pāli, S. 21. 10. *Theranāmaka.* Tham khảo *Tạp A-hàm,* Việt dịch, kinh 975.

Xá-vệ. Bấy giờ, có một Tỳ-kheo tên Trưởng Lão,[37] ở một mình tại một căn phòng, và ca ngợi pháp sống một mình[38]. Lúc ấy, các tỳ-kheo đi đến chỗ Phật, đảnh lễ sát chân Phật, rồi ngồi sang một bên, bạch Phật rằng: "Bạch đức Thế Tôn! Tỳ-kheo Trưởng Lão này khen ngợi pháp sống một mình, đi một mình, ngồi một mình".

Phật bảo một tỳ-kheo: "Ngươi hãy gọi Tỳ-kheo Trưởng Lão đến đây". Khi ấy, một tỳ-kheo đi đến chỗ Trưởng Lão nói rằng: "Thế Tôn cho gọi ông". Tỳ-kheo Trưởng Lão vâng lãnh lời dạy, liền đến chỗ Phật, đảnh lễ sát chân Phật, rồi đứng sang một bên.

Đức Phật hỏi Trưởng Lão: "Ngươi thật sống một mình, khen ngợi pháp ngồi một mình, đi một mình chăng?" Trưởng Lão bạch Phật rằng: "Thật đúng như vậy, bạch Thế Tôn!"

Đức Phật lại hỏi: "Nay ngươi như thế nào gọi là ưa sống một mình, khen ngợi pháp sống một mình".

Trưởng Lão bạch Phật: "Bạch Thế Tôn! Con thật đi vào thôn làng một mình, đi ra một mình, và ngồi một mình."

Đức Phật bảo: "Còn có lối sống một mình thù thắng hơn lối sống một mình của ngươi. Đó là những gì? Các dục lúc trước khô cạn, dục vị lai không khởi, dục hiện tại không sinh,[39] đây gọi là bà-la-môn không còn ngã, ngã sở, đoạn trừ nghi kết, viễn ly các nhập, diệt sạch

---

[37] Trưởng lão 長老. *No. 99:* Thượng tọa 上坐. 🅟🅐🅛🅘 *Theranāmaka.*

[38] *No. 99:* 獨住一處，亦常讚歎獨一住者，獨行乞食，食已，獨還，獨坐禪思, sống một mình tại một nơi, cũng thường khen ngợi người sống một mình, đi khất thực một mình, ăn xong, trở về một mình, và một mình ngồi thiền tư. 🅟🅐🅛🅘 *ekavihārī ceva hoti ekavihārassa ca vaṇṇavādī. So eko gāmaṃ piṇḍāya pavisati eko paṭikkamati eko raho nisīdati eko caṅkamaṃ adhiṭṭhāti.* sống một mình và tán thán hạnh sống một mình. Vị ấy đi vào làng khất thực một mình, trở về một mình, ngồi yên tĩnh một mình, đi kinh hành một mình.

[39] Dục bổn càn kiệt, lai dục bất khởi, hiện dục bất sinh 欲本乾竭，來欲不起，現欲不生. *No. 99:* 謂比丘前者枯乾，後者 滅盡，中無貪喜, Đó là tỳ-kheo lúc trước thì khô cằn, lúc sau thì diệt tận, khoảng giữa không còn tham hỷ.

phiền não.[40]

Bấy giờ, Thế Tôn liền nói kệ:

> *"Hết thảy thế gian*
> *Ta đều biết rõ.*
> *Xả bỏ tất cả*
> *Sạch các ái kết*
> *Pháp thắng như vậy*
> *Gọi sống một mình."*

Phật nói kinh này xong, các tỳ-kheo sau khi nghe những lời Phật dạy, hoan hỷ phụng hành.

KINH 11. TĂNG-KIỀM[41]

Tôi nghe như vầy:

Một thời, Đức Phật ở tại vườn Cấp Cô Độc, rừng cây Kỳ-đà, nước Xá-vệ.

Bấy giờ, trưởng lão Tăng Kiềm[42] từ nước Kiều-tát-la du hành đến vườn Cấp Cô Độc, rừng cây Kỳ-đà, nước Xá-vệ. Người vợ cũ của Tăng Kiềm[43] biết Tôn giả đã đến nước Xá-vệ, liền mặc y phục, đeo chuỗi

---

[40] Vô ngã, ngã sở, đoạn ư nghi kết, viễn ly chư nhập, diệt ư phiền não 無我、我所，斷於疑結，遠離諸入，滅於煩惱. *No. 99*: 心不猶豫，已捨憂悔，離諸有愛，群聚使斷. tâm không còn do dự, đã xả ưu hối, lìa các hữu ái, đoạn các kết sử.

[41] Tương đương *No. 99* (1072). Pāli, *K. Udāna. 1.8. Saṅgāmaji*. Tham khảo *Tạp A-hàm*, Việt dịch, kinh 976.

[42] Tăng Kiềm僧鉗. *No. 99*: Tăng-ca-lam 僧迦藍. Pāli *saṅgāmaji*.

[43] Bản nhị 本二, tiếng chỉ người vợ cũ của vị tăng sĩ trước khi xuất gia theo Phật. Pāli *āyasmato saṅgāmajissa purāṇadutiyikā*: Người vợ trước kia của tôn giả *Saṅgāmaji*.

anh lạc, trang điểm đủ các loại trang sức, dắt theo đứa con đến phòng của Tăng Kiềm.

Khi ấy, tôn giả Tăng Kiềm đang đi kinh hành ngoài đất trống. Người vợ cũ đến chỗ của Tôn giả nói với Ngài rằng: "Con của tôi còn nhỏ dại, không thể tự nuôi sống, nên tôi dẫn đến để gặp Tôn giả". Tuy gặp mặt nhau, nhưng Tôn giả không nói chuyện với cô ấy. Người vợ lần thứ hai, lần thứ ba cũng nói như vậy. Tôn giả Tăng Kiềm tuy đối diện nhưng không ngó ngàng đến, cũng không nói lời nào với cô ấy.

Người vợ liền nói: "Tôi đến đây để gặp anh mà anh chẳng nói năng gì với tôi. Đây là con của anh, **[376c01]** anh hãy tự nuôi dưỡng nó", rồi đặt đứa nhỏ ngay đầu đường kinh hành, bỏ đó mà đi, sau đó đứng từ xa nhìn lại. Bấy giờ, Tôn giả cũng không nói năng gì với đứa con. Người vợ tự nghĩ: "Nay Sa-môn này khéo được giải thoát, có thể đã đoạn ái kiết, đạt được sự đoạn tận của bậc Tiên nhân." Người vợ không được toại nguyện, đành quay lại ôm con rồi trở về nhà.

Bấy giờ, Thế Tôn bằng thiên nhĩ thanh tịnh siêu việt hơn tai người thường, đã nghe hết những lời của người vợ cũ của Tăng Kiềm. Khi ấy, Thế Tôn liền nói kệ:

"Thấy đến cũng không vui
Thấy đi cũng không buồn
Người loại bỏ ái dục
Bà-la-môn tối thượng.
Khi đến cũng không vui
Khi đi cũng không buồn
Hạnh ly cấu thanh tịnh
Gọi Bà-la-môn trí."

Phật nói kệ này xong, các tỳ-kheo sau khi nghe những lời Phật dạy, hoan hỷ phụng hành.

NHIẾP TỤNG

Thiện Sanh và Tiểu Túy,[44]
Đề-bà và Tượng Thủ,
Hai Nan-đà, Trất Sư,
Bát-xà-la, Niên Thiếu,
Trưởng Lão và Tăng Kiềm.

KINH 12. A-NAN[45]

Tôi nghe như vầy:

Một thời, Đức Phật ở tại núi Tiên Nhân, trong thành Vương Xá.[46] Bấy giờ, Tôn giả A-nan ở chỗ thanh vắng, tự nghĩ thầm rằng: Xưa nay Thế Tôn nói đến ba loại hương, đó là hương của rễ cây, hương của thân cây và hương của hoa.[47] Tất cả các thứ hương không ra ngoài ba loại hương này. Nhưng ba thứ hương này, theo chiều gió thì nghe, ngược chiều gió không nghe. Sau khi suy nghĩ như vậy, Tôn giả A-nan liền từ chỗ ngồi đứng dậy đi đến chỗ Phật, đảnh lễ sát chân Phật, rồi đứng sang một bên, bạch Phật rằng: "Bạch Đức Thế Tôn! Con lúc nãy, một mình ở chỗ vắng, tự nghĩ thầm rằng: 'Ba thứ hương được Thế Tôn nói đến là hương rễ cây, hương thân cây, và hương của hoa thì trên hết trong tất cả các thứ hương, nhưng các loại hương này theo

---

44 Ác sắc 惡色, sắc xấu.

45 Tương đương *No. 99* (1073). Pāli, A. 3. 79. *Gandha*. Tham khảo *Tạp A-hàm*, Việt dịch, kinh 977.

46 Trụ Vương-xá thành Tiên nhân sơn trung 住王舍城仙人山中. *No. 99*: 住舍衛國祇樹給孤獨園, ở tại vườn Cấp Cô Độc, rừng cây Kỳ-đà, nước Xá-vệ.

47 Căn, hành, hoa hương 根、莖、華香. Pāli *mūlagandho, sāragandho, pupphagandho*, hương của rễ cây, hương của lõi cây, và hương của hoa.

chiều gió mới nghe, ngược chiều gió không nghe.' Bạch Thế Tôn! Phải chăng còn có loại hương ngược chiều gió và theo chiều gió đều có thể nghe được?"[48]

Phật bảo A-nan: "Đúng vậy, đúng vậy! Trên thế gian còn có loại hương thơm dù thuận hay nghịch chiều gió đều có thể nghe được. Hương đó là gì? Nếu người nam, người nữ nào, sống ở nơi xóm làng thành ấp mà biết tu tập giới không sát sinh, không trộm cắp, không tà dâm, không vọng ngữ, không uống rượu. Nếu chư thiên và những người đắc thiên nhãn[49] thảy đều ca ngợi tán thán người nam, người nữ thọ trì năm giới ở nơi thành ấp xóm làng kia. Như vậy, hương của giới dù thuận hay nghịch chiều gió đều có thể nghe được."

Bấy giờ, Thế Tôn liền nói kệ:

> *"Nếu chiên-đàn, trầm thủy*
> *Rễ, thân, hoa, và lá*
> *[377a01] Hương này theo gió nghe*
> *Nghịch gió không nghe được*
> *Bậc trượng phu trì giới*
> *Hương bay khắp thế gian*
> *Danh tiếng khắp mười phương*
> *Nghịch thuận đều nghe được*
> *Chiên-đàn và trầm thủy*
> *Ưu-bát-la, bạt-sư*
> *Hương như vậy thấp kém*
> *Không bằng hương trì giới*
> *Hương các loại như vậy*
> *Chỗ được nghe không xa*

---

[48] Phả phục hữu hương, nghịch phong thuận phong giai năng văn phủ 頗復有香，逆風順風皆能聞不？ *No. 99:* 或復有香，順風熏、逆風熏，亦順風逆風熏耶？ Hoặc còn có loại hương bay theo chiều gió, cũng bay ngược chiều gió, cũng vừa bay theo chiều gió vừa bay ngược chiều gió chăng?

[49] Nhược chư thiên cập đắc thiên nhãn giả 若諸天及得天眼者. *No. 99:* 八方上下，崇善士夫, người thiện trong tám phương, và phương trên, phương dưới.

Hương giới nghe mười phương
Hơn hẳn hương các trời
Như thế! Giới thanh tịnh
Không buông lung làm gốc
An trụ pháp vô lậu
Chánh trí, đắc giải thoát
Chúng ma muốn truy tìm
Cũng chẳng biết nơi đâu
Đây gọi đạo an ổn
Đạo này rất thanh tịnh
Lìa hẳn mọi phương hướng
Dứt bỏ hết các thú."

Đức Phật nói kệ này xong, các tỳ-kheo sau khi nghe những lời Phật dạy, hoan hỷ phụng hành.

KINH 13. KẾT PHÁT[50]

Tôi nghe như vầy:

Một thời, Đức Phật du hành đến nước Ma-kiệt-đề, cùng với một ngàn vị tỳ-kheo. Trước đây họ là những bà-la-môn kỳ cựu có đức[51], nay đã đắc quả A-la-hán, các lậu đã tận, sạch các hữu kết, việc cần làm đã xong, xả bỏ gánh nặng, đạt được tự lợi.

Như Lai đi đến đền Thiện Trụ Thiên, trong rừng Từ Tự[52]. Vua Tần-

---

[50] Tương đương *No. 99* (1074). Pāli, Cf. Luật tạng, *Mahāvagga*, Vin. i. 13 (*Bimbisāra*). Tham khảo *Tạp A-hàm*, Việt dịch, kinh 978.

[51] Bà-la-môn kì cựu hữu đức 婆羅門耆舊有德. *No. 99*: 縈髪, Pāli *Jaṭila*, người tu khổ hạnh bện tóc.

[52] Thiện trụ thiên tự từ tự lâm trung 善住天寺祠祀林中. *No. 99*. Thiện kiến lập chi-đề Trượng lâm 善建立支提杖林 Pāli *Laṭṭivane Suppatiṭṭhe cetiye*.

bà-sa-la[53] nghe tin Đức Phật đến ở trong rừng Từ Tự kia. Khi ấy, vua liền đem theo đội kị binh gồm một vạn tám ngàn ngựa, kiệu cáng, xe cộ một vạn hai ngàn chiếc, cùng với các bà-la-môn, cư sĩ số đông đến ngàn vạn ức, trước sau vây quanh đồng đến chỗ Phật. Sau khi đến chỗ Phật, vua dẹp bỏ voi ngựa xe cộ, cởi bỏ trang sức, đến trước Đức Phật, quỳ thẳng chắp tay bạch Phật rằng: "Bạch Đức Thế Tôn! Trẫm là Tần-bà-sa-la, vua nước Ma-kiệt-đề". Tự xưng danh tính ba lần.

Đức Phật nói: "Đúng vậy, đúng vậy, ngài là Tần-bà-sa-la, vua nước Ma-kiệt-đề".

Khi ấy, Tần-bà-sa-la đảnh lễ sát chân Phật rồi ngồi sang một bên. Các bà-la-môn và các trưởng giả nước Ma-kiệt-đề cũng lễ sát chân Phật, đều đến ngồi phía trước. Những vị ngồi trong đây, hoặc có người giơ tay, hoặc có người ngồi im lặng. Bấy giờ, Ưu-lâu-tần-loa Ca-diếp[54] cũng ngồi ở chỗ Phật. Những người nước Ma-kiệt-đề đều sinh tâm nghi hoặc, thầm nghĩ như vầy: "Phật là Thầy hay Ưu-lâu-tần-loa Ca-diếp là Thầy?"[55] Bấy giờ, đức Thế Tôn biết rõ tâm niệm của những người nước Ma-kiệt-đề, liền hỏi Ca-diếp bằng bài kệ:

[377b01] *"Ông ở xứ Ưu-lâu*
Xưa tu pháp thờ lửa
Nay vì nhân duyên gì
Lìa xa được nghiệp này?"

Ưu-lâu-tần-loa Ca-diếp dùng kệ đáp:

"Lúc trước con thờ lửa
Ham thích nơi vị ngon
Cùng với năm dục, sắc
Đấy đều là cấu uế

---

53 Tần-bà-sa-la 頻婆娑羅. *No. 99*: 瓶沙. Pāli *Seniyo Bimbisāro.*

54 Ưu-lầu-tần-loa Ca-diếp 優樓頻螺迦葉. *No. 99*: Uất-tì-la Ca-diếp 欝鞞羅迦葉. Pāli *Uruvelakassapa.*

55 Vi Phật thị sư, vi Ưu-lâu Ca-diếp thị sư da 為佛是師，為優樓迦葉是師耶？ *No. 99*: "Đại Sa-môn theo Uất-tì-la Ca-diếp tu Phạm hạnh, hay Uất-tì-la Ca-diếp theo Đại Sa-môn tu Phạm hạnh?"

Vì thế nên dứt bỏ
Pháp thờ lửa, cúng lửa."

Bấy giờ, Thế Tôn lại nói kệ:

"Ta biết ông chẳng ưa
Năm dục và sắc vị
Ông nay tin ưa gì
Hãy nói trời, người biết."

Tôn giả Ưu-lâu-tần-loa Ca-diếp lại nói kệ:

"Trước con quá ngu si
Chẳng biết pháp chí chân
Khổ hạnh thờ cúng lửa
Cho là nhân giải thoát
Giống như kẻ đui mù
Không thấy đạo giải thoát
Nay gặp Đấng Đại long
Dạy con pháp chánh kiến
Ngày nay mới nhìn thấy
Nẻo chân chánh vô vi
Lợi ích khắp tất cả
Điều ngự khiến giải thoát
Phật xuất hiện nơi đời
Khai thị pháp chân đế
Khiến hết thảy hàm linh
Đều được thấy ánh Tuệ."

Bấy giờ, Thế Tôn lại nói kệ:

"Nay ông khéo đến đây
Sở cầu đã đạt được
Ông có thiện tư lực
Phân biệt pháp tối thắng
Nay ông nên quán sát
Thân tâm đại chúng này
Vì họ hiện thần biến
Khiến kia sinh kính tin."

Tôn giả Ưu-lâu-tần-loa Ca-diếp tức thời liền nhập định, hiện khởi thần thông, thân bay lên hư không, ngồi nằm, kinh hành. Ở nơi phương Đông đi đứng ngồi nằm, hiện bốn oai nghi, trên thân ra nước, dưới thân ra lửa, rồi dưới thân ra nước, trên thân ra lửa. Vào trong hỏa quang tam-muội, toàn thân phóng ra ánh sáng đủ loại màu sắc. Ở nơi phương Đông hiện khởi thần biến, phương Nam, Tây, Bắc cũng lại như vậy. Hiện bày các thứ thần biến xong, Ngài đến đứng trước Phật, đảnh lễ sát chân Phật, chắp tay thưa rằng: "Đại Thánh Thế Tôn là Thầy của con. [377c01] Ngày nay con là đệ tử của Phật".⁵⁶

Phật dạy: "Đúng vậy, đúng vậy! Ông theo Ta học, là đệ tử của Ta". Đức Phật lại bảo: "Ông hãy trở về chỗ ngồi đi".⁵⁷

Bấy giờ, vua Tần-bà-sa-la nước Ma-kiệt-đề sau khi nghe những lời Phật dạy, hoan hỷ phụng hành.

KINH 14. ĐÀ-PHIÊU (1)⁵⁸

Tôi nghe như vầy:

Một thời, Đức Phật ở tại vườn Trúc, Ca-lan-đà, thành Vương Xá.

---

⁵⁶ Pāli *"satthā me, bhante, bhagavā, sāvakohamasmi; satthā me, bhante, bhagavā, sāvakohamasmī"* ti. "Bạch Đức Thế Tôn! Ngài là Thầy của con. Con là đệ tử. Bạch Đức Thế Tôn! Ngài là Thầy của con. Con là đệ tử."

⁵⁷ Bản Kinh thiếu ý này. No. 99: 爾時，摩竭提婆羅門長者作是念：「欝鞞羅迦葉定於大沙門 所修行梵行。」Bấy giờ, các bà-la-môn, trưởng giả xứ Ma-kiệt-đề đều nghĩ rằng: "Uất-tì-la Ca-diếp nhất định theo Đại Sa-môn tu hành Phạm hạnh." Pāli *Atha kho tesaṃ dvādasanahutānaṃ māgadhikānaṃ brāhmaṇagahapatikānaṃ etadahosi – "uruvelakassapo mahāsamaṇe brahmacariyaṃ caratī"* ti.

⁵⁸ Tương đương No. 99 (1075). Pāli, Cf. *Luật tạng, Cullavagga,* Vin. ii. 74ff. Tham khảo *Tạp A-hàm,* Việt dịch, kinh 979.

Bấy giờ, có Tỳ-kheo tên Đà Phiêu, con của một lực sĩ[59]. Đức Thế Tôn chỉ định Tỳ-kheo Đà Phiêu lo liệu việc của chúng Tăng. Tỳ-kheo Đà Phiêu vâng lãnh lời Phật dạy. Sau đó, một lúc nọ có Tỳ-kheo tên Di-đa-cầu[60], theo thứ tự trong chúng Tăng sẽ đến lượt thọ thỉnh. Bấy giờ, Đà Phiêu liền y theo thứ tự của Tăng cử Tỳ-kheo Di-đa-cầu đến nhà kia ứng thỉnh, nhưng gặp lúc nhà kia thiết cúng thức ăn thô dở. Ba lần đều như vậy, Di-đa-cầu tự mình sinh oán hận, hết sức khổ não, đi đến em gái mình là Tỳ-kheo-ni Di-đa-la[61] để nói: "Nhân duyên Đà Phiêu cử đi [thọ thỉnh] đều được thức ăn thô dở, làm khổ não mình." Rồi liền nói với Tỳ-kheo-ni Di-đa-la rằng: "Này em gái! Tỳ-kheo Di-đa-cầu ba lần đem thức ăn thô dở làm khổ não ta. Vậy nay em có thể vì ta bày các mưu kế để trả thù Đà Phiêu kia không?"[62]

Tỳ-kheo-ni Di-đa-la nói: "Em có thể làm gì để giúp được anh?"

Tỳ-kheo Di-đa-cầu đáp: "Để ta chỉ kế cho em, em đi đến chỗ Phật nói rằng, Tỳ-kheo Đà Phiêu trước đây đã làm chuyện phi Phạm hạnh với con." Ta sẽ xác chứng rằng, "Thật đúng như vậy, thật đúng như vậy".

Tỳ-kheo-ni Di-đa-la nói: "Làm sao em có thể hủy báng một người tu tịnh giới?"

Di-đa-cầu nói: "Này em gái! Nếu em không thể vì ta làm việc này, thì từ nay về sau ta sẽ không nói chuyện với em nữa."

Tỳ-kheo-ni đáp: "Ý của anh nhất định vậy, thì em sẽ làm theo anh."

Tỳ-kheo Di-đa-cầu bảo: "Này em gái! Nay ta đi trước, em hãy đến sau". Tỳ-kheo Di-đa-cầu đi đến chỗ Phật, lễ sát chân Phật rồi ngồi

---

[59] Đà-Phiêu Tỳ-kheo, lực sĩ chi tử 陀驃比丘, 力士之子. *No. 99:* Đà-Phiêu Ma-la tử, cựu trụ Vương-xá thành. 陀驃摩羅子, 舊 住王舍城. Pāli *Dabbo Mallaputto.*

[60] 彌多求. *No. 99:* Từ-địa 慈地. Pāli *Mettiyabhūmajakā.*

[61] 彌多羅. *No. 99:* Mật-đa-la 蜜多羅. Pāli *Mettiyā.*

[62] Đoạn này trong *Tạp A-hàm* và Luật Pāli thì Tỳ-kheo ni Từ-địa đến thăm anh là Tỳ-kheo Từ-địa, và được Tỳ-kheo Từ-địa yêu cầu đặt điều vu báng Tỳ-kheo Đà Phiêu để trả mối hận.

sang một bên.

Tỳ-kheo-ni Di-đa-la cũng đến chỗ Phật, lễ sát chân Phật rồi đứng sang một bên, bạch Phật rằng: "Bạch Đức Thế Tôn! Làm thế nào mà Đà Phiêu, con của lực sĩ, lại làm chuyện phi Phạm hạnh với con?" Lúc ấy, Tỳ-kheo Di-đa-cầu liền nói: "Đúng như vậy, bạch Thế Tôn!"

Bấy giờ, Tỳ-kheo Đà Phiêu đang ở giữa đại chúng. Phật bảo Tỳ-kheo Đà Phiêu rằng: "Ngươi có nghe lời này không?"

Tỳ-kheo Đà Phiêu bạch Phật: "Bạch Thế Tôn! Chính Phật biết rõ con!"

Phật bảo Đà Phiêu: "Nay ngươi không nên nói như vậy. Nếu có làm việc này, ngươi nên nói là 'nhớ'; nếu không có làm việc này thì nên nói là 'không nhớ.'"

Đà Phiêu liền đáp: "Bạch Thế Tôn! Con thật không nhớ có làm việc này[63]".

[378a01] Khi ấy, La-hầu-la bạch Phật: "Bạch Thế Tôn! Tỳ-kheo Đà Phiêu này cùng với Tỳ-kheo-ni Di-đa-la làm chuyện phi Phạm hạnh." Tỳ-kheo Di-đa-cầu đã làm chứng rằng: "Chính ta thấy Tỳ-kheo Đà Phiêu cùng với Tỳ-kheo-ni Di-đa-la làm chuyện phi Phạm hạnh, Tỳ-kheo Đà Phiêu còn gì để nói nữa?"

Phật bảo La-hầu-la: "Nếu Tỳ-kheo-ni Di-đa-la vu báng ngươi rằng, 'Nay La-hầu-la đã cùng con làm chuyện phi Phạm hạnh.' Tỳ-kheo Di-đa-cầu cũng lại làm chứng rằng, 'chính tôi thấy La-hầu-la cùng với Tỳ-kheo-ni Di-đa-la này làm chuyện phi Phạm hạnh.' ngươi sẽ nói thế nào?"

La-hầu-la bạch Phật: "Bạch Thế Tôn! Nếu bị vu khống, thì con chỉ nói chính Bà-già-bà chứng biết cho con."

Phật bảo La-hầu-la: "Ngươi còn biết nói vậy, huống chi tỳ-kheo thanh tịnh này không hề phạm giới, mà lại không biết nói như vậy sao."

---

[63] Ngã thật bất ức hữu như thử sự 我實不憶有如此事. *No. 99:* Ngã bất tự ức niệm 我不自憶念. **Xem cht. 48.** *Tạp A-hàm*, Việt dịch, Tập iii.

Phật bảo các vị tỳ-kheo: "Các ngươi hãy làm yết-ma Ức niệm[64] cho Tỳ-kheo Đà Phiêu. Còn Tỳ-kheo-ni Di-đa-la hãy làm yết-ma Tự ngôn diệt[65]".

Bấy giờ, các tỳ-kheo vâng lãnh lời Phật dạy, đối với Tỳ-kheo Di-đa-cầu đang rất khổ sở nói lời thế này: "Tỳ-kheo Di-đa-cầu, ngươi thấy Tỳ-kheo Đà Phiêu cùng với Tỳ-kheo-ni Di-đa-la làm điều phi Phạm hạnh ở đâu? Ngươi thấy một mình, hay thấy cùng với người khác?"

Khi chất vấn như vậy, Tỳ-kheo Di-đa-cầu không trả lời được, mới nói là mình vu báng Tỳ-kheo Đà Phiêu, "Trước đây theo thứ tự trong Tăng, vị ấy cử tôi đi thọ thỉnh, ba lần đều được thức ăn thô dở. Lúc bấy giờ, quả thật tôi vì tham, sân, si mà khởi sinh phỉ báng này."

Khi ấy, Đức Thế Tôn ra khỏi thiền thất[66], đến trước đại chúng bày tòa, ngồi xuống. Các tỳ-kheo bạch Phật rằng: Bạch Đức Thế Tôn! Chúng con đã làm yết-ma Ức niệm cho Tỳ-kheo Đà Phiêu, lại làm yết-ma Tự ngôn diệt[67] cho Tỳ-kheo-ni Di-đa-la rồi, đã hỏi Di-đa-cầu cho biết lí do phỉ báng của ông ta xong.[68]

Bấy giờ, Thế Tôn liền nói kệ:

"Nếu thành tựu tất cả
Những lời nói hư vọng
Lại bỏ qua đời sau
Không ác nào không làm

---

[64] **Xem cht. 49.** *Tạp A-hàm*, Việt dịch, Tập iii.

[65] Dĩ tự ngôn cố, vi tác diệt tấn 以自言故，為作滅擯. *No 99:* dĩ tự ngôn diệt 以自言滅, **xem cht. 50.** *Tạp A-hàm*, Việt dịch, Tập iii. **Pāli** *paṭiññātakaraṇa.*

[66] Thế Tôn xuất ư tĩnh thất 世尊出於靜室. *No. 99:* Thế Tôn bô thời tùng thiền giác 世尊晡時從禪覺.

[67] Tác diệt tấn cánh作滅擯竟. Ở đây có sự nhầm lẫn, vì phạm tội Ba-la-di mới bị diệt tấn, đuổi khỏi Tăng đoàn, đuổi về thế tục. *No. 99:* 自言滅. **Pāli** *paṭiññātakaraṇa.*

[68] *No. 99:* 世尊告諸比丘：「云何愚癡？以因飲食故，知而妄語. Thế Tôn bảo các Tỳ-kheo: Vì sao ngu si? Chỉ vì việc ăn uống, biết mà vẫn nói dối.

Thà rằng để thân này
Ăn nuốt hòn sắt nóng
Không dùng thân phá giới
Thọ nhận tịnh tín cúng."

Phật nói kinh này xong, các tỳ-kheo sau khi nghe những lời Phật dạy, hoan hỷ phụng hành.

KINH 15. ĐÀ-PHIÊU (2)[69]

Tôi nghe như vầy:

Một thời, Đức Phật ở tại vườn Trúc, Ca-lan-đà, thành Vương Xá. Bấy giờ, Tỳ-kheo Đà Phiêu đi đến chỗ Phật, ở giữa Đại chúng, đảnh lễ sát chân Phật **[378b01]**, rồi bạch Phật rằng: "Bạch Đức Thế Tôn! Ngay lúc này đây, con muốn nhập Niết-bàn. Cúi xin Đức Thế Tôn cho phép con được diệt độ". Ba lần cầu thỉnh như vậy, Đức Phật bảo Đà Phiêu rằng: "Nếu ngươi muốn nhập Niết-bàn, Ta không ngăn cản ngươi"[70].

Bấy giờ, Tỳ-kheo Đà Phiêu ở trước Như Lai hiện mười tám thứ thần biến, thân vọt lên hư không, ngay tại phương Đông hiện bốn oai nghi, với đủ loại hình sắc xanh vàng đỏ trắng, hoặc hiện thành nước, hoặc hiện thành khối lửa. Trên thân tuôn ra nước, dưới thân phát ra lửa, trên thân phát ra lửa, dưới thân tuôn ra nước. Hoặc hiện thân lớn đầy khắp hư không, hoặc lại hiện nhỏ, đi trên nước như đi trên đất, đi trên đất như đi trên nước. Phương Nam, Tây, Bắc cũng lại như vậy. Hiện các loại thần biến xong, liền ở trong hư không nhập Hỏa quang Tam-muội, ánh sáng chói rực như một khối lửa lớn, ngay lúc ấy Ngài nhập Niết-bàn, không còn sót lại dấu vết gì, như ngọn đèn dầu nhất

---

[69] Tương đương *No. 99* (1076). Pāli, Cf. Ud. 8. 9. *Pāṭaligāmiya-vagga*. Tham khảo *Tạp A-hàm*, Việt dịch, kinh 980.

[70] *No. 99*: 「此有為諸行，法應如是！」, các pháp hành hữu vi đều phải như vậy cả. **Pāli** *"Yassadāni tvaṃ, dabba, kālaṃ maññasī" ti*. Này *Dabba*, ngươi hãy làm những gì ngươi nghĩ là hợp thời!.

thời tắt ngấm.[71]

Bấy giờ, Đức Thế Tôn liền nói kệ:

> *"Ví như viên sắt nóng*
> *Ném vào lửa cháy đỏ*
> *Tan ra rồi biến mất*
> *Chẳng biết đến nơi nào*
> *Người được chánh giải thoát*
> *Cũng lại y như vậy*
> *Đã ra khỏi phiền não*
> *Các dục vọng uế nhơ*
> *Cũng không biết được chúng*
> *Đã đến phương sở nào."*

Đức Phật nói kinh này xong, các tỳ-kheo sau khi nghe những lời Phật dạy, hoan hỷ phụng hành.

KINH 16. ƯƠNG-QUẬT-MA-LA[72]

Tôi nghe như vầy:

Một thời, Đức Phật du hóa tại rừng cây Đào Hà, nước Ma-kiệt-đà[73],

---

[71] *No. 99:* 即於空中，內身出火，還自焚其身，取無餘涅槃，消盡寂滅，令無遺塵。譬如空中然燈，油炷俱盡，陀驃摩 羅子空中涅槃，身心俱盡，亦復如是, Ở trong hư không, trong thân phát ra lửa trở lại tự thiêu đốt thân, vào Vô dư Niết-bàn, tiêu sạch, tịch diệt, khiến không còn sót một mảy trần, ví như ngọn đèn trong hư không, dầu, tim đều hết. Đà-phiêu Ma-la Tử ở trong hư không đã nhập Niết-bàn, thân tâm đều vắng bặt cũng lại như vậy.

[72] Tương đương *No. 99* (1077). Pāli, Cf. M. 86. *Aṅgulimāla-sutta*. Tham khảo *Tạp A-hàm*, Việt dịch, kinh 981.

[73] 遊化摩竭陀國桃河樹林. *No. 99:* 央瞿多羅國人間遊行, nước Ương-cù-đa-la du hành nhân gian.

gặp một người chăn bò[74] nói với Ngài rằng, trong khu rừng này có tên cướp Ương-quật-ma-la[75] thường sát hại người.

Đức Phật bảo người chăn bò: "Tên cướp ấy hoặc có thể không thấy Ta để giết hại"[76]. Nói rồi Ngài liền tiến về phía trước. Lại gặp một người chăn bò, cũng nói như vậy, Phật cũng trả lời như trước, cho đến ba lần, Phật cố tình đáp: "Kẻ ác kia có thể không thấy để sát hại".

Đức Phật đi vào trong rừng, Ương-quật-ma-la từ xa trông thấy Phật đến, tay trái cầm vỏ dao, tay phải rút dao chạy nhanh đến. Tên cướp tuy chạy nhanh, Như Lai bước đi từ từ, nhưng vẫn không thể đuổi kịp. Ương-quật-ma-la chạy đến kiệt sức, mới gọi Phật: "Hãy đứng lại! Hãy đứng lại! Này Sa-môn!"

Đức Phật liền đáp: "Ta luôn dừng, tự ngươi không dừng đó thôi".

Ương-quật-ma-la liền nói kệ:

"Sa-môn bước không dừng
Tự nói Ta luôn dừng.
Ta nay thật sự dừng
Lại nói ta chẳng dừng
Thế nào nói Ông dừng?
Nói ta đi không dừng?"

[378c01] Bấy giờ, Thế Tôn liền nói kệ:

"Ta đối với chúng sanh
Đã bỏ dao, gậy, hại
Ngươi não loạn chúng sanh
Chẳng từ bỏ ác nghiệp

---

74 *No. 99:* 經陀婆闍梨迦林中，見有牧牛者、牧羊者、採柴草者，及餘種種作人. Khi đi qua trong rừng Đà-bà-xà-lê-ca, Ngài gặp những người chăn bò, người chăn dê, người nhặt củi, cắt cỏ và các người làm việc khác.

75 Ương-quật-ma-la 鴦掘魔羅. *No. 99:* Ương-cù-lợi-ma-la 央瞿利摩羅. Pāli *Aṅgulimāla.*

76 Bỉ tặc hoặc năng bất kiến thương hại 「彼賊或能不見傷害。」. *No. 99:* 「我不畏懼！」 "Ta không sợ."

Vì thế Ta nói dừng
Lại nói ngươi không dừng
Ta đối với hữu tình
Từ bỏ các ác, hại
Ngươi không dừng ác nghiệp
Thường làm bất thiện nghiệp
Vì thế Ta nói dừng
Lại nói ngươi không dừng
Ta đối loài có mạng
Trừ bỏ các não hại
Ngươi sát hại sinh mạng
Chưa trừ nghiệp tối tăm
Vì thế Ta nói dừng
Lại nói ngươi không dừng
Ta vui nơi pháp chứng
Nhiếp tâm không phóng dật
Ngươi không thấy Tứ đế
Tất cả chỗ không dừng
Nói Ta thật sự dừng
Lại nói ngươi không dừng.”

Ương-quật-ma-la lại nói kệ đáp:

“Tôi ở lâu nơi vắng
Chưa gặp người thế này
Bà-già-bà đến đây
Chỉ dạy tôi thiện pháp
Tôi lâu tạo nghiệp ác
Nay hết thảy bỏ lìa
Tôi nay nghe Ngài nói
Theo pháp đoạn ác nghiệp
Cất dao vào vỏ kiếm
Quăng bỏ xuống vực sâu
Liền dập đầu đảnh lễ
Quy mạng đấng Thế Tôn
Tín tâm rất mãnh liệt
Phát ý cầu xuất gia

Phật khởi lòng Đại bi
Lợi ích các thế gian
Lại nói ngươi "Thiện lai"
Liền thành bậc sa-môn."

Bấy giờ, Ương-quật-ma-la, con nhà dòng dõi, râu tóc tự rụng, được mặc pháp y, sau khi xuất gia, ở chỗ thanh vắng, tâm không buông lung, chuyên tinh hành đạo, siêng tu tinh tấn.[77] Nhờ chuyên tu tinh tấn, nhiếp tâm chánh niệm, tu Phạm hạnh vô thượng, dứt sạch các khổ, mà ngay trong hiện tại, tự thân tác chứng, tự biết rõ pháp mình đã chứng "Sự sanh của Ta đã chấm dứt, Phạm hạnh đã lập, việc cần làm đã làm xong, không còn thọ thân đời sau nữa." Bấy giờ, Tôn giả Vô Hại[78] đã thành A-la-hán, được niềm vui giải thoát, liền nói kệ rằng:

[379a01] *"Ta nay tên Vô Hại*
Sau là Đại tàn hại
Ta nay tên là Thật
Chân thật là Vô hại
Ta nay thân lìa hại
Miệng, ý cũng như vậy
Trọn không làm hại người
Thật xứng danh Vô hại
Ta xưa thân nhuốm máu
Nên gọi Ương-quật-ma
Bị dòng thác cuốn trôi
Cho nên quy y Phật
Quy y được Cụ-túc
Liền chứng đắc Tam minh
Biết trọn Giáo pháp Phật

---

[77] *No. 99:* 央瞿利摩羅出家已，獨一靜處，專精思惟：「所以族姓子剃除鬚髮，著袈裟衣，正信非家，出家學道，增修 梵行，現法自知作證：『我生已盡，梵行已立，所作已作，自知不受後有。』」. Ương-cù-lợi-ma-la sau khi xuất gia, thường một mình ở chỗ vắng, chuyên tâm tư duy lý do khiến một thiện gia nam tử cạo bỏ râu tóc, khoác áo ca-sa... không còn tái sanh đời sau nữa.'

[78] 無害. *No. 99:* Ương-cù-lợi-ma-la 央瞿利摩羅.

Tuân phụng để tu hành
Thế gian người điều ngự
Trị đánh bằng dao gậy
Móc sắt và roi dây
Đủ các thứ đánh đập
Thế Tôn Đại Điều Ngự
Xa lìa các pháp ác
Bỏ đánh bằng dao gậy
Thật là Chân Điều ngự
Qua sông cần cầu đò
Tên thẳng cần dùng lửa
Thợ đẽo nhờ búa rìu
Trí dùng tuệ điều hòa
Người nào trước tạo ác
Sau dừng lại không làm
Soi sáng khắp thế gian
Như trăng thoát mây che
Người nào trước phóng dật
Sau dừng chẳng buông lung
Chánh niệm lìa gai độc
Chuyên tâm vượt bờ kia
Tạo ác nghiệp xong rồi
Tất phải đọa ác thú
Được Phật trừ tội tôi
Tránh khỏi các ác nghiệp
Người được nghe tôi nói
Đều trừ lòng oán kết
Hãy dùng tịnh nhãn nhẫn
Phật nói vô tránh hơn."

KINH 17. TÁN ĐẢO TRA
(THỜI – PHI THỜI)[79]

Tôi nghe như vầy:

Một thời, Phật ở tại vườn Trúc, Ca-lan-đà, thành Vương Xá. Bấy giờ, có một tỳ-kheo[80], lúc trời chưa sáng, đi ra bờ sông[81], cởi bỏ y phục đặt ở một chỗ, rồi lội xuống sông tắm rửa, để lộ thân hình ở trên mặt nước, lên trên bờ sông lau khô thân mình.

Có một vị trời phóng quang chiếu đến bờ sông này, nói với tỳ-kheo rằng: "Ông xuất gia chưa lâu, đang độ thịnh tráng, đẹp đẽ, tóc đen, sao không hưởng thụ năm dục lạc, mà phi thời xuất gia?[82]"

Tỳ-kheo đáp: "Nay tôi xuất gia chính là thời, cái đạt được là phi thời".[83]

Vị trời nói với sa-môn: "Như thế nào xuất gia là thời, cái đạt được là phi thời?"[84]

[379b01] Sa-môn đáp: "Phật Thế Tôn nói năm dục là thời, Phật

---

[79] Tương đương *No. 99* (1078). Pāli, S. 1. 20. *Samiddhi*. Tham khảo *Tạp A-hàm*, Việt dịch, kinh 982.

[80] *No. 99*: Dị Tỳ-kheo 異比丘. ᴾᵃˡⁱ *āyasmā Samiddhi*. Tôn giả *Samiddhi*.

[81] *No. 99*: Tháp-bổ hà 搨補河. ᴾᵃˡⁱ *Tapodā*, tên một hồ lớn ở dưới núi *Vebhāra*, ngoại thành Vương Xá.

[82] *No. 99*: 如何捨現前樂，而求非時之利? Sao lại bỏ cái lạc hiện tại mà tìm cái lợi phi thời? ᴾᵃˡⁱ *Bhuñja, bhikkhu, mānusake kāme; mā sandiṭṭhikaṃ hitvā kālikaṃ anudhāvī " ti.* Này tỳ-kheo, hãy hưởng thụ các dục của loài người. Chớ bỏ cái hiện tại mà chạy theo cái lệ thuộc thời gian.

[83] *No. 99*: 我今乃是捨非時樂得現前樂. Nay tôi chính là xả bỏ cái lạc phi thời, đạt được cái lạc hiện tại. ᴾᵃˡⁱ *kālikañca khvāhaṃ, āvuso, hitvā sandiṭṭhikaṃ anudhāvāmi.* Chính tôi bỏ cái hệ thuộc thời gian mà chạy theo cái hiện tại.

[84] Vân hà xuất gia thị thời, hoạch ư phi thời 云何出家是時，獲於非時. *No. 99:* Vân hà xả phi thời lạc đắc hiện tiền lạc 云何捨 非時樂得現前樂?

pháp là phi thời[85]. Lạc của năm dục, hưởng thụ vị ngọt rất ít, tai hoạ của nó càng nhiều, tích tập các ưu não. Tôi ở trong Phật pháp, hiện tại tự thân đã tác chứng, không còn các sự nhiệt não. Những gì cần làm, không phải đợi thời gian, gieo trồng chút ít nhân duyên mà thu hoạch quả báo lớn".

Vị trời lại hỏi: "Thế nào Phật nói năm dục là thời? Thế nào Phật pháp gọi là phi thời?"

Tỳ-kheo đáp: "Tôi tuổi còn nhỏ, xuất gia chưa lâu, sở học lại nông cạn, đâu thể nói rõ hết ý nghĩa sâu xa rộng lớn của Chánh pháp của Đức Như Lai, Chí Chân[86]. Đức Bà-già-bà hiện đang ở trong vườn Trúc, Ca-lan-đà gần đây. Ông có thể tự mình đến hỏi Như Lai điều nghi hoặc".

Vị trời đáp: "Hiện giờ có những vị trời đại uy đức vân tập rất đông, theo hầu hai bên Phật, như tôi kém cỏi, đâu thể gặp được[87]. Nay ngài có thể đến bạch Thế Tôn giúp tôi, nếu đức Như Lai từ bi thương xót, hứa khả thì tôi sẽ đến Ngài bạch hỏi điều nghi ngờ".

Tỳ-kheo đáp: "Nếu ông có thể đến, tôi sẽ khải bạch với Thế Tôn giúp ông".

Vị trời đáp: "Tôi sẽ theo ngài đi đến chỗ Thế Tôn".

Bấy giờ, vị tỳ-kheo đi đến chỗ Phật, đảnh lễ sát chân Phật, rồi đứng sang một bên, đem hết thảy nghi vấn của vị trời mà bạch hỏi Thế Tôn.

Bấy giờ, Thế Tôn liền nói kệ:

"Trong danh sắc sanh tưởng
Cho là chân thật hữu

---

[85] Ngũ dục thị thời, Phật pháp thị phi thời 五欲是時，佛法是非時. *No. 99:* phi thời chi dục 非時之欲. [Pali] *kālikā hi, āvuso, kāmā.* Dục lệ thuộc thời gian.

[86] Như Lai Chí Chân quảng đại thâm nghĩa 如來至真廣大深義. *No. 99:* Như Lai sở thuyết Chánh pháp, Luật nghi 如來所說正 法、律儀. [Pali] *imaṃ dhammavinayam,* Pháp và Luật này.

[87] Như ngã nhược liệt, bất năng đắc kiến 如我弱劣，不能得見. *No. 99:* 我 先無問，未易可詣. Tôi trước không hỏi xin, chưa dễ đến được.

> *Nên biết người như đây*
> *Nói thuộc con đường chết*
> *Nếu biết nơi danh sắc*
> *Vốn không, tánh cũng không*
> *Đây gọi tôn kính Phật*
> *Vĩnh viễn lìa các thú.”*

Phật hỏi vị trời: “Ngươi đã hiểu chưa?”

Vị trời liền đáp: “Bạch Thế Tôn, con chưa hiểu!”

Phật lại nói kệ:

> *“Hơn ta và bằng ta*
> *Cùng với không bằng ta*[88]
> *Tồn tại ba mạn này*
> *Tất sẽ có tranh luận*
> *Diệt trừ ba mạn này*
> *Đây gọi tưởng bất động.”*

Phật lại hỏi vị trời: “Ngươi đã hiểu chưa?”

Vị trời đáp: “Con cũng chưa hiểu, bạch Thế Tôn!”

Phật lại nói kệ:

> *“Đoạn ái và danh sắc*
> *Diệt trừ sạch ba mạn*
> *Không tiếp xúc các dục*
> *Diệt trừ mọi sân nhuế*
> *Nhổ sạch các rễ độc*
> *Các tưởng được dứt sạch*
> *Nếu làm được như vậy*
> *Vượt thoát biển sanh tử.”*

[379c01] Vị trời bạch Phật rằng: “Bây giờ con đã hiểu”.

Các tỳ-kheo sau khi nghe những lời Phật dạy, hoan hỷ phụng hành.[89]

---

[88] Thắng mạn cập đẳng mạn, tịnh cập bất như mạn 勝慢及等慢，并及不如慢. *No. 99*: 見等勝劣者. Ai thấy bằng, hơn kém.

[89] *No. 99*: Phật nói kinh này xong, Thiên tử kia sau khi nghe Phật dạy,

KINH 18. SÀO HUYỆT⁹⁰

Tôi nghe như vầy:

Một thời, Đức Phật ở tại vườn Trúc, Ca-lan-đà, thành Vương Xá. Bấy giờ, có một tỳ-kheo⁹¹, vào buổi sáng sớm đi đến bờ sông, thoát y tắm rửa, sau đó lên bờ lau khô thân thể. Có một vị trời phóng quang chiếu đến bờ sông, hỏi vị tỳ-kheo: "Này tỳ-kheo! Đây là hang ổ⁹², ban đêm thì bốc khói, ban ngày thì bốc lửa⁹³. Có một Bà-la-môn thấy việc này rồi, phá ổ côn trùng kia, và đào đất lên. Khi ấy, có người trí nói với Bà-la-môn rằng: 'Hãy lấy dao đào đất!'⁹⁴ Thấy có một con rùa⁹⁵, Bà-la-môn nói: 'Hãy cầm con rùa đến đây!'⁹⁶ Lại nói: 'Hãy đào đất!' Thấy một con rắn hổ mang⁹⁷, bảo 'Hãy bắt lấy nó!' Lại bảo đào đất, thấy một miếng thịt, bảo lấy đem tới. Lại bảo đào đất, thấy một nhà dao⁹⁸, Bà-la-môn nói: 'Đây là nhà dao', bảo nhặt lấy. Lại bảo đào đất, thấy con trùng độc Lăng-kỳ-mang⁹⁹, bảo bắt lấy. Lại bảo đào đất, thấy

---

hoan hỷ, tùy hỷ, liền biến mất.

⁹⁰ Tương đương *No. 99* (1079). Pāli, M. 23. *Vammika*. Tham khảo *Tạp A-hàm*, Việt dịch, kinh 983.

⁹¹ *No. 99*: Dị Tỳ-kheo 異比丘. [Pāli] *āyasmā kumārakassapo andhavane viharati*. Tôn giả *Kumāra Kassapa* sống tại *Andhavana* (Ám lâm – Rừng Tối).

⁹² Sào huyệt 巢窟. *No. 99*: khâu trủng 丘塚, gò mả. [Pāli] *vammika*, ổ kiến hay gò mối.

⁹³ [Pāli] *rattiṃ dhūmāyati, divā pajjalati.*

⁹⁴ Đoạn này trong *Tạp A-hàm* thì bà-la-môn bảo người trí làm. Bà-la-môn kia thấy rồi liền nói: 'Hãy phá gò mả này đi! Hãy đào lên, người trí! Hãy cầm lấy gươm đao!'

⁹⁵ Quy 龜. [Pāli] *laṅgī*, cái then cửa.

⁹⁶ *No. 99*: 'Trừ con rùa này đi. Hãy đào lên, người trí! Hãy cầm lấy gươm đao!'

⁹⁷ phúc xà 蝮蛇, rắn hổ mang. *No. 99*: Cù lâu 甈甋. [Pāli] *uddhumāyika*.

⁹⁸ Nhất đao xá 一刀舍. *No. 99*: Đồ sát xứ 屠殺處, chỗ giết thịt (bò, lợn...). [Pāli] *caṅgavāra*, cái lọc sữa.

⁹⁹ Lăng-kỳ-man độc trùng 楞祇芒毒蟲. *No. 99*: Lăng-kỳ 楞耆.

có hai con đường, bảo đào bới ra. Lại bảo đào đất, thấy có đống đá[100], bảo lấy đá ra. Lại bảo đào đất, thấy có một con rồng, Bà-la-môn nói: 'Đừng não hại con rồng!' rồi liền quỳ xuống trước con rồng kia."[101]

Vị trời nói với tỳ-kheo rằng: "Chớ có quên những điều tôi nói, hãy đem bạch hỏi Phật, Đức Phật có dạy điều gì hãy chú tâm ghi nhớ. Vì sao vậy? Tôi không thấy ai, hoặc là trời, ma, Phạm nào có khả năng phân biệt, không ai có thể giải đáp được câu hỏi như vậy[102], trừ Phật và các tỳ-kheo, đệ tử Thanh văn của Ngài."

Bấy giờ, vị tỳ-kheo đi đến chỗ Phật, đảnh lễ sát chân Phật rồi đứng sang một bên, đem những điều đã được nghe từ vị trời kia bạch đầy đủ lên Đức Phật: "Bạch đức Thế Tôn! Thế nào là hang ổ, ban đêm thì bốc khói, ban ngày thì bốc lửa? Ai là Bà-la-môn, ai là người trí? Thế nào là dao? Thế nào là đào? Rùa là gì? Rắn hổ mang là gì? Miếng thịt là gì? Nhà dao là gì? Trùng độc Lăng-kỳ-mang là gì? Hai con đường là gì? Đống đá là gì? Rồng là gì?"

Phật bảo tỳ-kheo: "Ngươi hãy lắng nghe cho kỹ! Ta sẽ nói cho ngươi: Hang ổ là chỉ cho thân này, thọ nhận tinh huyết[103] của cha mẹ, bốn đại hòa hợp, y phục, ăn uống, nuôi lớn mới được thành thân. Nhưng thân này sẽ đến lúc tan rã, sình trướng, trùng ăn, thối rữa, cho đến hủy nát. Ban đêm bốc khói là truy tầm, suy tính đủ thứ.[104] Ban ngày bốc lửa là làm theo những điều được suy tầm bằng các nghiệp thân, miệng[105]. Bà-la-môn chính là Như Lai. Người trí chính là các Thanh Văn. **[380a01]** Con dao dụ cho trí tuệ. Đào đất dụ cho tinh tấn. Con rùa dụ cho năm cái. Rắn hổ mang dụ cho sân não hại. Miếng thịt dụ cho xan tham tật đố. Nhà dao dụ cho năm dục. Trùng độc Lăng-kỳ-

---

[100] Thạch tụ 石聚. *No. 99*: môn phiến 門扇, cánh cửa.

[101] *No. 99*: 'Dừng lại! Đừng trừ khử con đại long, phải nên cung kính.'

[102] *No. 99*: có thể làm hài lòng đối với luận này.

[103] Tinh khí 精氣. *No. 99*: 遺體. 皆是變壞磨滅之法.

[104] Pāli *divā kammante ārabbha rattiṃ anuvitakketi anuvicāreti*, công việc ban ngày, ban đêm bắt đầu truy tầm, suy tính.

[105] Pāli *rattiṃ anuvitakketvā anuvicāretvā divā kammante payojeti kāyena vācāya manasā*, ban đêm truy tầm, suy tính, ban ngày thực hiện công việc bằng thân hay miệng, tạo tác các nghiệp qua thân, miệng, ý.

mang dụ cho ngu si. Hai con đường dụ cho nghi hoặc. Các đống đá dụ cho ngã mạn. Con rồng dụ cho A-la-hán đã dứt sạch các hữu kiết".[106]

Bấy giờ, Thế Tôn liền nói kệ:

"Hang ổ gọi là thân
Tầm tứ như khói bốc
Tạo nghiệp gọi lửa thiêu
Bà-la-môn là Phật
Người trí tức Thanh Văn
Dao chính là trí tuệ
Đào đất dụ tinh tấn
Năm cái dụ như rùa
Sân nhuế, rắn hổ mang
Tham tật như miếng thịt
Năm dục dụ nhà dao
Ngu si dụ trùng độc
Nghi dụ hai con đường
Ngã kiến như đống đá
Ngươi nay chớ hại rồng
Rồng là Chân La-hán
Người khéo đáp vấn nạn
Chỉ có Phật, Thế Tôn."

Phật nói kinh này xong, các tỳ-kheo sau khi nghe những lời Phật dạy, hoan hỷ phụng hành.

---

[106] *No. 99:* "Như vậy, này tỳ-kheo, những điều Đại Sư cần làm cho đệ tử là thương yêu, nghĩ tưởng đến, vì lợi ích an ủi, Ta đã làm cho các ngươi rồi. Các ngươi hãy làm những việc cần làm. Hãy ở chỗ vắng, trong rừng, trong nhà trống, nơi núi đầm, hang động, trải cỏ hoặc lá cây, ngồi tư duy thiền định, không khởi buông lung, chớ để về sau hối tiếc. Đây là vâng hành theo lời dạy của Ta."

KINH 19. TÀM QUÝ[107]

Tôi nghe như vầy:

Một thời, Phật ở trong vườn Lộc Uyển, trú xứ của Tiên nhân, tại nước Ba-la-nại. Bấy giờ, Thế Tôn đắp y, ôm bát đi vào thành Ba-la-nại, thấy một tỳ-kheo thân tâm không an định, các căn tán loạn. Khi ấy, vị tỳ-kheo kia từ xa trông thấy Phật liền cúi đầu hổ thẹn. Khất thực xong, Đức Phật rửa chân, rồi vào phòng thiền tọa[108]. Sau khi ra khỏi thiền thất, Ngài đến ngồi giữa Tăng chúng, nói với các tỳ-kheo: "Sáng nay Ta thấy một tỳ-kheo không thu nhiếp các căn. Lúc ấy, tỳ-kheo kia từ xa trông thấy Ta, liền tỏ vẻ hổ thẹn, cúi đầu kiểm thúc các căn[109], là ai vậy?"

Khi ấy, tỳ-kheo kia liền từ chỗ ngồi đứng dậy, khoác Uất-đa-la-tăng lên vai phải[110], chắp tay hiệp chưởng bạch Phật rằng: "Bạch Đức Thế Tôn! Người tâm ý không an định, các căn tán loạn chính là con!"

Đức Phật dạy: "Lành thay, tỳ-kheo! Khi thấy Ta liền có thể kiểm thúc các căn, thu nhiếp tâm ý; khi thấy các tỳ-kheo, tỳ-kheo-ni, ưu-bà-tắc, ưu-bà-di cũng nên như vậy, kiểm thúc các căn, thu nhiếp tâm ý như khi thấy Ta; nếu ngươi có thể làm như vậy thì sẽ được an lạc và lợi lích lâu dài".

Lúc ấy, có một tỳ-kheo ở ngay trước Phật nói bài kệ rằng:

"Tỳ-kheo vào thôn xóm khất thực
Tâm ý buông lung, không an định
[380b01] *Thấy Phật tinh tấn nhiếp các căn*
Vì thế Phật khen là 'Lành thay!'"

---

[107] Tương đương *No. 99* (1080). Không có Pāli tương đương. Tham khảo *Tạp A-hàm*, Việt dịch, kinh 984.

[108] Nhập Tăng phòng trung 入僧坊中. *No. 99*: Khất thực xong, Ngài trở về tinh xá, cất y bát, rửa chân xong, vào phòng tọa thiền.

[109] Đê đầu kiểm tình 低頭撿情. *No. 99*: 即自斂攝竟, liền vội vàng tự nhiếp trì.

[110] Dĩ Uất-đa-la-tăng trước hữu kiên thượng 以欝多羅僧著右肩上. *No. 99*: 偏袒右肩, bày vai hữu.

KINH 20. KHỔ TỬ[111]

Tôi nghe như vầy:

Một thời, Đức Phật ở trong vườn Lộc Uyển, trú xứ của Tiên nhân, tại nước Ba-la-nại. Bấy giờ, đến giờ Thế Tôn đắp y ôm bát vào thành khất thực. Có một tỳ-kheo ở bên đền thần[112], tâm khởi giác tưởng bất thiện, vì có tham dục trong tâm.

Bấy giờ, Phật Thế Tôn bảo tỳ-kheo rằng: "Này tỳ-kheo! Tỳ-kheo! Ngươi đang gieo trồng hạt giống đắng[113], thật là thấp hèn nhơ bẩn, các căn tệ xấu ô nhiễm[114], có nơi nước rỉ chảy ra, tất có ruồi nhặng bu lại".

Khi ấy, tỳ-kheo nghe lời Phật dạy, biết Phật Thế Tôn đã thấy rõ tâm niệm mình nên vô cùng sợ hãi, toàn thân lông dựng đứng, vội vàng bỏ đi.

Đức Phật khất thực xong trở về. Sau khi thọ thực, Ngài rửa chân, rồi vào phòng thiền tọa. Sau khi ra khỏi thiền thất, Ngài đến trước chúng Tăng, trải tòa ngồi. Đức Phật bảo các tỳ-kheo: "Hôm nay Ta đi vào thành khất thực, thấy một tỳ-kheo ở bên đền thần, tâm khởi giác tưởng bất thiện, vì có tham dục trong tâm. Ta liền nói rằng: 'Này tỳ-kheo! Tỳ-kheo! Ngươi đang gieo trồng hạt giống đắng, thật là thấp hèn nhơ bẩn, các căn tệ xấu ô nhiễm, có nơi nước rỉ chảy ra, tất có ruồi nhặng bu lại. Khi ấy, tỳ-kheo nghe lời Ta nói, vô cùng sợ hãi, toàn thân lông dựng đứng, vội vàng bỏ đi."

Đức Phật nói xong, có một tỳ-kheo từ chỗ ngồi đứng dậy, chắp tay hiệp chưởng, bạch Phật rằng: "Bạch Thế Tôn! Thế nào gọi là gieo trồng hạt giống đắng? Thế nào gọi là thấp hèn nhơ bẩn? Thế nào gọi

---

[111] Tương đương *No. 99* (1081). Pāli , A. 3. 126. *Kaṭuviya*. Tham khảo *Tạp A-hàm*, Việt dịch, kinh 985.

[112] Tại thiên từ biên 在天祠邊. *No. 99*: 於其路邊，住一樹下, đứng dưới gốc cây bên đường.

[113] Khổ tử 苦子. *No. 99*: khổ chủng 苦種. Pāli *kaṭuviya*, thối nát, thối rữa.

[114] Ác lậu 惡漏.

là tệ xấu ô nhiễm?[115] Thế nào gọi là ruồi nhặng bu lại?"

Đức Phật dạy: "Hãy lắng nghe cho kỹ! Ta sẽ nói cho ngươi. Sân nhuế hiềm hại là gieo trồng hạt giống đắng. Tâm buông lung theo năm dục gọi là thấp hèn nhơ bẩn. Thuận theo sáu xúc xứ, không nhiếp trì giới hạnh gọi là tệ xấu ô nhiễm.[116] An trụ phiền não, phát khởi vô minh, kiêu mạn, không tàm, không quý, khởi các kết sử, gọi là ruồi nhặng bu lại."[117]

Bấy giờ, Thế Tôn liền nói kệ:

"Nếu người nào không nhiếp các căn
Tăng trưởng dục ái, trồng giống đắng
Tạo các xấu uế thường chảy ra
Thân cận dục tầm, não hại tầm[118]
Ở nơi xóm làng, chỗ thanh vắng
Tâm hoàn toàn chẳng chút niềm vui.
Ngay nơi thân mình tu chánh định
Tu tập thần thông, đắc Tam minh
Kia được an vui, yên ổn ngủ
Diệt ruồi tầm, kết sử không còn
Tu được nơi đi, đứng, dũng kiện
Lần theo dấu Thánh đến chốn lành
Được chánh trí tích, không trở lại
Vào chốn Niết-bàn tịch diệt vui."

Phật nói kinh xong, các tỳ-kheo sau khi nghe những lời Phật dạy, hoan hỷ phụng hành.

---

[115] *No. 99:* 云何汁流？ Thế nào là nước rỉ chảy ra?

[116] Do lục xúc nhập, bất nhiếp giới hạnh, danh vi ác lậu 由六觸入，不攝戒行，名為惡漏. *No. 99:* 於六觸入處不攝律儀，是名汁流, đối với sáu xúc nhập không nhiếp trì luật nghi, gọi là nước rỉ chảy ra.

[117] *No. 99:* Khi đã không nhiếp trì xúc nhập xứ, các tâm ác bất thiện, tham, ưu tranh nhau sinh khởi, đó gọi là ruồi nhặng. [Pāli] *pāpakā akusalā vitakkā makkhikā,* ác bất thiện tầm là ruồi nhặng.

[118] Dục giác não hại giác 欲覺惱害覺. *No. 99:* chư giác quán 諸覺觀. [Pāli] *kāmavitakka, vihiṃsāvitakka.*

KINH 21. UNG NHỌT[119]

[380c01] Tôi nghe như vầy:

Một thời, Đức Phật ở tại vườn Cấp Cô Độc, rừng cây Kỳ-đà, nước Xá-vệ. Bấy giờ, có một tỳ-kheo đắp y ôm bát, vào thành khất thực. Thọ thực xong, trở về rửa chân, cầm lấy tọa cụ, đi vào trong rừng Đắc Nhãn[120], đến dưới một gốc cây, trải cỏ ngồi, vì tâm nếm tham ngũ dục, nên khởi lên giác tưởng bất thiện[121]. Vị thần trong rừng Đắc Nhãn biết ý niệm của vị tỳ-kheo đang nhớ tưởng điều bất tịnh. Ông nghĩ, ở trong rừng này, vị ấy không nên nếm vị ác bất thiện như vậy. Ta nên đánh thức vị ấy[122], rồi liền nói rằng: "Này tỳ-kheo! Tỳ-kheo! Sao ngài lại tạo ra ung nhọt?"

Tỳ-kheo đáp: "Tôi sẽ che trùm nó lại"[123].

Thần rừng lại nói: "Mụn nhọt của ông giống như cái vại, lấy gì che trùm nó?[124]"

Tỳ-kheo đáp: Tôi dùng chánh niệm tỉnh giác[125] che trùm mụn nhọt này.

Thần rừng tán thán: "Lành thay! Lành thay! Nay tỳ-kheo này khéo biết che trùm mụn nhọt, phương pháp che trùm chân thật". Phật bằng Thiên nhĩ thanh tịnh nghe được cuộc nói chuyện của hai vị thần rừng

---

[119] Tương đương *No. 99* (1082). Không có Pāli tương đương. Tham khảo *Tạp A-hàm*, Việt dịch, kinh 986.

[120] Đắc nhān lâm 得眼林. *No. 99*: 安陀林. Pāli *Andhavana*.

[121] Ác giác quán 惡覺觀, truy tầm tư duy bất thiện. *No. 99*: ác bất thiện giác 惡不善覺. Pāli *pāpakā akusalā vitakkā*, ác bất thiện tầm.

[122] *No. 99*: "Tỳ-kheo này, thật không tốt đẹp, không thích hợp, ngồi thiền ở trong rừng An-đà mà tâm nếm vị ác tham, khởi lên giác tưởng bất thiện. Ta nên đến quở trách."

[123] Ngã đương phú chi 我當覆之. *No. 99*: đương trị lệnh dũ 當治令愈, tôi sẽ trị cho khỏi.

[124] Như giang, dĩ hà phú chi 如坈, 以何覆之?. *No. 99*: 如鐵鑊, 云何可復? Như cái vạc sắt, làm sao có thể bình phục?

[125] Niệm giác 念覺. *No. 99*: chánh niệm chánh trí 正念正智.

và tỳ-kheo kia. Bấy giờ, Thế Tôn liền nói kệ:

"Thế gian tham dục
Tạo tác ý tà
Ung nhọt phát sanh
Ruồi nhặng rúc rỉa
Nếm dục là nhọt
Tầm tứ là ruồi
Ngã mạn nương tham
Đục khoét tâm người
Cầu lợi, danh xưng
Chấp trước nghi hoặc
Không biết xuất yếu
Nội tâm tu định
Học đủ thần thông
Đây không tạo nhọt
An ổn thấy Phật
Khéo được Niết-bàn."

Đức Phật nói kệ này xong, các tỳ-kheo sau khi nghe những lời Phật dạy, hoan hỷ phụng hành.

KINH 22. NGẪU CĂN[126]

Tôi nghe như vầy:

Một thời, Đức Phật ở tại vườn Cấp Cô Độc, rừng cây Kỳ-đà, nước Xá-vệ[127]. Bấy giờ, có rất nhiều tỳ-kheo đắp y ôm bát vào thành khất thực. Lúc ấy, có một tỳ-kheo tuổi trẻ, mới xuất gia,[128] bất kể lúc nào

---

[126] Tương đương *No. 99* (1083). Pāli, S. 20. 9. *Nāga*. Tham khảo *Tạp A-hàm*, Việt dịch, kinh 987.

[127] *No. 99*: giảng đường Trùng Các, bên ao Di Hầu, nước Tì-xá-li. **Pāli:** *sāvatthiyaṃ viharati jetavane anāthapiṇḍikassa ārāme.*

[128] Tân học 新學.

cũng đi vào làng xóm. Bấy giờ, nơi nơi các tỳ-kheo đều thấy vị tân tỳ-kheo kia, mới nói với vị ấy rằng: "Nay ngươi mới vừa học giới, chưa biết phương pháp đối trị, sao lại đi khắp mọi nơi, đến khắp mọi nhà như vậy?"[129]

Tân tỳ-kheo bạch chư Tăng rằng: "Các Đại đức Trưởng lão đều đến mọi nhà, vì sao ngăn cấm tôi không cho đến mọi nhà?"[130]

Khi ấy, các tỳ-kheo đi khất thực và ăn xong, thâu nhiếp y bát, rửa chân, rồi đi đến chỗ Phật, đảnh lễ sát chân Phật rồi ngồi sang một bên. Các tỳ-kheo bạch Phật: "Bạch Đức Thế Tôn! Chúng con vào thành khất thực, thấy một tỳ-kheo tuổi trẻ, mới xuất gia, bất kể lúc nào cũng đi đến mọi nhà. Chúng con nói với vị ấy: "Ngươi mới học pháp, chưa biết cách đối trị, vì duyên gì phi thời [381a01] đi đến nhà người khác? Vị ấy trả lời chúng con rằng: 'Các Tỳ-kheo trưởng lão cũng đi đến mọi nhà, vì sao chỉ ngăn cấm một mình tôi?'"

Bấy giờ, Đức Thế Tôn bảo các tỳ-kheo: "Trên cánh đồng rộng lớn bao la kia có một cái ao lớn, có những con voi to lớn đi vào trong ao này, dùng vòi nhổ lấy củ và ngó sen trong ao, sau đó giũ sạch bùn đất, và rửa bằng nước rồi sau mới ăn. Nhờ vậy thân thể mập mạp, cực kỳ khỏe mạnh. Các con voi nhỏ[131] cũng ăn củ và ngó sen, nhưng không biết giũ sạch bùn đất và rửa bằng nước, mà để lẫn bùn đất ăn, nên về sau thân thể càng trở nên gầy yếu, không có sức lực, hoặc chết hoặc gần như chết." [132]

---

129 *No. 99:* Người tuổi trẻ, xuất gia chưa bao lâu, chưa biết pháp và luật: không được đi vượt qua, không được đi ngang hàng. Đi khất thực mà không theo thứ tự trước sau, thì lâu dài sẽ phải chịu khổ và không được lợi ích.

130 Bản kinh này mất một ý, thiếu sự mạch lạc. *Tạp A-hàm* thêm: Ba lần can gián như vậy, họ vẫn không thể làm cho vị ấy dừng lại.

131 Chư tiểu tượng đẳng 諸小象等. Pāli *taruṇā bhiṅkacchāpā. No. 99:* Có một con voi thuộc chủng tộc khác, thân hình gầy yếu.

132 Pāli *Tesaṃ taṃ neva vaṇṇāya hoti na balāya. Tatonidānaṃ maraṇaṃ vā nigacchanti maraṇamattaṃ vā dukkhaṃ,* chúng không được dung sắc, không có sức lực. Do nguyên nhân này chúng đi đến cái chết, hoặc khổ gần như chết. Bản Pāli và *Tạp A-hàm* còn thêm đoạn:

Bấy giờ, Thế Tôn liền nói kệ:

"Khi voi lớn xuống ao
Dùng vòi nhổ củ sen
Giũ và rửa sạch bùn
Rồi sau đó mới ăn.
Nếu có các tỳ-kheo
Tu hành pháp thanh bạch
Nếu thọ nhận lợi dưỡng
Vẫn không bị nhiễm trước
Đây gọi người tu hành
Giống như voi lớn kia.
Không khéo hiểu phương tiện
Mắc lỗi lầm, tai họa
Về sau chịu khổ não
Như những voi nhỏ kia."

[Phật nói kinh này xong], các tỳ-kheo sau khi nghe những lời Phật dạy, hoan hỷ phụng hành.

NHIẾP TỤNG

A-nan và Kết phát
Cùng với hai Đà Phiêu
Ương-quật, Tán-đảo-tra
Sào huyệt[133] và Tàm quý,

Phật dụ các Tỳ-kheo trưởng lão, đức độ như những con voi lớn; các tỳ kheo trẻ, mới xuất gia, chưa rành Pháp Luật như những con voi nhỏ. Và khuyên dạy các tỳ-kheo nên noi gương các Tỳ-kheo trưởng lão mà tu học để tránh phải chịu cái khổ dẫn đến chết hoặc gần như chết.

[133] Bạt di 拔彌.

Khổ tử cùng Ung nhọt
Lớn nhỏ ăn Ngẫu căn.[134]

---

[134] Tiểu đại thực ngẫu căn 小大食藕根 Voi lớn voi nhỏ ăn củ và ngó sen.
Hết quyển 1.

TỤNG PHẨM I (2)

KINH 23. THỌ MẠNG¹³⁵

Tôi nghe như vầy:

Một thời, Đức Phật ở trong rừng lạnh¹³⁶, tại thành Vương Xá. Bấy giờ, Phật bảo các tỳ-kheo: "Thọ mạng con người ngắn ngủi, có sinh ắt có tử¹³⁷, cần phải siêng năng hành đạo, tịnh tu Phạm hạnh.¹³⁸ Vì vậy, các ngươi không nên giải đãi, nên tu tập thiện hạnh, **[381b01]** tu tập pháp, nghĩa¹³⁹ và Phạm hạnh¹⁴⁰."

Lúc ấy, Ma vương nghe lời nói này rồi, liền nghĩ: "Sa-môn Cù-đàm đang nói pháp yếu cho các đệ tử ở trong rừng lạnh, thành Vương Xá, ta nên đến đó làm nhiễu loạn". Nghĩ rồi, Ma vương liền hóa thành một

---

135 Tương đương *No. 99* (1084). Pāli, S. 4. 9. *Āyu.* Tham khảo *Tạp A-hàm*, Việt dịch, kinh 988.

136 Hàn lâm 寒林, rừng lạnh, khu đất trống vất xác người chết, không thiêu. Pāli *sītavana.*

137 Hội tất quy chung 會必歸終, có tụ hội chắc chắn có kết thúc. *No. 99:* thoáng chốc trở thành đời sau.

138 Pāli *Appamidaṃ, bhikkhave, manussānaṃ āyu. Gamanīyo samparāyo, kattabbaṃ kusalaṃ, caritabbaṃ brahmacariyaṃ. Natthi jātassa amaraṇaṃ.* Này, các tỳ-kheo! Tuổi thọ của loài người thật là ngắn ngủi, sẽ đi đến đời sau. Nên làm điều lành, nên tu Phạm hạnh. Không có gì sanh ra mà không chết.

139 Pāli *attha:* mục đích (giải thoát).

140 Pháp nghĩa cập dĩ chơn hạnh 法義，及以真行.

thanh niên[141], đi đến chỗ Phật, đảnh lễ sát chân Phật, đứng sang một bên, nói kệ rằng:

> *"Đời người trường thọ*
> *Không có ưu não*
> *Thường được an ổn*
> *Không có sự chết."*

Đức Phật nghĩ: "Ma vương Ba tuần đến làm nhiễu loạn", liền nói kệ rằng:

> *"Mạng người ngắn ngủi*
> *Đầy sự nhiễu hại*
> *Nên gấp tu thiện*
> *Như lửa cháy đầu*
> *Nay biết Ba tuần*
> *Muốn đến não hại."*

Bấy giờ, Ma vương nghe kệ này rồi, liền nghĩ: "Sa-môn Cù-đàm đã biết rõ tâm ta." rồi ưu sầu khổ não, thật rất hối hận, liền ẩn hình, trở về thiên cung.

KINH 24. CHƯ HÀNH[142]

Tôi nghe như vầy:

Một thời, Đức Phật ở trong rừng lạnh, tại thành Vương Xá. Bấy giờ, Phật bảo các tỳ-kheo: "Các hành là vô thường, mau chóng không dừng, không thể nương tựa, là pháp biến hoại, cần phải nhanh chóng xa lìa, hướng đến đạo giải thoát".

Bấy giờ, Ma vương Ba tuần nghe rồi, lại nghĩ: "Sa-môn Cù-đàm

---

[141] Ma-nạp 摩納. [Pāli] *mānava*.
[142] Tương đương *No. 99* (1085). Pāli, S. 4. 10. *Āyu*. Tham khảo *Tạp A-hàm*, Việt dịch, kinh 989.

đang nói pháp như vậy cho các đệ tử ở trong rừng lạnh, tại thành Vương Xá, ta nên đến đó làm nhiễu loạn." Nghĩ rồi, Ma vương liền hóa thành một thanh niên, đi đến chỗ Phật, đảnh lễ sát chân Phật, đứng sang một bên, nói kệ rằng:

"Ngày đêm hằng còn
Thọ mạng đến đi
Như trục xe lăn
Xoay vần không dứt."

Đức Phật biết Ma vương đến làm nhiễu loạn, liền nói kệ:

"Mệnh dục, ngày đêm dứt
Thọ mạng nhiều hoạn nạn
Như sụt xuống dưới sông
Hết sạch không còn gì
Vì thế ngươi Ba tuần
Không nên làm nhiễu loạn."

Ma Ba Tuần liền nghĩ: "Đức Phật đã biết rõ tâm ta" nên ưu sầu khổ não, rất hối hận, liền ẩn hình bỏ đi, trở về thiên cung.

KINH 25. MA PHƯỢC[143]

Tôi nghe như vầy:

Một thời, Đức Phật ở tại rừng Trúc, Ca-lan-đà, thành Vương Xá. **[381c01]** Bấy giờ, vào lúc nửa đêm, Thế Tôn đi kinh hành trong rừng. Lúc trời gần sáng, Ngài rửa chân, rồi vào phòng ngồi ngay thẳng, buộc niệm hiện tiền.

Khi ấy, Ma vương nghĩ: "Sa-môn Cù-đàm đang ở tại thành Vương Xá, vào nửa đêm đi kinh hành trong rừng. Khi trời gần sáng, Ngài rửa

---

Tương đương *No. 99* (1086). Pāli, S. 4. 15. *Mānasa*. Tham khảo *Tạp A-hàm*, Việt dịch, kinh 990.

chân rồi vào phòng, ngồi ngay thẳng, buộc niệm hiện tiền. Nay ta nên đến đó làm nhiễu loạn." Nghĩ như vậy rồi, liền biến thành một thanh niên, đứng trước Phật, nói kệ rằng:

"Tâm ta có thể biến
Lưới giăng khắp hư không
Sa-môn ở chỗ ta
Trọn không được giải thoát."

Đức Phật nghĩ: "Ma vương đến làm nhiễu loạn" liền nói kệ:

"Thế gian có năm dục
Kẻ ngu bị buộc ràng
Dứt được các dục này
Vĩnh viễn sạch hết khổ
Ta đã đoạn các dục
Ý cũng không nhiễm trước
Ba tuần ngươi nên biết
Lưới dục Ta phá rồi."

Bấy giờ, Ma vương nghe Phật nói kệ rồi, không thỏa được sở nguyện, ưu sầu khổ não, ẩn hình rồi bỏ đi, trở về thiên cung.

KINH 26. THỤY MIÊN (1)[144]

Tôi nghe như vầy:

Một thời, Đức Phật ở tại rừng Trúc, Ca-lan-đà, thành Vương Xá. Bấy giờ, từ đầu đêm đến cuối đêm, Đức Thế Tôn ngồi, nằm, kinh hành. Lúc gần sáng, Ngài rửa chân đi vào phòng, nằm nghiêng hông phải sát đất, hai chân chồng lên nhau, buộc niệm nơi tướng ánh sáng, tu chánh niệm tỉnh giác, rồi tác tưởng thức dậy.[145]

---

[144] Tương đương *No. 99* (1087). Pāli, S, 4. 1. 7. *Supati.* Tham khảo *Tạp A-hàm,* Việt dịch, kinh 991.

[145] *Pāli* rattiyā paccūsasamayaṃ pāde pakkhāletvā vihāraṃ pavisitvā*

Lúc ấy, Ma vương Ba tuần liền nghĩ: "Sa-môn Cù-đàm đang ở trong rừng Trúc, Ca-la-đà, thành Vương Xá, [suốt đêm] ngồi, nằm, kinh hành. Lúc gần sáng, rửa chân đi vào phòng, nằm nghiêng hông phải sát đất, hai chân chồng lên nhau, buộc niệm nơi tướng ánh sáng, tu chánh niệm tỉnh giác, rồi tác tưởng thức dậy. Ta nên đến đó làm nhiễu loạn." Nghĩ rồi, Ma vương liền hóa thành một thanh niên, đứng trước Phật, nói kệ rằng:

"Vì sao nằm ngủ?
Sao lại nằm ngủ?
Vào Niết-bàn rồi
Sao còn nằm ngủ?
Như việc xong rồi
Tự an nhiên ngủ
Đến mặt trời mọc
Vẫn còn nằm ngủ."

Đức Phật biết Thiên ma đến làm nhiễu loạn, liền nói kệ:

"Lưới ái dính các Hữu
Che trùm khắp mọi nơi
[382a01] Ta nay phá lưới này
Các ái vĩnh viễn đoạn
Dứt sạch mọi đời sống[146]
An ổn vui Niết-bàn
Ba tuần ngươi bây giờ
Còn làm gì với ta?"

Bấy giờ, Ma vương nghe Phật nói kệ xong, ưu sầu khổ não, liền ẩn hình, trở về thiên cung.

---

dakkhiṇena passena sīhaseyyaṃ kappesi pāde pādaṃ accādhāya sato sampajāno uṭṭhānasaññaṃ manasi karitvā.
[146] Pali: Sabbūpadhiparikkhayā, diệt sạch mọi sanh y.

KINH 27. KINH HÀNH[147]

Tôi nghe như vầy:

Một thời, Đức Phật ở trong núi Kỳ-xà-quật, tại thành Vương Xá. Hôm ấy gặp trời mây mù, mưa lất phất, sấm chớp lóe lên, chiếu sáng khắp nơi.

Lúc ấy đang đêm, Đức Thế Tôn đi kinh hành ngoài trời. Ma vương Ba Tuần nghĩ rằng: "Sa-môn Cù-đàm ở trong núi Kỳ-xà-quật tại thành Vương Xá, gặp lúc trời mây mù, mưa lất phất, sấm chớp lóe lên, chiếu sáng khắp nơi, đang đêm Sa-môn Cù-đàm đi kinh hành ngoài trời. Ta nên đến đó làm nhiễu loạn." Nghĩ như vậy rồi, Ma vương lên trên núi ấy, xô những tảng đá lớn xuống. Khi sắp lăn đến chỗ Phật, những tảng đá lớn kia tự nhiên vỡ vụn.[148]

Bấy giờ, Thế Tôn liền nói kệ:

"Ngươi phá núi Linh Thứu
Khiến nát như bụi phấn
Biển lớn và đại địa
Thảy đều đập vỡ tan
Muốn khiến bậc Giải thoát
Khởi lên tưởng sợ hãi
Muốn khiến lông tóc dựng
Điều này không thể có."

Bấy giờ, Ma vương liền nghĩ: "Sa-môn Cù-đàm đã biết rõ tâm ta," nên ưu sầu khổ não, liền ẩn thân, trở về thiên cung.

---

[147] Tương đương *No. 99* (1088). Pāli, S. 4. 11. *Pāsāṇa*. Tham khảo *Tạp A-hàm*, Việt dịch, kinh 992.

[148] *Pāli Bhagavato avidūre mahante pāsāṇe padālesi*, khi cách Thế Tôn không xa, nó làm cho những tảng đá lớn vỡ vụn. *No. 99:* Nó cầm một khối đá to, đùa giỡn trên hai tay. Khi đến trước Phật, nó bóp nát thành bụi.

KINH 28. MÃNG XÀ[149]

Tôi nghe như vầy:

Một thời, Đức Phật ở trong núi Kỳ-xà-quật, tại thành Vương Xá. Bấy giờ, Thế Tôn đang đêm đi kinh hành ngoài trời, sau đó rửa chân, và đi vào phòng, ngồi ngay thẳng, buộc niệm trước mặt.

Ma vương Ba tuần nghĩ: "Sa-môn Cù-đàm đang ở trong núi Kỳ-xà quật, tại thành Vương Xá, đi kinh hành ngoài trời. Ta nên đến đó làm nhiễu loạn." Khi ấy, Ma vương liền biến thành một con mãng xà[150], thân hình dài lớn giống như một chiếc thuyền lớn. Hai mắt sáng rực như hai cái bát thuộc nước Kiều-tát-la.[151] Lưỡi thè ra sáng rực như chớp giật.[152] Tiếng hơi thở ra vào lớn như sấm vang. Nó đứng trước Phật, dùng thân quấn quanh Phật, rớn cổ cất đầu lên trên đảnh của Phật.

Bấy giờ, Đức Thế Tôn biết Ma vương đang nhiễu loạn, nên nói kệ:

> *"Ta ở nơi thanh vắng*
> *Buộc tâm chánh giải thoát*
> [382b01] *An ổn thân tu Thiền*
> *Như pháp chư Phật xưa*
> *Độc xà rất hung bạo*
> *Tướng mạo thật đáng sợ*
> *Dù muỗi mòng, rận rệp*
> *Đủ các loại não hại*

---

[149] Tương đương *No. 99* (1089). Pāli, *S. 4. 6. Sappa.* Tham khảo *Tạp A-hàm*, Việt dịch, kinh 993.

[150] Mãng xà 蟒蛇. *No. 99*: đại long 大龍, con rồng to. Pāli *mahantaṃ sapparājavaṇṇaṃ*, đại xà vương.

[151] Như Kiều-tát-la bát 如憍薩羅鉢 Pāli *mahatī kosalikā kaṃsapāti, evamassa akkhīni bhavanti*, hai mắt của nó như hai cái bát bằng đồng thiếc thuộc Đại quốc *Kosala. No. 99*: nhãn như đồng lô 眼如銅鑪, mắt như lò đồng.

[152] *Gaḷagaḷāyante vijjullatā niccharanti, evamassa mukhato jivhā niccharati*, lưỡi của nó lè ra khỏi miệng như tia chớp lóe lên giữa trời mưa to.

Không động mảy lông Ta
Huống khiến làm Ta sợ?
Nếu phá nát hư không
Làm rung chuyển đại địa
Tất cả các chúng sanh
Thảy đều khởi kinh sợ
Muốn khiến Ta sợ hãi
Trọn không có điều này
Giả sử có tên độc
Bắn trúng tim của Ta
Ngay cả khi bị tên
Trọn không cầu cứu hộ
Nhưng mà tên độc này
Cũng không thể trúng Ta."

Bấy giờ, Ma vương nghe Phật nói kệ này rồi, nghĩ rằng: "Sa-môn Cù-đàm đã biết rõ tâm ta," nên rất kinh sợ, lo buồn, hối hận, liền biến hình mà đi, trở về thiên cung.

KINH 29. THỤY MIÊN (2)[153]

Tôi nghe như vầy:

Một thời, Đức Phật ở trong rừng Man Trực, tại thành Vương Xá[154]. Đầu đêm Đức Phật ngồi thiền, đi kinh hành. Đến cuối đêm, Ngài rửa chân, đi vào phòng, nằm nghiêng hông phải sát đất, hai chân chồng

---

[153] Tương đương *No. 99* (1090). Pāli, S. 4. 13. *Sakalika*. Tham khảo *Tạp A-hàm*, Việt dịch, kinh 994.

[154] Tại Vương Xá thành Man-trực lâm trung 在王舍城曼直林中. *No. 99*: trong hang đá, rừng cây Thất diệp, núi Tì-hà-la, thành Vương Xá. Pāli *rājagahe viharati maddakucchismiṃ migadāye*, trong vườn Nai, tại Maddakucchi, thành Vương Xá.

lên nhau, buộc niệm vào tướng ánh sáng, và tác tưởng thức dậy[155].

Ma vương Ba tuần biết tâm của Phật, liền nghĩ: "Sa-môn Cù-đàm đang ở trong rừng Man Trực, tại thành Vương Xá. Lúc đầu đêm, tọa thiền, đi kinh hành; đến cuối đêm, rửa chân, vào phòng, nằm nghiêng hông phải sát đất, hai chân chồng lên nhau, buộc niệm vào tướng ánh sáng, và tác tưởng thức dậy. Ta nay nên đến đó làm nhiễu loạn."

Bấy giờ, Ma vương hóa thành một thanh niên, đến trước Như Lai, nói kệ rằng:

"Phải chăng không có việc
Để làm nên nằm ngủ?
Nằm yên không tỉnh thức
Như kẻ say ngủ khì
Người không tài, sự nghiệp
Mới buông lung ngủ nghỉ
Người có tài, nghiệp lớn
Vui sướng thỏa thích ngủ."

Bấy giờ, Đức Thế Tôn biết Ma vương đến làm nhiễu loạn, liền nói kệ:

"Không phải không việc ngủ
Cũng chẳng ngủ vì say
Không vì tài thế gian
Mà Ta nay nằm ngủ
Ta được nhiều pháp tài
Vì thế an nhiên ngủ.
[382c01] Ta ngay trong giấc ngủ
Đến hơi thở ra vào
Đều có được ích lợi
Chưa từng có tổn giảm
Thức suy nghĩ thông suốt[156]

---

[155] *No. 99*: buộc niệm vào tướng ánh sáng, chánh niệm chánh trí, và tác tưởng thức dậy.

[156] Vô ngại lự 無疑慮. *No. 99*: 覺亦不疑惑, thức cũng không nghi hoặc.

Ngủ không sợ hãi gì[157]
Ví như mũi tên độc
Bắn trúng tim người kia
Chịu nhiều nỗi thống khổ
Còn có thể nằm ngủ.
Ta tên độc đã nhổ
Vì cớ gì không ngủ?"

Ma vương nghe kệ này rồi, liền nghĩ: "Sa-môn Cù-đàm đã biết rõ tâm ta," nên ưu sầu khổ não, liền trở về thiên cung.

KINH 30. CẦU-ĐIỀN[158]

Tôi nghe như vầy:

Một thời, Đức Phật ở trong hang Thất Diệp, núi Tì-bà-ba-thế,[159] tại thành Vương Xá. Bấy giờ có một Tỳ-kheo tên là Cầu-điền,[160] ở một mình trong hang Đá Đen,[161] núi Tiên,[162] ở nơi thanh vắng, siêng tu tinh tấn, nhờ không buông lung nên đoạn được ngã kiến, đắc được thời giải thoát,[163] tự thân tác chứng rồi thối thất trở lại, lần thứ hai, lần thứ ba cho đến lần thứ sáu cũng lại thối thất.

---

157 Vô sở úy 無所畏.

158 Tương đương *No. 99* (1091). Pāli, S. 4. 23. *Godhika*. Tham khảo *Tạp A-hàm*, Việt dịch, kinh 995.

159 Tì-bà-ba-thế sơn thất diệp quật trung 毘婆波世山七葉窟中. *No. 99*: 毘婆羅山七葉樹林石室中 trong Thạch thất, rừng cây Thất diệp, núi Tì-bà-la.

160 Cầu-điền 求慕. *No. 99*: Cù-đê-ca 瞿低迦. Pāli *Godhika*.

161 Hắc thạch quật 黑石窟. *No. 99*: Hắc thạch thất 黑石室. Pāli *Kāḷasilā*.

162 Tiên sơn 仙山. *No. 99*: 仙人山側, bên sườn núi Tiên nhân. Pāli *Isigili-passa*.

163 Thời giải thoát. Pāli *sāmayikaṃ cetovimuttiṃ*. Xem *Tạp A-hàm* iii, Việt dịch. **cht. 17.**

Tỳ-kheo ấy nghĩ: "Ta nay một mình ở chỗ vắng, tu hành tinh tấn mà lại sáu lần thối thất. Nếu còn thối thất nữa, ta sẽ dùng dao tự sát[164]."

Ma vương Ba tuần biết Đức Phật đang ở trong hang Thất Diệp, núi Tì-bà-ba-thế, tại thành Vương Xá. Đệ tử của Cù-đàm tên là Cầu-điền cũng ở tại thành Vương Xá, trong hang Đá Đen, núi Tiên, siêng tu tinh tấn, tâm không buông lung, đắc được thời giải thoát, tự thân tác chứng. Đắc rồi, thối thất, cho đến sáu lần như vậy. Bấy giờ, Ma vương nghĩ: "Nếu thối thất lần thứ bảy, chắc chắn Tỳ-kheo Cầu-điền sẽ tự sát, và ra khỏi cảnh giới của ma." Nghĩ vậy rồi, Ma vương mang cây đàn cầm bằng lưu ly[165], đi đến chỗ Phật, vừa khảy đàn vừa nói kệ:

> *"Đại trí đại tinh tấn*
> *Đạt được đại thần thông*
> *Đắc được pháp tự tại*
> *Uy quang thật sáng ngời*
> *Thanh Văn đệ tử Ngài*
> *Nay muốn tự sát hại*
> *Bậc Tối thượng cõi người*
> *Nay Ngài nên ngăn chặn*
> *Vì sao thích pháp Ngài?*
> *Học chết của người khác?"*

Khi Ma vương nói kệ này rồi, Đức Phật bảo Ma: "Này Ba tuần! Nay ngươi mới chính là đại thân hữu của những kẻ phóng dật. Vì điều ngươi nói hôm nay là tự thân ngươi nói, chứ không phải tỳ-kheo kia nói."

Bấy giờ, Thế Tôn liền nói kệ:

> [383a01] *"Nếu người không khiếp nhược*
> *Kiên cố tu tinh tấn*
> *Thường vui nơi thiền định*
> *Ngày đêm tu pháp lành*

---

[164] [Pāli] *yāva chaṭṭhaṃ khvāhaṃ sāmayikāya cetovimuttiyā parihīno.* *Yamnūnāhaṃ satthaṃ āhareyya,* ta đã thối thất thời ái tâm giải thoát đến sáu lần. Ta nên mang theo con dao.

[165] Lưu ly cầm 琉璃琴. No. 99: 琉璃柄琵琶, cây đàn tỳ bà bằng lưu ly.

Cạn ái dục, kết sử
Phá quân ma của ngươi
Nay bỏ thân cuối cùng
Vĩnh viễn nhập Niết-bàn."

Bấy giờ, Ma vương lo buồn khổ não, rớt cả đàn lưu ly, ưu sầu hối hận, trở về cung ma.

Phật bảo các tỳ-kheo: "Các ngươi hãy cùng Ta đi đến chỗ Tỳ-kheo Cầu-điền ở núi Tiên Nhân". Đức Phật dẫn các tỳ-kheo đến chỗ Tỳ-kheo Cầu-điền, thấy bên phía Đông thi thể của Cầu-điền giống như làn khói. Phật hỏi các tỳ-kheo: "Các ngươi có thấy làn khói này không?[166]"

Các Tỳ-kheo đáp: "Dạ thấy, bạch Thế Tôn!"

Bên phía Nam, Tây, Bắc của thi thể cũng có làn khói như vậy. Phật bảo các tỳ-kheo: "Đây là ma Ba tuần ẩn hình quanh quẩn chỗ Cầu-điền tìm kiếm tâm thức của Thầy ấy". Phật bảo cáct-kheo: "Tỳ-kheo Cầu-điền đã nhập Niết-bàn, không còn thần thức, không còn nơi đến"[167].

Bấy giờ, Ma vương hóa thành một thiếu niên, nói kệ rằng:

"Trên dưới và bốn phương
Truy tìm thức Cầu-điền
Chẳng biết được chỗ đến
Rốt cuộc thức về đâu?"

---

[166] Kiến Cầu-điền thi đông du như yên tụ 見求憙尸東猶如煙聚. *No. 99*: "Các ngươi có thấy chung quanh thân thể Tỳ-kheo Cù-đê-ca bốc khói đen lan đầy khắp bốn phía không?". Pali *passatha no tumhe, bhikkhave, etaṃ dhūmāyitattaṃ timirāyitattaṃ gacchateva purimaṃ disaṃ, gacchati pacchimaṃ disaṃ, gacchati uttaraṃ disaṃ, gacchati dakkhiṇaṃ disaṃ, gacchati uddhaṃ, gacchati adho, gacchati anudisa " nti?*

[167] Cầu-điền Tỳ-kheo dĩ nhập Niết-bàn, vô hữu thần thức, vô sở chí phương 求憙比丘以入涅槃，無有神識，無所至方. *No. 99*: Nhưng Tỳ-kheo Cù-đê-ca bằng tâm vô trụ đã cầm dao tự sát." Pali *appatiṭṭhitena ca, bhikkhave, viññāṇena godhiko kulaputto parinibbuto " ti.*

Bấy giờ, Đức Thế Tôn bảo ma Ba tuần: "Bậc dũng kiện như vậy, phá quân ma của ngươi,[168] đã nhập vào Niết-bàn".

Đức Phật nói kinh này xong, các tỳ-kheo sau khi nghe những lời Phật dạy, hoan hỷ phụng hành.

KINH 31. MA NỮ[169]

Tôi nghe như vầy:

Một thời, Đức Phật ở dưới cây Bồ-đề, tại làng Ưu-lâu-tì-loa[170], bên bờ sông Ni-liên-thiền,[171] thành đạo chưa lâu. Bấy giờ, Ma vương nghĩ: "Phật đang ở dưới cây Bồ-đề, tại làng Ưu-lâu-tì-loa, bên bờ sông Ni-liên-thiền, thành đạo chưa lâu, ta nên đến đó thừa cơ quấy nhiễu[172]." Nghĩ vậy rồi, Ma vương liền đi đến chỗ Phật[173], nói kệ:

"Ngài một mình nơi vắng
Yên lặng thường tịch nhiên
Mặt biểu lộ thân tâm
Các căn đều vui vẻ.
Thí như người mất của
Sau được của trở lại
Nay Ngài quen Thiền định

---

[168] *No. 99:* "... không tìm thấy chỗ nào, nhổ sạch gốc ân ái..." Pāli *"Jetvāna maccuno senaṃ, anāgantvā punabbhavaṃ; Samūlaṃ taṇhamabbuyha..."* Chiến thắng quân thần chết, không còn đi tái sanh, nhổ sạch gốc ân ái..."

[169] Tương đương *No. 99* (1092). Pāli, *S. 4.24. Sattavassa; S. 4. 25. Māradhītu.* Tham khảo *Tạp A-hàm,* Việt dịch, kinh 996.

[170] Ưu-lâu-tì-loa 優樓比螺. *No. 99:* Uất-tì-la 欝鞞羅. Pāli *Uruvelā.*

[171] Ni-liên-thiền 尼連禪. Pāli *Nerañjarā.*

[172] Tứ cầu kỳ tiện伺求其便. *No. 99:* vi tác lưu nạn 為作留難, làm chướng ngại.

[173] *No. 99:* Ma Ba-tuần hóa thành một thiếu niên, đến trước Phật nói kệ.

Hoan hỷ cũng như vậy.
Đã bỏ nước, vinh hoa
Cũng không cầu danh lợi
Sao không cùng mọi người
Kết nhau làm thân hữu?"

[383b01] Bấy giờ, Thế Tôn liền đáp kệ:

"Ta nay được thiền định
Tâm thường luôn vắng lặng
Phá hoại quân dục ngươi
Được tài bảo vô thượng
Các căn thường vui vẻ
Thâm tâm được tịch diệt
Do phá quân ma ngươi
Tu đạo lòng hoan hỷ
Một mình lìa ồn náo
Đâu cần kết thân hữu?"

Khi ấy, Ma vương lại nói kệ:

"Ngài đã đạt chánh đạo
An ổn hướng Niết-bàn
Đã đắc pháp vi diệu
Cần phải giấu trong lòng
Nên một mình biết rõ
Sao đem dạy mọi người?"

Bấy giờ, Thế Tôn lại nói kệ:

"Người không lệ thuộc ma
Hỏi Ta pháp bờ kia
Ta phân tích rõ ràng
Đế thật đắc tận diệt
Tâm dừng, không phóng dật
Ma không có thời cơ."

Bấy giờ, Ma vương lại nói kệ:

"Giống như núi đá trắng
Màu sắc như mỡ đặc
Quạ không biết phân biệt
Bay đến đó mổ ăn
Đã không nếm được vị
Còn xước mỏ về không
Ta nay cũng như vậy
Uổng công không được gì."

Bấy giờ, Ma vương nói kệ xong, ưu sầu khổ não, tâm rất hối hận, đi đến một chỗ trống, ngồi chồm hỗm, dùng mũi tên vẽ lên đất,[174] nghĩ phương kế. Khi ấy, ba người con gái ma: người thứ nhất tên Cực Ái, người thứ hai tên Duyệt Bỉ, người thứ ba tên Thích Ý[175]. Ba cô con gái đi đến bên ma, nhìn cha nói kệ:

"Cha nay vì người nào
Lại ôm lòng sầu muộn?[176]
Con sẽ dùng dây dục
Trói kia như bắt chim
Dẫn đem đến chỗ cha
Tùy ý cha sai khiến."

Bấy giờ, Ma vương nói kệ đáp:

"Người kia khéo đoạn dục
Không thể dùng dục dắt
Đã vượt cảnh giới ma
Vì thế ta ưu sầu."

[383c01] Ba con gái ma liền hóa hiện hình dung cực kỳ đoan nghiêm,[177] đi đến chỗ Phật, lễ sát chân Phật, đứng sang một bên. Ba

---

[174] Dĩ tiễn họa địa 以箭畫地. *No. 99*: 以指畫地, dùng ngón tay vẽ lên đất. Pāli *kaṭṭhena bhūmiṃ vilikhanto*, dùng que vạch lên đất.

[175] *No. 99*: Ái Dục, Ái Niệm, Ái Lạc 愛欲, 愛念, 愛樂. Pāli *taṇhā ca arati ca ragā ca*.

[176] Phụ kim danh trượng phu, hà dĩ hoài ưu sầu 父今名丈夫, 何以懷憂愁? *No. 99*: Cha đang lo buồn gì? Con người đáng gì lo?

[177] Bỉ ma tam nữ hóa kỳ hình dung, cực vi đoan nghiêm 彼魔三女化其

cô đồng thanh bạch Phật: "Chúng con cố tình đến đây hiến dâng cho Phật sai sử"[178].

Bấy giờ, Thế Tôn, bậc đoạn ái vô thượng chẳng hề ngó ngàng đến[179]. Lần thứ hai, lần thứ ba họ cũng nói như vậy, Phật cũng chẳng quan tâm. Lúc ấy, ba ma nữ lui về một chỗ, cùng nhau luận bàn: "Sở thích của đàn ông mỗi người mỗi khác, hoặc thích cô gái nhỏ, hoặc thích cô gái trung, hoặc thích cô gái lớn". Ngay tức thì một ma nữ biến thành sáu trăm cô gái, hoặc làm tiểu nữ, hoặc làm đồng nữ, hoặc làm người nữ chưa chồng, hoặc làm người nữ đã có chồng, hoặc làm người nữ đã sinh con, hoặc làm người nữ chưa sinh con, sau khi hóa hiện ra nhiều nữ nhân như vậy, đồng đi đến chỗ Phật, bạch rằng: "Bạch Thế Tôn! Chúng con nay đến hiến dâng cho Thế Tôn, xin Ngài sai khiến, hầu hạ tay chân".

Đức Phật không hề để ý đến. Lần thứ hai, lần thứ ba, họ cũng nói như vậy, Đức Phật cũng chẳng ngó ngàng[180]. Khi ấy, các ma nữ lại lui về một chỗ, cùng nhau bàn luận: "Vị này chắc chắn đã đắc giải thoát, bậc đoạn ái dục vô thượng. Nếu không như thế, khi thấy chúng ta, vị ấy sẽ cuồng loạn, ói máu, hoặc tâm tư tán loạn. Chúng ta nên đến chỗ vị ấy, dùng kệ vấn nạn."

Bấy giờ, ma nữ Cực Ái dùng kệ hỏi:

"Ngồi ngay dưới gốc cây
Một mình tĩnh tư duy
Là đánh mất tài bảo

形容，極為端嚴. *No. 99*: Ba con gái Ma từ thân phóng ra ánh sáng, bừng lóe lên như những tia chớp trong mây.

[178] Ngã cố lai cúng dường, dữ Phật sách sử 我故來供養，與佛策使. *No. 99*: 我今歸世尊足下，給侍使令, Nay con về dưới chân Thế Tôn để hầu hạ, xin Ngài sai khiến.

[179] *No. 99*: Thế Tôn không ngó ngàng đến. Biết Như Lai đã lìa các ái dục, tâm khéo giải thoát. *Pāli bhagavā na manasākāsi, yathā taṃ anuttare upadhisaṅkhaye vimutto.*

[180] *No. 99*: Thế Tôn không hề ngó ngàng đến. Ngài đã lặp lại ba lần như vầy: "Pháp của Như Lai lìa các ái dục."

Hay muốn tìm của nhiều?
Trong thành ấp, làng xóm
Tâm đều không ái trước
Sao không cùng mọi người
Kết nhau làm thân hữu?"

Bấy giờ, Thế Tôn nói kệ đáp:

"Ta được tài bảo lớn
Trong tâm được tịch diệt
Ta phá quân ái dục
Sắc đẹp đều chẳng ham
Riêng tĩnh tọa thiền tư
Thưởng thức lạc đệ nhất
Do vì nhân duyên này
Chẳng cần cầu thân hữu."

Ma nữ Thích Ý liền nói kệ:

"Tỳ-kheo trụ nơi đâu
Vượt qua năm dòng lũ
Cũng thoát dòng thứ sáu?[181]
Nhập vào Thiền định nào
Vượt qua bờ đại dục
Vĩnh viễn lìa trói buộc?"

Bấy giờ, Thế Tôn lại nói kệ:

[384a01] *"Thân được vui nhu nhuyến*
Tâm được thiện giải thoát
Tâm lìa xa các nghiệp
Ý không còn thoái chuyển.
Đoạn được pháp giác quán
Lìa sân, ái, trạo động
An trụ chỗ trụ này

---

[181] Năng độ ngũ sử lưu, lục sử lưu diệc quá? 能度五駛流, 六駛流亦過? *No. 99:* Để thoát dòng ngũ dục? Lại nhờ phương tiện gì, vượt qua biển thứ sáu?

Vượt qua năm dòng lũ
Cũng thoát dòng thứ sáu
Tọa Thiền được như vậy
Độ thoát đại dục kết
Vĩnh viễn lìa dòng hữu."

Ma nữ Duyệt Bỉ liền nói kệ:

"Đã đoạn được ái kết
Lìa xa mọi chấp trước
Muốn vượt dòng ái dục
Muốn thoát cảnh tử ma.
Chỉ có Bậc hiệt tuệ
Mới vượt qua nạn này."

Bấy giờ, Thế Tôn lại nói kệ:

"Đại tinh tấn cứu thoát
Chánh pháp Như Lai độ
Như pháp đắc giải thoát
Bậc trí chớ không vui."

Ba con gái Ma không được mãn nguyện, quay về chỗ cha. Lúc ấy, Ma vương nói kệ quở trách ba cô con gái[182]:

"Ba đứa toan phá Phật
Hình dung như điện chớp
Hướng bậc Đại tinh tấn
Như gió thổi bông gòn
Dùng móng tay phá núi
Dùng răng cắn sắt viên
Dùng tóc tơ quấn quanh
Muốn treo quả núi lớn.
Phật đã vượt mọi chấp
Muốn đàm luận cùng Người[183]

---

[182] Ha trách tam nữ 呵責三女. *No. 99:* 說偈弄之, nói kệ trêu chúng.

[183] Phật dĩ độ chúng trước, dục cộng bỉ giảng luận 佛已度眾著, 欲共彼講論. *No. 99:* 和合悉解脫，而望亂其心, người đã thoát hòa hiệp, mà

Muốn dùng dây buộc gió
Muốn trăng rời hư không.
Dùng tay vốc biển lớn
Mong muốn được khô cạn,[184]
Phật đã lìa chấp trước
Muốn đàm luận cùng Người.
Bước chân qua Tu-di
Trong biển lớn tìm đất
Phật ra khỏi mọi chấp
Mà đến đàm luận cùng."

Ma vương ưu sầu hối hận, tức khắc biến mất, trở về thiên cung.

KINH 32. TỊNH BẤT TỊNH[185]

Tôi nghe như vầy:

Một thời, Đức Phật ở tại núi Linh Thứu, thành Vương Xá.[186] Bấy giờ, Phật cùng các tỳ-kheo đang tán thán pháp Niết-bàn. Ma vương liền nghĩ: "Phật đang ở thành Vương Xá, cùng các tỳ-kheo tán thán pháp Niết-bàn, ta nay nên đến đó [384b01] làm nhiễu loạn."[187] Nghĩ rồi, nó liền biến hóa thành một trăm người. Năm mươi người cực kỳ

---

mong loạn tâm kia.

[184] *No. 99:* Dùng tay khuấy biển lớn, hà hơi động núi tuyết.

[185] Tương đương *No. 99* (1093). Pāli, S. 4. 2. *Hatthirāja*; S. 4. 3. *Subha.* Tham khảo *Tạp A-hàm,* Việt dịch, kinh 997.

[186] Vương Xá thành, Linh thứu sơn 王舍城靈鷲山, ^{Pāli} *Rājagahe gijjhakūṭe pabbate. No. 99:* Phật mới thành đạo, ở dưới cây Bồ-đề lớn, bên bờ sông Ni-liên-thiền, tại xứ Uất-tì-la. ^{Pāli} *bhagavā uruvelāyaṃ viharati najjā nerañjarāya tīre ajapālanigrodhamūle paṭhamābhisambuddho.*

[187] *No. 99:* "Sa-môn Cù-đàm mới thành đạo, đang ở dưới bóng cây Bồ-đề, bên bờ sông Ni-liên-thiền, xứ Uất-tì-la. Nay ta sẽ đến làm chướng ngại."

đoan chánh, năm mươi người cực kỳ xấu xí.[188] Bấy giờ, các tỳ-kheo hết sức kinh ngạc, tự hỏi hôm nay vì cớ gì lại có những người hết sức đoan chánh, lại có những người cực kì xấu xí?[189] Phật biết ma đến muốn làm nhiễu loạn.

Bấy giờ, Thế Tôn bảo Ma Ba tuần: "Ngươi ở trong đêm dài sanh tử, thọ đủ các thân hình đẹp xấu như vậy. Ngươi nên làm sao để vượt qua bờ khổ, chứ biến hóa như vậy, nào công dụng gì?[190] Nếu có ai ái trước người nam kẻ nữ, ngươi có thể biến hóa thành các hình tướng như vậy. Nhưng Ta nay hoàn toàn không còn tướng nam nữ, ngươi biến thành các hình tướng như vậy đâu còn ý nghĩa gì?"[191]

Đức Phật nói kinh này xong, các tỳ-kheo sau khi nghe những lời Phật dạy, hoan hỷ phụng hành.

KINH 33. THẤT HÀNH[192]

Tôi nghe như vầy:

Một thời, Đức Phật ở tại vườn Cấp Cô Độc, rừng cây Kỳ-đà, nước Xá-vệ[193]. Bấy giờ, Đức Phật bảo các tỳ-kheo: "Nếu ai trọ trì bảy phẩm

---

[188] *No. 99*: 作百種淨、不淨色，詣佛所, ... thành trăm thứ sắc tịnh và bất tịnh, đi đến chỗ Phật.

[189] *No. 99*: Từ xa, đức Phật trông thấy một trăm thứ sắc tịnh và bất tịnh của Ma Ba-tuần liền nghĩ.

[190] *No. 99*: Ngươi sao làm điều này, không vượt khổ bờ kia?

[191] *No. 99*: Khi ấy, Ma Ba-tuần nghĩ: "Sa-môn Cù-đàm đã biết tâm ta" trong lòng cảm thấy ưu sầu, liền biến mất.

[192] Tương đương *No. 99* (1104). Pāli, S. 11. 11. *Vatapada*; S. 11. 12. *Sakkanāma*; S. 11. 13. *Mahāli*. Tham khảo *Tạp A-hàm*, Việt dịch, kinh 1008.

[193] Xá-vệ quốc kỳ thọ Cấp-cô-độc viên 舍衛國祇樹給孤獨園, *Pāli* *sāvatthiyaṃ viharati jetavane anāthapiṇḍikassa ārāme. No. 99*: 王舍城迦蘭陀竹園, vườn Trúc Ca-lan-đà, thành Vương Xá.

hạnh này một cách chắc chắn, nhất định sẽ được làm Đế Thích[194]. Vì sao vậy? Xưa kia, Đế Thích khi còn làm người, phát nguyện tiên quyết thực hành: 1. Hiếu thuận cha mẹ, 2. Cung kính tôn trưởng, 3. Nói lời dịu dàng, không nói hai lưỡi, 4. Ưa thích bố thí, 5. Không keo kiệt, 6. Luôn nói lời chân thật, trọn không lừa dối, 7. Không khởi sân giận, nếu có phát sinh hiềm khích, oán hận liền tìm cách tiêu diệt."[195]

Bấy giờ, Thế Tôn liền nói kệ:

> *"Ở bên cha mẹ*
> *Cực kỳ hiếu thuận*
> *Đối với tôn trưởng*
> *Hết lòng cung kính*
> *Nói lời mềm mỏng*
> *Lễ phép ôn hòa*
> *Tuyệt không hai lưỡi*
> *Xan tham giận hờn*

Pāli *Sāvatthiyaṃ.*

[194] Kiên trì thất hành, tất đắc Đế Thích 堅持七行,必得帝釋. *No. 99:* 若能受持七種受者，以是因緣得生天帝釋處, Ai có thể thọ trì bảy thọ; nhờ nhân duyên này, người ấy sẽ được sanh lên cõi Thiên-đế Thích. **Pāli** *satta vatapadāni samattāni samādinnāni ahesuṃ, yesaṃ samādinnattā sakko sakkattaṃ ajjhagā.*

[195] *No. 99:* 供養父母，及家諸尊長，和顏軟語，不惡口，不兩舌，常真實言；於慳悋世間，雖在居家而不慳惜，行解脫施，勤施，常樂行施，施會供養，等施一切, phụng dưỡng cha mẹ; cúng dường các bậc tôn trưởng; lời nói dịu dàng; không nói dữ; không nói hai lưỡi; thường nói chân thật; đối với thế gian keo kiệt, tuy sống tại gia nhưng không keo lận, hành thí giải thoát, siêng bố thí, thường ưa hành bố thí, mở hội bố thí cúng dường, bố thí bình đẳng tất cả. **Pāli** *Yāvajīvaṃ mātāpettibharo assaṃ, yāvajīvaṃ kule jeṭṭhāpacāyī assaṃ, yāvajīvaṃ saṇhavāco assaṃ, yāvajīvaṃ apisuṇavāco assaṃ, yāvajīvaṃ vigatamalamaccherena cetasā agāraṃ ajjhāvaseyyaṃ muttacāgo payatapāṇi vossaggarato yācayogo dānasaṃvibhāgarato, yāvajīvaṃ saccavāco assaṃ, yāvajīvaṃ akkodhano assaṃ – sacepi me kodho uppajjeyya, khippameva naṃ paṭivineyyā"nti.*

Trời Tam thập tam
Đều nói lời này:
'Ai hành như vậy
Hơn hẳn chúng tôi
Phải trú cõi khác
Để làm vua trời'"[196].

Đức Phật nói kinh này xong, các tỳ-kheo sau khi nghe những lời Phật dạy, hoan hỷ phụng hành.

KINH 34. MA-HA-LY[197]

Tôi nghe như vầy:

Một thời, Đức Phật ở tại một giảng đường lớn, bên kia ao Di-hầu, thành Tỳ-xá-ly[198]. Có một người thuộc dòng Li-xa, tên là Ma-ha-ly[199] đi đến chỗ Phật, đảnh lễ sát chân Phật, rồi ngồi sang một bên, bạch Phật rằng: "Bạch Đức Thế Tôn! Ngài có từng thấy vua Đế Thích chưa?"

Phật đáp: "Ta đã từng thấy".

Li-xa bạch Phật: "Có một con quỷ Dạ-xoa, hình dạng giống như Đế Thích. Đế Thích mà Thế Tôn thấy không phải quỷ Dạ-xoa kia chứ?"[200]

---

[196] Ưng đương biệt trụ, dĩ vi thiên vương 應當別住，以為天王. *No. 99:* 當來生此天 Tương lai sinh trời này.

[197] Tương đương *No. 99* (1105). Pāli, S. 11. 13. *Mahāli.* Tham khảo *Tạp A-hàm*, Việt dịch, kinh 1009.

[198] Xá-li Di hầu bỉ ngạn đại giảng đường trung 毘舍離獼猴彼岸大講堂中. *No. 99:* 鞞舍離國獼猴池側重閣講堂, giảng đường Trùng Các, bên ao Di Hầu, nước Tì-xá-ly. *Pāli* vesāliyaṃ viharati mahāvane kūṭāgārasālāyaṃ.

[199] *No. 99:* Li-xa danh Ma-ha-lị 離車名摩訶利. *Pāli* Mahāli Licchavī.

[200] *No. 99:* 世尊！見有鬼似帝釋形以不? Thế Tôn có thấy con quỷ giống hình Thiên-đế Thích không?" *Pāli* "So hi nūna, bhante, sakkapatirūpako bhavissati. Duddaso hi, bhante, sakko devānamindo

Phật bảo Li-xa: "Ta biết rõ hình dạng của Đế Thích. **[384c01]** Ta cũng biết rõ hình dạng của Dạ-xoa giống như Đế Thích. Ta cũng biết tường tận về bổn hạnh và việc làm của Đế Thích.[201] Khi còn làm người, Đế Thích rất hiếu thuận với cha mẹ, cung kính các bậc tôn trưởng, nói lời nhu hòa, không nói hai lưỡi, dứt bỏ xan tham tật đố, thường ưa bố thí, luôn nói lời chân thật, trừ bỏ sân nhuế, không khởi hiềm hận."

Bấy giờ, Thế Tôn liền nói kệ:

"Ở nơi cha mẹ
Cực kỳ hiếu thuận
Đối với tôn trưởng
Hết lòng cung kính
Thường làm việc thiện
Nói lời nhu hòa
Không nói hai lưỡi
Xan tham sân giận
Trời Tam thập tam
Đều nói lời này:
'Ai hành như vậy
Hơn hết chúng tôi
Nên trú cõi khác
Để làm vua trời.'"

Đức Phật nói kinh này xong, các tỳ-kheo sau khi nghe những lời Phật dạy, hoan hỷ phụng hành.

" ti. Bạch Thế Tôn, có thể vị ấy không phải mà là tương tự Đế Thích, vì Thiên chủ Đế Thích rất khó thấy.

201 *No. 99:* "Ta biết Thiên-đế Thích. Cũng biết có quỷ giống Thiên-đế Thích. Cũng biết pháp Thiên-đế Thích kia thọ trì, nhờ những pháp này mà được sanh chỗ Thiên-đế Thích..." *Sakkañca khvāhaṃ, mahāli, pajānāmi sakkakaraṇe ca dhamme, yesaṃ dhammānaṃ samādinnattā sakko sakkattaṃ ajjhagā, tañca pajānāmi.*

KINH 35. ĐẾ THÍCH[202]

Tôi nghe như vầy:

Một thời, Đức Phật ở tại vườn Cấp Cô Độc, rừng cây Kỳ-đà, nước Xá-vệ[203]. Bấy giờ, có một tỳ-kheo đi đến chỗ Phật, đảnh lễ sát chân Phật, rồi đứng sang một bên, bạch Phật rằng: "Bạch Đức Thế Tôn! Sao gọi là Đế Thích? Làm thế nào tác thành tướng Đế Thích?"[204]

Phật bảo tỳ-kheo: "Đế Thích khi còn làm người, đối với việc bố thí có niềm tin thuần tịnh, tín tâm bố thí cho người bần cùng, sa-môn, bà-la-môn... Ông ấy bố thí đồ ăn thức uống, đủ thứ thực phẩm, đủ loại vòng hoa, đủ các loại hương, hương đốt, hương xoa, tiền tài, giường chõng. Do nhân duyên này mà chư thiên gọi là Đế Thích."[205]

Tỳ-kheo lại bạch Phật: "Vì sao gọi Đế Thích là Phú-lan-đãn-na?"[206]

Phật bảo tỳ-kheo: "Đế Thích khi xưa, lúc còn làm người, bố thí không biết chán, không biết đủ, lúc nào cũng bố thí, vì vậy chư thiên gọi là Phú-lan-đãn-na."

Lại hỏi: "Do nhân duyên gì lại gọi Đế Thích là Ma-khư-bà?"[207]

Phật bảo tỳ-kheo: "Đế Thích xưa làm Bà-la-môn có tên là Ma-khư-

---

[202] Tương đương *No. 99* (1106). Pāli, S. 11. 12. *Sakkanāma*. Tham khảo *Tạp A-hàm*, Việt dịch, kinh 1010.

[203] Pāli *Sāvatthiyaṃ jetavane. No. 99:* Giảng đường Trùng Các, bên ao Di Hầu, nước Tì-xá-ly.

[204] Vân hà danh Đế Thích? Vân hà tác Đế Thích tướng? 云何名帝釋? 云何作帝釋相? *No. 99:* 何因、何緣釋提桓因名釋提桓 因? Do nhân gì, duyên gì mà Thích Đề-hoàn Nhân được gọi là Thích Đề-hoàn Nhân?

[205] Dĩ thị nhân duyên, thời chư thiên đẳng danh vi Đế Thích 以是因緣。時 諸天等名為帝釋. *No. 99:* 以堪能故，名釋提桓因. Vì có khả năng làm những việc như vậy, nên gọi là Thích Đề-hoàn Nhân. Pāli *sakkaccaṃ dānaṃ adāsi, tasmā sakkoti vuccati,* bố thí một cách cung kính, nên gọi là Sakka.

[206] Phú-lan-đãn-na 富蘭但那. *No. 99:* Phú-lan-đà-la 富蘭陀羅. Pāli *Purindada.*

[207] Ma-khư-bà 摩佉婆. *No. 99:* Ma-già-bà 摩伽婆. Pāli *Maghavā.*

bà."²⁰⁸

Lại hỏi: "Do nhân duyên gì gọi là Bà-sa-bà?"²⁰⁹

Phật đáp: "Luôn luôn đem y phục bố thí cho sa-môn, bà-la-môn, do nhân duyên này mà có tên Bà-sa-bà."²¹⁰

Lại hỏi: "Do nhân duyên gì có tên là Kiều-thi-ca?"²¹¹

Phật bảo tỳ-kheo: "Đế Thích khi còn làm người, thuộc họ Kiều-thi-ca, nên gọi là Kiều-thi-ca."

"Lại do nhân duyên gì gọi là Xá-chỉ-phu?"²¹²

Phật bảo tỳ-kheo: "Đế Thích cưới con gái của vua A-tu-la Tỳ-ma-chất-đa-la, tên là Xá-chỉ."²¹³

Lại hỏi: "Do nhân duyên gì gọi là Thiên nhãn?"²¹⁴

Phật bảo tỳ-kheo: "Đế Thích khi xưa làm người, hết sức thông minh. Khi xét đoán việc, chỉ trong tích tắc ông có thể xét đoán đến cả nghìn việc, **[385a01]** do nhân duyên này gọi là Thiên Nhãn."²¹⁵

---

²⁰⁸ ᴾᵃˡⁱ *pubbe manussabhūto samāno magho nāma māṇavo ahosi, tasmā maghavāti vuccati.* xưa kia, khi còn làm người, ông ấy là thiếu niên tên *Magha*, nên được gọi là *Maghavā*.

²⁰⁹ Bà-sa-bà 婆娑婆. *No. 99:* Sa-bà-bà 娑婆婆. ᴾᵃˡⁱ *Vāsava.*

²¹⁰ *No. 99:* Thường đem áo Bà-sân-bà (婆詵私) bố thí, cúng dường. ᴾᵃˡⁱ *āvasathaṃ adāsi, tasmā vāsavoti vuccati,* thường bố thí nhà ở, nên được gọi là *Vāsava.*

²¹¹ Kiều-thi-ca 憍尸迦. ᴾᵃˡⁱ *Kosiya (Kosika).*

²¹² Xá-chỉ-phu 舍脂夫, chồng của Xá-chỉ. *No. 99:* Xá-chỉ-bát-đê 舍脂鉢低. ᴾᵃˡⁱ *Sujampati,* chồng của Bà *Sujā.*

²¹³ *No. 99:* "Nữ A-tu-la Xá-chỉ là đệ nhất thiên hậu của Thiên-đế Thích, nên đế Thích được gọi là Xá-chỉ-bát-đê". ᴾᵃˡⁱ *sujā nāma asurakaññā pajāpati, tasmā sujampatīti vuccati.*

²¹⁴ Thiên nhãn 千眼. ᴾᵃˡⁱ *Sahassakkha,* người có nghìn con mắt.

²¹⁵ *No. 99:* ngồi một chỗ mà suy nghĩ cả nghìn thứ việc, xem xét, cân nhắc. ᴾᵃˡⁱ *sahassampi atthānaṃ muhuttena cinteti.*

"Lại do duyên gì gọi là Nhân-đà-la[216]?"

Phật bảo tỳ-kheo: "Đế Thích ở cương vị Vua trời, vì xét quyết mọi việc cõi trời[217], nên gọi là Nhân-đà-la."

Bấy giờ, Đức Thế Tôn bảo các tỳ-kheo: "Vì có khả năng làm đủ bảy sự việc trên, do nhân duyên này nên chư thiên gọi ông ta là Đế Thích."[218]

Đức Phật nói kinh này xong, các tỳ-kheo sau khi nghe những lời Phật dạy, hoan hỷ phụng hành.

KINH 36. DẠ-XOA[219]

Tôi nghe như vầy:

Một thời, Đức Phật ở tại vườn Cấp Cô Độc, rừng cây Kỳ-đà, nước Xá-vệ[220]. Bấy giờ, Thế Tôn bảo các tỳ-kheo: "Xưa kia có một Dạ-xoa, hình dáng rất nhỏ, nhan sắc thô xấu, thân hình lại đen, người nhìn thấy không vui[221], ngồi trên tòa của Đế Thích. Bấy giờ, chư thiên trời Tam Thập Tam thấy Dạ-xoa này ngồi chỗ của Đế Thích đều rất tức giận, mắng nhiếc đủ điều. Khi ấy, tướng xấu của Dạ-xoa dần dần biến

---

[216] Nhân-đà-la 因陀羅. *No. 99*: Nhân-đề-lợi 因提利. **Pāli** *Inda* hay *Devānaminda*, Thiên Chủ.

[217] *No. 99*: là vua, là chủ cõi trời Tam Thập Tam. **Pāli** *devānaṃ tāvatiṃsānaṃ issariyādhipaccaṃ rajjaṃ kāreti*, thống lãnh và cai trị chư thiên Tam Thập Tam.

[218] *No. 99*: Thích Đề-hoàn Nhân, do nhân duyên thọ trì bảy thứ thọ này nên được làm Thiên-đế Thích. **Pāli** *satta vatapadāni samattāni samādinnāni ahesuṃ*.

[219] Tương đương *No. 99* (1107). Pāli, S. 11. 3. 2. *Dubbaṇṇiya*. Tham khảo *Tạp A-hàm*, Việt dịch, kinh 1011.

[220] *No. 99*: Giảng đường Trùng Các, bên ao Di Hầu, nước Tì-xá-li. **Pāli** *Sāvatthiyaṃ jetavane.*

[221] *No. 99*: một quỷ Dạ-xoa xấu xí. **Pāli** *aññataro yakkho dubbaṇṇo okoṭimako*, một Dạ-xoa xấu xí, thấp lùn.

mất, sắc đẹp hiển lộ, cao lớn dần dần. Chư thiên càng tức giận mắng nhiếc bao nhiêu, thân hình của Dạ-xoa càng trở nên cao lớn, nhan sắc càng tươi sáng, đẹp đẽ bấy nhiêu.[222]

Chư thiên dẫn nhau đến chỗ Đế Thích, tâu Đế Thích rằng: 'Có một Dạ-xoa rất là xấu xí, thân hình nhỏ xíu, ngồi trên tòa của Đế Thích. Chư thiên chúng tôi chửi mắng thậm tệ, nhan sắc của Dạ-xoa kia trở nên xinh đẹp, thân hình lớn dần.'

Đế Thích nói: 'Có một hạng Dạ-xoa, khi bị mắng chửi thì thân hình sắc tướng trở nên xinh đẹp, gọi là sân giận của người giúp ích[223].'

Bấy giờ, Đế Thích về lại chỗ ngồi, bày vai bên hữu, tay dâng lư hương, nói với Dạ-xoa: 'Đại tiên! Tôi là Đế Thích. Tôi là Đế Thích'. Tự xưng tên ba lần, Dạ-xoa trở nên nhỏ dần, hình sắc chuyển lại xấu xí,[224] ngay nơi ấy biến mất. Đế Thích trở lại tòa của Đế Thích, nói với chư thiên: 'Từ nay trở đi, các vị chớ nổi sân giận. Nếu gặp phải chuyện xấu, cẩn thận chớ tăng thêm sân giận.'[225] Liền nói kệ:

'Nếu người đến lăng nhục
Chớ lăng nhục lại người
Khi người đến xâm hại
Nên sinh khởi Từ tâm.
Người không sân, không hại
Nên luôn luôn thân cận
Vị ấy chính Hiền Thánh
Hoặc đệ tử Hiền Thánh
Những người thường sân giận

---

[222] Pāli *Yathā yathā kho, bhikkhave, devā tāvatiṃsā ujjhāyanti khiyyanti vipācenti, tathā tathā so yakkho abhirūpataro ceva hoti dassanīyataro ca pāsādikataro ca.*

[223] Trợ nhân sân 助人瞋. No. 99: 彼是瞋恚對治鬼, chính sân giận này là đối trị của con quỷ. Pāli *kodhabhakkho yakkho bhavissati,* Dạ-xoa được nuôi dưỡng bằng sân giận.

[224] No. 99: Thích Đề-hoàn Nhân càng tỏ sự cung kính khiêm hạ như vậy bao nhiêu, con quỷ kia cũng theo đó dần dần trở lại xấu xí bấy nhiêu.

[225] No. 99 không có đoạn Đế Thích khuyên dạy chư thiên.

Sân chướng ngại như núi.
Khi sân hận nổi lên
Người chế phục lắng dịu
Đây gọi là thiện pháp
Như cương kiềm ngựa sổng.'

Đức Phật bảo các tỳ-kheo: 'Đế Thích ở cương vị vua trời, hưởng thụ các dục lạc mà còn chế phục được sân, lại luôn khen ngợi người biết kiềm chế sân, huống hồ tỳ-kheo các ngươi, **[385b01]** vì niềm tin xuất gia vào đạo, sống không nhà, cạo bỏ râu tóc, thân mặc pháp phục mà không chế phục sân, khen ngợi người xa lìa sân? Vì thế, này các tỳ-kheo! Hãy học như đây'.''

Bấy giờ, các tỳ-kheo sau khi nghe những lời Phật dạy, hoan hỷ phụng hành.

KINH 37. HÀNH NHẪN NHỤC[226]

Tôi nghe như vầy:

Một thời, Đức Phật ở tại vườn Cấp Cô Độc, rừng cây Kỳ-đà, nước Xá-vệ. Bấy giờ sáng sớm, đến giờ Thế Tôn đắp y ôm bát vào thành khất thực. Thọ thực xong, Thế Tôn rửa chân, xếp tọa cụ đi vào rừng Đắc Nhãn, quan sát khắp nơi, sau đó đến dưới một gốc cây, ở chỗ vắng vẻ, ngồi kiết-già, an trụ ban ngày[227].

Bấy giờ, trong tinh xá Kỳ-hoàn[228], khi Tăng đoán sự có hai tỳ-kheo

---

[226] Tương đương *No.* 99 (1108). Pāli, *S*.11. 3. 4. *Accaya*; *S*.11. 3. 5. *Akkodha*. Tham khảo *Tạp A-hàm*, Việt dịch, kinh 1012.

[227] Trụ ư thiên trụ 住於天住; divāvihārāra, an trú ban ngày tức nghỉ trưa. *No.* 99: nhập trú chánh tho 入晝正受, chỉ sự nghỉ trưa. **Xem cht.58.** *Tạp A-hàm* i.

[228] Kỳ-đà 耆陀. *No.* 99: Kỳ Hoàn 祇桓.

nổi lên tranh cãi,[229] một người im lặng nhẫn, một người nổi giận phừng phừng.[230] Người nổi giận phừng phừng tự thấy lỗi của mình nên đến trước tỳ-kheo im lặng nhẫn cầu xin sám hối. Tỳ-kheo im lặng nhẫn không nhận sự sám hối của vị kia[231]. Hai bên cứ nói qua lại, nên các tỳ-kheo cùng đến khuyên can, tiếng lớn ồn ào.

Lúc ấy, Như Lai đang an trụ ban ngày, bằng thiên nhĩ thanh tịnh hơn tai người thường, xa nghe âm thanh này, liền từ chỗ ngồi đứng dậy, đi vào trong Tăng, ở trước chúng Tăng, trải tòa ngồi. Đức Phật nói với các tỳ-kheo: "Sáng nay Ta đắp y ôm bát vào thành khất thực, *cho đến...* vào trong rừng tĩnh tọa, nghe các tỳ-kheo lớn tiếng ồn ào, là việc gì vậy?"

Khi ấy, các tỳ-kheo bạch Phật: "Bạch Đức Thế Tôn! Trong tinh xá Kỳ-hoàn, khi Tăng đoán sự, có hai tỳ-kheo nổi lên tranh cãi, một người im lặng nhẫn, một người chửi mắng phừng phừng. Tỳ-kheo nổi giận phừng phừng tự biết mình có lỗi, đến trước vị kia thành tâm sám hối. Tỳ-kheo im lặng nhẫn không nhận sự sám hối của vị kia, nên hai bên cứ nói qua lại, [các tỳ-kheo cùng đến khuyên can,] lớn tiếng, ồn ào."

Đức Phật bảo tỳ-kheo: "Ngươi thật ngu si, sao không nhận sự sám hối của người?"[232] Này các tỳ-kheo! Các ngươi nên biết, xưa kia Thích đề-hoàn nhân, tại Thiện pháp đường, ở giữa thiên chúng nói kệ răn dạy:[233]

---

[229] **Pāli** *dve bhikkhū sampayojesuṃ*, hai tỳ-kheo tranh cãi nhau.

[230] *No. 99:* 一人罵詈，一人默然, một người chửi mắng, một người im lặng.

[231] **Pāli** *so bhikkhu tassa bhikkhuno santike accayaṃ accayato deseti; so bhikkhu nappaṭiggaṇhāti*, Tỳ-kheo kia biết lỗi, đến trước tỳ-kheo này phát lộ lỗi lầm; nhưng tỳ-kheo này không chấp nhận.

[232] Vân hà ngu si, bất thọ tha sám? 云何愚癡，不受他懺? *No. 99:* "Thế nào, tỳ-kheo ngu si? Người đến sám hối mà không nhận sự sám hối của người. Nếu có người sám hối mà người nào đó không nhận, thì đó là người ngu si, lâu dài bị khổ não, không được lợi ích."

[233] *No. 99:* vào thời quá khứ, có chư thiên Tam Thập Tam tranh chấp nhau. Thích đề-hoàn nhân nói kệ răn dạy. **Pāli** *sakko devānamindo*

'Thí như dùng bầu chứa
Châm dầu thêm cho đèn
Lửa bốc cháy bừng bừng
Thiêu luôn cả bầu chứa.
Tâm sân cũng như vậy
Tự thiêu rụi thiện căn
Ta trọn không ôm hận
Sân giận tự tiêu tan.
Không như dòng nước xoáy
Xoay chuyển mãi không cùng
Dẫu sân không lời ác
Không phạm húy của ngươi.
Kiêng dè như mạch sống
Ta không gây tổn thương
[385c01] Điều phục ngay thân mình
Chính mình được lợi lạc.
Người không sân không hại
Đây chính là Hiền Thánh
Hoặc đệ tử Hiền Thánh
Thường nên thân cận họ.
Những người hay sân hận
Chướng ngại nặng như núi.
Khi sân hận nổi lên
Người chế phục lắng dịu
Đây gọi là thiện pháp
Như cương kiềm ngựa xổng.'

Đức Phật bảo các tỳ-kheo: 'Thích đề-hoàn nhân ở cương vị vua trời, tự tại trong các tầng trời mà còn có thể tu nhẫn, khen ngợi pháp nhẫn nhục. Huống chi tỳ-kheo các ngươi, người xuất gia, hủy bỏ hình đẹp lại còn không nhẫn nhục và khen ngợi pháp nhẫn nhục sao?'"

Đức Phật nói kinh này xong, các tỳ-kheo sau khi nghe những lời Phật dạy, hoan hỷ phụng hành.

---

sudhammāyaṃ sabhāyaṃ deve tāvatiṃse anunayamāno tāyaṃ
velāyaṃ imaṃ gāthaṃ abhāsi.

KINH 38. THIỆN LUẬN NGHỊ[234]

Tôi nghe như vầy:

Một thời, Đức Phật ở tại vườn Cấp Cô Độc, rừng cây Kỳ-đà, nước Xá-vệ. Bấy giờ, Thế Tôn nói với các tỳ-kheo: "Thuở xưa, Thích đề-hoàn nhân dẫn các thiên chúng đến cùng với A-tu-la dàn trận sắp đánh nhau.[235] Khi ấy, Thích đề-hoàn nhân nói với vua A-tu-la Tỳ-ma-chất-đa-la rằng: 'Bây giờ chúng ta bất tất phải đem nhiều binh chúng để sát hại lẫn nhau, chỉ nên cùng nhau luận nghị để phân định thắng bại.'[236]

Tỳ-ma-chất-đa-la nói với Thích đề-hoàn nhân: 'Này Kiều-thi-ca! Nếu chúng ta luận nghị, ai sẽ phân định thắng bại?'[237]

Thích đề-hoàn nhân đáp: 'Trong thiên chúng của ta cũng như của A-tu-la đều có những người thông minh, trí tuệ, biện tài, người có khả năng phán quyết hay dở/tốt xấu, thắng bại.'[238]

Tỳ-ma-chất-đa-la nói: 'Đế Thích! Bây giờ ông có thể lập luận trước.'[239]

---

[234] Tương đương *No. 99* (1109). Pāli, S. 11. 5. *Subhāsitajaya*. Tham khảo *Tạp A-hàm*, Việt dịch, kinh 1013.

[235] Pāli *Bhūtapubbaṃ... devāsurasaṅgāmo samupabyūḷho ahosi,...* một trận chiến dữ dội sắp xảy ra giữa chư thiên và A-tu-la.

[236] *No. 99:* 'Chúng ta không được sát hại nhau, chỉ nên luận nghị. Ai bị khuất lý phải phục.' Pāli *vepacitti asurindo sakkaṃ devānamindaṃ etadavoca – 'hotu, devānaminda, subhāsitena jayo' ti. 'Hotu, vepacitti, subhāsitena jayo' ti*, Vepacitti, vua A-tu-la nói với Thiên chủ *Sakka*: Này Thiên chủ, ai (bằng) luận nghị hay, người ấy thắng. Này *Vepacitti*, ai (bằng) luận nghị hay, người ấy thắng.'

[237] *No. 99:* "... ai sẽ làm chứng để biết lý đó thông suốt hay bế tắc?"

[238] *No. 99:* "Trong chúng chư thiên tự có người trí tuệ sáng suốt ghi nhận điều này. Trong chúng A-tu-la cũng tự có người sáng suốt ghi nhận."

[239] Đế Thích nhữ kim tiên thuyết 帝釋汝今先說. *No. 99:* Thích đề-hoàn nhân nói: "Các ông có thể lập luận trước, tôi sẽ theo đó lập luận sau, thì không phải khó."

Đế Thích đáp: 'Tôi cũng có thể lập luận. Nhưng ông là cựu thiên nên hãy lập luận trước.'[240]

Tỳ-ma-chất-đa-la liền nói kệ lập luận:

'Ta thấy nhẫn sai lầm
Kẻ ngu cho pháp nhẫn
Vì sợ hãi nên nhẫn
Liền cho mình là thắng'

Thích đề-hoàn nhân lại nói kệ:

'Tùy họ nói sợ hãi
Lợi mình là tối thắng
Tài bảo và các lợi
Không thắng được người nhẫn.'

Tỳ-ma-chất-đa-la lại nói kệ:

'Kẻ ngu không trí huệ
Cần phải nên chế phục
Thí như trâu đi sau
Vượt lên trên trâu trước
[386a01] Cho nên cần dao gậy
Đánh bại kẻ ngu si.'

Thích đề-hoàn nhân liền đáp kệ:

'Ta thấy chế phục ngu
Im lặng nhẫn hơn hết
Kẻ sân hận cực độ
Nhẫn nhịn kia tự ngừng
Người không sân, không hại
Vị ấy chính Hiền Thánh
Hay đệ tử Hiền Thánh
Thường nên thân cận họ.
Còn những người sân hận
Sân chướng nặng như núi

_____

[240] Tạp A-hàm không có ý nghĩa này.

Nếu sân hận nổi lên
Mà chế phục lắng dịu
Đây gọi là thiện nghiệp
Như cương kiềm ngựa sổng.'

Những người trí tuệ trong chúng chư thiên và A-tu-la, cùng nhau xem xét rõ ràng, bình luận, thẩm định thắng bại. Vì luận thuyết của A-tu-la căn bản là đấu tranh, Thích đề-hoàn nhân thì ngăn chặn và chấm dứt tranh tụng, tâm không tức giận, cạnh tranh. Do đó, A-tu-la bại trận, Đế Thích chiến thắng.[241]

Đức Phật nói với các tỳ-kheo: 'Thích đề-hoàn nhân là bậc tự tại trong các cõi Trời, luôn luôn nhẫn nhục, khen ngợi pháp nhẫn nhục[242]. Tỳ-kheo các người nếu nhẫn nhục và khen ngợi pháp nhẫn nhục, mới xứng đáng với pháp xuất gia.'"[243]

Đức Phật nói kinh này xong, các tỳ-kheo sau khi nghe những lời Phật dạy, hoan hỷ phụng hành.

KINH 39. NGŨ PHƯỢC[244]

Tôi nghe như vầy:

Một thời, Đức Phật ở tại vườn Cấp Cô Độc, rừng cây Kỳ-đà, nước

---

[241] *No. 99:* "Bài kệ của Tì-ma-chất-đa-la nói lúc nào cũng chỉ khởi lên chiến đấu, tranh tụng... dạy người chiến đấu tranh tụng. Còn bài kệ của Thích đề-hoàn nhân lúc nào cũng muốn chấm dứt chiến đấu, tranh tụng. Nên biết trời Đế Thích luôn luôn dạy người đừng chiến đấu, tranh tụng. Nên biết, Đế Thích khéo lập luận được thắng."

[242] *No. 99:* luận nghị thiện, khen ngợi những luận nghị thiện.

[243] *No. 99:* Tỳ-kheo các ngươi... cũng nên lập luận đúng và khen ngợi những luận cứ đúng. Hãy học như vậy."

[244] Tương đương *No. 99* (1110). Pāli, S. 11. 1. 4. *Vepacitti.* Tham khảo *Tạp A-hàm,* Việt dịch, kinh 1014.

Xá-vệ. Bấy giờ, Thế Tôn nói với các tỳ-kheo: "Vào thuở xa xưa, Thích đề-hoàn nhân cùng với A-tu-la sắp đánh nhau, trừng trị nghiêm khắc. Bấy giờ, Thích đề-hoàn nhân nói với chư thiên: 'Chư thiên chúng ta nếu chiến thắng, nhất định phải bắt trói chặt A-tu-la năm chỗ, đem về thiên cung.'

Bấy giờ, A-tu-la cũng ra lệnh cho chúng của mình: 'Nếu chúng ta thắng, cũng bắt trói chặt Thích đề-hoàn nhân năm chỗ, đem về cung điện A-tu-la.'[245]

Khi ấy, chúng chư thiên chiến thắng, liền bắt trói chặt Tỳ-ma-chất-đa-la năm chỗ, đem về thiên cung[246]. Khi Tỳ-ma-chất-đa-la thấy Đế Thích thì tức giận, chửi mắng, phát ra những lời cực kỳ xấu ác.[247] Đế Thích bấy giờ đích thân nghe những lời chửi mắng, nhưng im lặng không hề đáp trả. Bấy giờ, người đánh xe Ma-đắc-già[248] liền nói kệ:

> 'Chồng của Thích-chỉ Ma-khư-bà
> Người vì sợ hãi hay vô lực?
> Tỳ-ma-chất-đa mắng trước người
> Phát lời cực ác sao nhẫn nhịn?'

Lúc ấy, Đế Thích nói kệ đáp:

---

245 ⬚ Pali *yena naṃ sakkaṃ devānamindaṃ kaṇṭhapañcamehi bandhanehi bandhitvā mama santike āneyyātha asurapura ' nti.* Hãy trói chặt Thiên chủ *Sakka* với những chỗ mà cổ là thứ năm, sau đó dẫn đến trước ta trong thành A-tu-la.

246 ⬚ *No. 99* thêm: 縛在帝釋斷法殿前門下, treo dưới cửa trước điện Đoán pháp. ⬚ Pali *sakkassa devānamindassa santike ānesuṃ sudhammasabhaṃ,* hãy dẫn đến điện *Sudhamma* (Thiện Pháp đường) trước Thiên chủ *Sakka*.

247 ⬚ Pali *Vepacitti asurindo ... sakkaṃ devānamindaṃ sudhammasabhaṃ pavisantañca nikkhamantañca asabbhāhi pharusāhi vācāhi akkosati paribhāsati,* Vua A-tu-la *Vepacitti* chê bai, mắng nhiếc Thiên chủ *Sakka* bằng những lời thô lỗ, độc ác khi ngài đi vào ra Thiện Pháp đường.

248 ⬚ Pali *Mātali saṅgāhako,* người đánh xe *Mātali.*

'Ta không vì sợ mà nhẫn nhịn,
Ta cũng chẳng vì không đủ sức
[386b01] Mà sợ Tỳ-ma-chất-đa-la,
Ta vì thắng trí tự tu nhẫn.
Kẻ ngu biết cạn, trí sao bằng
Thường hay tranh tụng tâm không dứt
Nếu Ta dùng sức để chế phục
Giống kẻ ngu kia chẳng khác gì.'

Người đánh xe lại nói kệ:

'Kẻ ngu nếu phóng túng
Càng kịch liệt chẳng dừng
Như trâu đi sau kia
Vọt lên trên trâu trước
Kẻ mạnh nên dùng sức
Khống chế kẻ ngu hèn.'

Đế Thích lại nói kệ:

'Ta thấy trị kẻ ngu
Nhẫn im lặng hơn hết
Khi nóng giận bừng bừng
Nhẫn chế ngự tối ưu
Kẻ ngu tưởng có lực
Mà thật ra vô lực
Ngu chẳng biết thiện ác
Không có pháp chế phục.
Thân Ta vốn dũng lực
Nhẫn kẻ ngu kém hèn
Đây là nhẫn đệ nhất
Bậc thiện trong pháp nhẫn.
Kẻ yếu gặp người mạnh
Không thắng nên không làm
Đây gọi sợ hãi nhẫn
Không gọi là thật nhẫn.
Người uy lực tự tại
Bị người khác mắng chê

Mặc nhiên không đáp trả

Đây gọi là Thắng nhẫn.

Yếu kém sợ uy lực

Im lặng không đáp trả

Đây gọi là sợ hãi

Không phải là hành nhẫn.

Kẻ ngu si vô trí

Gây ác hại cho người

Thấy người im lặng nhẫn

Liền cho là mình thắng

Bậc Hiền thánh có trí

Xem nhẫn là hơn hết

Vì vậy chúng thánh hiền

Thường khen công đức nhẫn.

Bớt mình và cho người

Diệt trừ nạn sợ hãi

Thấy người nổi giận dữ

Chỉ hành im lặng nhẫn.

Giận dữ kia tự tiêu

Chẳng phiền lực dao gậy

Hai bên được lợi lớn

Lợi mình cũng lợi người.

Kẻ ngu cho nhẫn hèn

Hiền trí lại khen ngợi.

[386c01] Nhẫn với kẻ hơn mình

Vì sợ chuốc hoạn hại

Nếu tranh kẻ bằng mình

Vì sợ hại nên nhẫn

Nhẫn nhịn kẻ thấp kém

Là pháp nhẫn tối thượng.'

Phật bảo các tỳ-kheo: 'Đế Thích ở cõi trời Tam Thập Tam, tối thắng tự tại, thi hành vương pháp mà còn có thể tu nhẫn, tán thán pháp nhẫn, huống hồ các tỳ-kheo, hủy bỏ thân hình, gia nhập Phật pháp, cần phải tu nhẫn, khen ngợi pháp nhẫn. Nếu có thể tu nhẫn và khen ngợi pháp nhẫn, đó mới chính là pháp xuất gia.'"[249]

Đức Phật nói kinh này xong, các tỳ-kheo sau khi nghe những lời Phật dạy, hoan hỷ phụng hành.

KINH 40. KÍNH PHẬT[250]

Tôi nghe như vầy:

Một thời, Đức Phật ở tại vườn Cấp Cô Độc, rừng cây Kỳ-đà, nước Xá-vệ. Bấy giờ, Thế Tôn nói với các tỳ-kheo: "Thuở xưa, Thích đề-hoàn nhân muốn đến công viên[251], sai người đánh xe Ma-đắc-lê-già[252]: 'Ngươi hãy sửa soạn cổ xe một nghìn ngựa.' Ma-đắc-lê-già nhanh chóng sửa soạn xe xong, đến thưa với Đế Thích: 'Xe ngựa đã sửa soạn xong, xin ngài biết thời'.

Đế Thích trên cung điện Tì-thiền-diên[253] bước ra, hướng về phía Đông chắp tay kính lễ Phật[254]. Ma-đắc-lê-già thấy Đế Thích hướng về phía Đông chắp tay, sanh lòng kinh hãi, làm rớt roi ngựa và dây cương đang cầm. Đế Thích hỏi: 'Ngươi thấy việc gì mà kinh hãi đến vậy, làm

---

[249] **Pāli** *sobhetha yaṃ tumhe evaṃ svākkhāte dhammavinaye pabbajitā samānā khamā ca bhaveyyātha soratā cā " ti*, các ngươi hãy làm sáng chói Pháp Luật bằng cách khi xuất gia trong Pháp và Luật thiện thuyết này, hãy tu hành nhu hòa và nhẫn nhục.

[250] Tương đương *No. 99* (1111). Pāli, S. 11. 2. 9. *Satthāravandana*. Tham khảo *Tạp A-hàm*, Việt dịch, kinh 1015.

[251] Du hý viên 遊戲園. *No. 99*: nhập viên quán 入園觀, vào thăm vườn. **Pāli** *uyyānabhūmiṃ gacchāma subhūmiṃ dassanāyā ' ti*, Chúng ta hãy đi đến công viên để ngắm cảnh.

[252] Ma-đắc-lê-già 摩得梨伽. **Pāli** *Mātali*.

[253] Tì-thiền-diên đường 毘禪延堂. *No. 99*: Thường Thắng điện 常勝殿. **Pāli** *Vejayantapāsāda*, cung điện Chiến thắng.

[254] **Pāli** *Vejayantapāsādā orohanto añjaliṃ katvā sudaṃ bhagavantaṃ namassati...* từ cung điện *Vejayanta* xuống, chắp tay kính lễ Thế Tôn.

rớt cả roi ngựa và dây cương?'

Ma-đắc-lê-già thưa: 'Ma-khư Thích-chỉ-chi-phu[255]! Tôi thấy Ngài chắp tay hướng về phía Đông, vì điều này mà sanh lòng kinh sợ nên làm rớt roi ngựa và dây cương. Tất cả chúng sanh đều tôn kính Ngài, tất cả lãnh chúa đều quy thuộc Ngài. Trời Tứ thiên vương và Tam thập tam đều kính lễ Ngài. Còn ai đức cao hơn Ngài, mà khiến Ngài đứng chắp tay hướng về phía Đông như thế?'

Đế Thích đáp: 'Đúng như lời ngươi nói, tất cả đều tôn kính Ta. Còn Bậc mà tất cả trời người đều cung kính, đó chính là Phật.[256] Nay ta hướng về, cung kính, đảnh lễ Ngài'.

Bấy giờ, Đế Thích liền nói kệ:

> 'Đấng Đại danh xưng thế gian tôn
> Ma-đắc-lê-già ngươi nên biết
> Nay Ta đối Ngài sanh kính tín
> Cho nên chắp tay quy hướng Ngài.'

Ma-đắc-lê-già liền nói kệ:

> 'Bấy giờ Ngài kính lễ
> Đấng Tối thắng thế gian
> Tôi cũng theo kính lễ
> Bậc Ngài cung kính lễ.'

Bấy giờ, Đế Thích nói kệ này rồi, chắp tay lễ kính, rồi lên xe đi.[257]

---

[255] Ma-khư Thích-chỉ-chi-phu 摩佉釋脂之夫, Ma-khư, chồng của Thích-chỉ hay Xá-chỉ. [Pali] *maghavā, devarājā sujampati, Magha* hay *Maghavā,* Thiên vương, chồng của Bà *Sujā.*

[256] *No. 99:* Nhưng thế gian lại có đấng Đẳng-chánh-giác tùy thuận, là Bậc Thầy của cả chư thiên. [Pali] *Yo idha sammāsambuddho, asmiṃ loke sadevake; anomanāmaṃ satthāraṃ, taṃ namassāmi, mātali,* Ngài, Đấng Đẳng-chánh-giác trong thế giới này cùng với thế giới chư thiên, Ta kính lễ Ngài, Bậc Đạo sư vô thượng, này *Mātali.*

[257] Tác thị ngữ dĩ, hiệp chưởng lễ kính, thừa liễn nhi khứ 作是語已，合掌禮敬，乘輦而去. [Pali] *"Idaṃ vatvāna maghavā, devarājā sujampati; Bhagavantaṃ namassitvā, pamukho rathamāruhī" ti. Maghavà,* vua

Đức Phật bảo các tỳ-kheo: 'Đế Thích trong cương vị vua trời tự tại mà còn cung kính lễ bái Phật. Tỳ-kheo các ngươi cạo bỏ râu tóc, xuất gia học đạo, cần phải siêng năng cung kính lễ Phật, [387a01] thì mới thích hợp với pháp xuất gia.'"

Phật nói kinh này xong, các tỳ-kheo sau khi nghe những lời Phật dạy, hoan hỷ phụng hành.

KINH 41. KÍNH PHÁP[258]

Tôi nghe như vầy:

Một thời, Đức Phật ở tại vườn Cấp Cô Độc, rừng cây Kỳ-đà, nước Xá-vệ. Bấy giờ, Thế Tôn nói với các tỳ-kheo: "Xưa kia, Thích đề-hoàn nhân muốn đến công viên, bèn sai người đánh xe Ma-đắc-lê: 'Ngươi hãy sửa soạn cỗ xe một nghìn ngựa.' Ma-đắc-lê sửa soạn xe xong, đến thưa với Đế Thích: 'Xe ngựa đã sửa soạn xong, xin ngài biết thời.'

Bấy giờ, Đế Thích ra khỏi cung điện Tì-thiền-diên, chắp tay hướng về phía Nam[259]. Ma-đắc-lê thấy rồi, sanh lòng kinh sợ, đánh rơi cả roi ngựa và dây cương. Đế Thích liền hỏi: 'Ngươi thấy việc gì mà kinh hãi đến vậy?'

Ma-đắc-lê tâu: 'Thưa Ma-khư Thích-chỉ-chi-phu! Nay tôi thấy Ngài chắp tay hướng về phía Nam, vì trong lòng kinh sợ, nên làm rơi cả roi ngựa và dây cương. Tất cả chúng sanh đều tôn kính Ngài, tất cả lãnh chúa đều quy thuộc Ngài, trời Tứ Thiên Vương và Tam thập tam đều lễ kính Ngài. Còn ai đức cao hơn Ngài, mà khiến Ngài đứng chắp tay hướng về phía Nam như thế?'

---

của chư thiên, chồng của *Sujā* nói lời này rồi, kính lễ Thế Tôn, lên xe dẫn đi đầu.

[258] Tương đương *No. 99* (1112). Pāli, S. 11. 2.8. *Gahaṭṭhavandanā*. Tham khảo *Tạp A-hàm*, Việt dịch, kinh 1016-1017.

[259] *No. 99:* Chắp tay hướng về phương Đông kính lễ tôn Pháp.

Đế Thích đáp: 'Đúng như lời ngươi nói, tất cả đều kính tín ta. Nhưng điều mà tất cả trời người đều phải cung kính, đó chính là Pháp. Nay ta cung kính lễ Pháp và Luật hoàn hảo.'[260]

Bấy giờ, Đế Thích liền nói kệ:

> 'Có những bậc xuất gia
> Thường tu bất phóng dật
> Suốt đêm nhập tịch định
> Tu Phạm hạnh tối thượng.
> Xả bỏ hết ba độc
> Chứng được pháp giải thoát
> Có những Pháp như vậy
> Nay ta cung kính lễ.
> Các Đại A-la-hán
> Bậc viễn ly các dục
> Diệt trừ vô minh ám
> Đoạn tận các Kết sử;
> Người tại gia tu thiện
> Không làm các nghiệp ác
> Đây là con Chánh pháp
> Nay ta đều kính lễ.'

Ma-đắc-lê thưa: 'Ngài lễ Pháp tối thắng, tôi nguyện lễ theo Ngài.'

Bấy giờ, Đế Thích nói kệ này rồi, chắp tay lễ kính, rồi lên xe đi.[261]

Đức Phật bảo các tỳ-kheo: 'Đế Thích ở nơi trời, người, được tự tại, mà còn cung kính lễ kính Pháp. Huống hồ tỳ-kheo các ngươi, cạo bỏ râu tóc, xuất gia học đạo, lẽ nào không siêng năng cung kính lễ Pháp?'"

---

[260] Cụ túc giới pháp 具足戒法.

[261] Nhĩ thời, Đế Thích tác thị ngữ dĩ, hiệp chưởng kính lễ, thừa liễn nhi khứ 爾時，帝釋作是語已，合掌敬禮，乘輦而去 Pali *Idaṃ vatvāna maghavā, devarājā sujampati; Puthuddisā namassitvā, pamukho rathamāruhī* " ti, ... Kính lễ các phương...

Phật nói kinh này xong, các tỳ-kheo sau khi nghe những lời Phật dạy, hoan hỷ phụng hành.

KINH 42. KÍNH TĂNG[262]

[387b01] Tôi nghe như vầy:

Một thời, Đức Phật ở tại vườn Cấp Cô Độc, rừng cây Kỳ-đà, nước Xá-vệ. Bấy giờ, Thế Tôn nói với các tỳ-kheo: "Thuở xưa, Thích đề-hoàn nhân muốn đến công viên, bèn sai người đánh xe Ma-đắc-lê: 'Ngươi hãy sửa soạn cỗ xe một nghìn ngựa.' Ma-đắc-lê sửa soạn xe xong, đến thưa với Đế Thích: 'Xe ngựa đã sửa soạn xong, xin ngài biết thời.'

Bấy giờ, Đế Thích ra khỏi cung điện Tì-thiền-diên, chắp tay hướng về phía Tây. Ma-đắc-lê thấy vậy, sanh lòng kinh sợ, đánh rơi cả roi ngựa và dây cương. Đế Thích liền hỏi: 'Ngươi thấy việc gì mà kinh hãi đến vậy?'

Ma-đắc-lê tâu: 'Thưa Ma-khư Thích-chỉ-chi-phu! Nay tôi thấy Ngài chắp tay hướng về phía Tây, vì trong lòng kinh sợ, nên làm rơi cả roi ngựa và dây cương. Tất cả chúng sanh đều tôn kính Ngài, tất cả lãnh chúa đều quy thuộc Ngài, trời Tứ Thiên Vương và Tam thập tam đều lễ kính Ngài. Còn ai có đức cao hơn Ngài, mà khiến Ngài đứng chắp tay hướng về phía Tây như thế?'

Đế Thích đáp: 'Đúng như lời ngươi nói, tất cả đều kính tín ta. Nhưng Bậc mà tất cả trời người đều phải cung kính, đó chính là Tăng. Nay ta cung kính tin tưởng nơi Tăng.'

Bấy giờ, Ma-đắc-lê nói kệ:

---

262 Tương đương *No. 99* (1113). Pāli, S. 11. 2.10. *Saṅghavandanā*. Tham khảo *Tạp A-hàm*, Việt dịch, kinh 1018.

'Thân người đầy hôi hám
Hơn xác chết ngoài đồng
Thường chịu đói khát khổ
Sao mộ kẻ không nhà?
Nay Ngài vì cớ gì
Hết lòng cung kính họ?
Họ có oai đức gì
Và bằng đạo hạnh gì?
Mong Ngài nói tôi rõ
Tôi nay lắng lòng nghe.'

Bấy giờ, Thích đề-hoàn nhân liền nói kệ:

'Vì họ sống không nhà
Ta thật ngưỡng mộ họ
Họ cũng không kho lẫm
Chứa ngũ cốc, lúa gạo.
Lìa các việc thế gian
Tiết chế ăn đủ sống
Khéo hộ trì cấm giới
Khéo giảng thuyết pháp mầu
Tâm dõng mãnh không sợ
Hành Thánh pháp mặc nhiên
Chư thiên, A-tu-la
Thường xảy ra chiến đấu
Hết tất cả mọi người
Đều cạnh tranh, hờn giận
Nay Bậc ta cung kính
Đều lìa xa dao gậy.
Tất cả đều tích chứa
Bậc kia thảy xa lìa
[387c01] Điều thế gian đắm trước
Tâm vị ấy quẳng đi
Nay Ta cung kính lễ
Bậc lìa mọi lỗi lầm
Ma-đắc-lê, ngươi nay
Phải nên biết việc này.'

Bấy giờ, Ma-đắc-lê liền nói kệ:

'Ngài lễ Bậc tối thắng
Tôi cũng cung kính theo
Bậc Ma-khư kính lễ
Tôi cũng lễ theo Ngài.'

Bấy giờ, Đế Thích nói kệ này rồi, chắp tay lễ kính, rồi lên xe đi.[263]

Đức Phật bảo các tỳ-kheo: 'Vua trời Đế Thích kia, vị tự tại giữa cõi trời và người mà còn biết cung kính Tăng. Huống hồ tỳ-kheo các ngươi, người xuất gia học đạo, phải nên cung kính Tăng.'"

Phật nói kinh này xong, các tỳ-kheo sau khi nghe những lời Phật dạy, hoan hỷ phụng hành.

NHIẾP TỤNG

Thất hành[264], Ma-ha-li
Đế Thích và Dạ-xoa
Nhẫn nhục,[265] Thiện luận nghị[266]
Ngũ phược và Kính Phật
Kính Pháp, Tăng mười Kinh.[267]

---

[263] Thuyết thị kệ dĩ, Đế Thích thừa dư nhi khứ 說是偈已，帝釋乘輿而去. **Pāli:** *Idaṃ vatvāna maghavā, devarājā sujampati; Bhikkhusaṅghaṃ namassitvā, pamukho rathamāruhī" ti,* ... Kính lễ Tỳ-kheo Tăng...

[264] Dĩ hà nhân 以何因.

[265] Đắc nhãn 得眼.

[266] Đắc thiện thắng 得善勝.

[267] Hết quyển 2.

TỤNG PHẨM I (3)

KINH 43. TU-TÌ-LA[268]

Tôi nghe như vầy:

Một thời, Đức Phật ở tại vườn Cấp Cô Độc, rừng cây Kỳ-đà, nước Xá-vệ. Bấy giờ, Đức Thế Tôn nói với các tỳ-kheo: "Thuở xưa, A-tu-la tập hợp bốn binh chủng là tượng binh, mã binh, xa binh, bộ binh, thảy đều trang bị đầy đủ để chiến đấu, muốn lên cung trời Đao lợi để đánh nhau với chư thiên.

Bấy giờ, Đế Thích nghe A-tu-la trang bị bốn binh chủng, liền nói với Thiên tử Tu-tì-la[269]: 'Ta nghe A-tu-la trang bị bốn binh chủng, ngươi cũng nên trang bị bốn thứ binh chủng để đi đánh nhau với A-tu-la kia.'[270]

Tu-tì-la tâu: 'Việc này rất tốt.' Sau khi nói như vậy, ông buông lung,

---

[268] Tương đương *No. 99* (1114). Pāli, S. 11. 1. *Suvīra*. Tham khảo *Tạp A-hàm*, Việt dịch, kinh 1019.

[269] Tu-tì-la 須毘羅. *No. 99:* Tú-tì-lê 宿毘梨. Pāli *Suvīra*.

[270] *No. 99:* Bố biết không, A-tu-la đem bốn binh chủng … muốn gây chiến với trời Tam Thập Tam! Bố hãy ra lệnh chư Thiên trời Tam Thập Tam đem bốn binh chủng … cùng đánh với A-tu-la kia." Xem thêm **cht.44.** *Tạp A-hàm* iii. Pāli *ete, tāta suvīra, asurā deve abhiyanti. Gaccha, tāta suvīra, asure paccuyyāhī ' ti.* "Này *Suvīra* thân yêu, các A-tu-la kia tấn công chư Thiên. Này *Suvīra* thân yêu, con hãy đi, ứng chiến các A-tu-la".

đam mê dục lạc, không nhớ việc này[271]. Đế Thích nghe quân A-tu-la đã ra khỏi thành, lại triệu Tu-tì-la đến và nói: 'Nay quân A-tu-la đã ra khỏi thành, ngươi hãy trang bị bốn binh chủng để đi chiến đấu với quân A-tu-la kia.'

[388a01] Tu-tì-la lại tâu: 'Kiều-thi-ca! Đây là việc tốt.' Nhưng Tu-tì-la vẫn đam mê hưởng lạc như vậy, không chuẩn bị chiến đấu. Bấy giờ, quân A-tu-la trang bị nghiêm chỉnh bốn binh chủng đã đến trên núi Tu-di, từ từ tiến đến gần. Đế Thích lại nói: 'Ta nghe quân A-tu-la đã tiến sát lại gần, ngươi hãy đem bốn binh chủng, tiến đến đánh chúng thôi.'

Tu-tì-la liền nói kệ:

'Nếu có chỗ thanh nhàn vô sự
Mong cho tôi có được chốn này.'

Đế Thích liền nói kệ đáp:

'Nếu có chỗ nhàn lạc như đây
Ngươi hãy dẫn ta cùng đến đó.'

Tu-tì-la lại nói kệ:

'Nay tôi biếng nhác không muốn khởi
Dù nghe biết hết không chuẩn bị
Thiên nữ ngũ dục sáng bốn phương
Kính xin Đế Thích cho toại nguyện.'

Đế Thích dùng kệ đáp:

'Nếu có chỗ lười nhác như đây
Trăm ngàn thiên nữ lại vây quanh
Năm dục mặc tình hưởng khoái lạc
Ngươi cùng ta dẫn đến chốn này.'

Tu-tì-la lại nói kệ:

---

271 *No. 99*: Nhưng ông biếng nhác, buông lung, không nỗ lực chuẩn bị. **Pāli**: *suvīro devaputto sakkassa devānamindassa paṭissutvā pamādaṃ āpādesi*, Thiên tử *Suvīra* nhận lời Thiên chủ *Sakka*, nhưng buông lung, không quan tâm.

'Thiên vương nếu không chỗ việc binh
Không cùng ta thọ khổ lạc này.'

Đế Thích nói kệ đáp:

'Ngươi, Tu-tì-la có như đây
Ta sẽ cùng ngươi hưởng lạc này
Có từng nghe thấy nghiệp vô sự
Người được cuộc sống thọ lạc chăng?
Ngươi nay nếu có nơi như vậy
Ta phải mau chóng đến theo ngươi
Ngươi nay sợ việc, ưa nhàn xứ
Nên phải mau mau hướng Niết-bàn.'

Sau khi nghe lời này, Tu-tì-la liền tập hợp binh chủng, xuất quân chiến đấu với A-tu-la. Bấy giờ, chư thiên đắc thắng, A-tu-la bại trận. A-tu-la đã trang bị đủ thứ nhưng lại phải kéo quân về cung.

Phật bảo các tỳ-kheo: 'Thích đề-hoàn nhân ở cương vị vua trời, được đại tự tại mà còn tinh tấn, và khen ngợi tinh tấn[272], huống hồ các ngươi tín tâm xuất gia, mặc y pháp phục lại không siêng năng tinh tấn, khen ngợi sự tinh tấn? Nếu tinh tấn, và khen ngợi pháp tinh tấn như vậy, thì mới thích hợp với pháp xuất gia.'"[273]

Đức Phật nói kinh này xong, các tỳ-kheo sau khi nghe những lời Phật dạy, hoan hỷ phụng hành.

---

[272] Pāli *kārento uṭṭhānavīriyassa vaṇṇavādī bhavissati*, sẽ là người siêng năng tinh tấn và và ca ngợi siêng năng tinh tấn.

[273] Pāli *... uṭṭhaheyyātha ghaṭeyyātha vāyameyyātha appattassa pattiyā anadhigatassa adhigamāya, asacchikatassa sacchikiriyāyā " ti*, ... hãy nỗ lực, siêng năng, tinh tấn để đạt được những gì chưa đạt được, để chứng được những gì chưa chứng, để ngộ được những gì chưa được ngộ.

KINH 44. TIÊN NHÂN[274]

Tôi nghe như vầy:

Một thời, Đức Phật ở tại vườn Cấp Cô Độc, rừng cây Kỳ-đà, nước Xá-vệ. **[388b01]** Bấy giờ, Đức Thế Tôn nói với các tỳ-kheo: "Vào thuở xa xưa, ở nơi A-luyện-nhã[275] cách xa tụ lạc, có rất đông các Tiên nhân đang cư ngụ. Cách chỗ tiên nhân không xa, có thiên và a-tu-la đấu chiến nhau. Bấy giờ, vua A-tu-la Tỳ-ma-chất-đa-la mang năm thứ trang sức: đầu đội mũ thiên quan, tay cầm quạt báu, bên trên che lọng hoa, đeo gươm báu, mang giày dép báu,[276] đi đến trụ xứ của tiên nhân. Họ không theo cửa chính mà từ tường đi vào, và cũng không thăm hỏi hay nói năng gì với chư tiên nhân, rồi lại vượt tường đi ra.[277]

Bấy giờ, có một vị tiên nhân nói như thế này: 'Bọn Tỳ-ma-chất-đa-la không có tâm cung kính, không thăm hỏi hay nói năng gì với chư tiên nhân, còn vượt tường đi ra.'

Lại có một tiên nhân nói thế này: 'Bọn a-tu-la nếu biết cung kính thăm hỏi chư tiên nhân, thì có thể chiến thắng chư thiên, nay ắt không được.'

---

274 Tương đương *No. 99* (1115). Pāli, S. 11. 9. *Araññāyatana-isi*; S. 11. 10 *Samuddaka*. Tham khảo *Tạp A-hàm*, Việt dịch, kinh 1020.

275 A-luyện-nhã xứ 阿練若處, nơi hoang vắng yên tĩnh. *No. 99*: 空閑處. Pāli *araññāyatane*.

276 Pāli *vepacitti asurindo paṭaliyo upāhanā ārohitvā khaggaṃ olaggetvā chattena dhāriyamānena aggadvārena assamaṃ pavisitvā*, Vua A-tu-la *Vepacitti* mang cả giày dép, đeo gươm, che lọng đi vào am thất của các Tiên nhân bằng cửa chính. *No. 99*: Vua A-tu-la Tì-ma-chất-đa-la dẹp bỏ năm loại trang sức, bỏ mũ thiên quan, dẹp dù lọng, bỏ gươm đao, vứt quạt báu, cởi giày dép, đến chỗ ở các Tiên nhân kia. Xem thêm **cht.50.** *Tạp A-hàm* iii.

277 *No. 99* không nói đi vào cửa nào, chỉ nói vào trong cửa nhìn khắp ... rồi đi ra. Pāli *aggadvārena assamaṃ pavisitvā*, đi vào am thất bằng cửa chính.

Có một tiên nhân hỏi: 'Người này là ai?'[278]

Một tiên nhân khác đáp: 'Đó là vua A-tu-la Tỳ-ma-chất-đa-la.'

Tiên nhân lại nói: 'Pháp của a-tu-la tri kiến thật nông cạn, không có phép tắc giáo dục, chẳng có tâm tôn kính, giống như kẻ nông phu, chư thiên chắc chắn chiến thắng, a-tu-la bại trận.'[279]

Bấy giờ, Đế Thích sau khi đến gần chỗ chư tiên nhân, tháo bỏ năm thứ trang sức của một thiên vương, từ cửa đi vào, thăm hỏi chư tiên nhân, quan sát cùng khắp, rồi nói với chư tiên nhân: 'Tất cả quý vị đều an ổn, không có các phiền não chứ?' Sau khi thăm hỏi xong, theo cửa chính đi ra.

Lại có một tiên nhân hỏi: 'Người này là ai mà đến đây thăm hỏi an ủi, đi quanh quan sát cùng khắp, rồi sau mới đi ra, thật là có phép tắc giáo dục, dung nghi đoan chánh.'

Một tiên nhân đáp: 'Đó là Đế Thích.'

Một tiên nhân khác nói: 'Chư thiên cực kỳ kính thuận, đi đứng điềm tĩnh, chư thiên ắt chiến thắng, còn a-tu-la bại trận.'[280]

Tỳ-ma-chất-đa-la nghe các tiên nhân khen ngợi chư thiên, chê bai a-tu-la thì vô cùng tức giận.

Các tiên nhân nghe rồi, đi đến chỗ a-tu-la nói: 'Chúng tôi nghe nói, ông rất phẫn nộ.' Liền nói kệ:

> 'Chúng tôi cố đến đây
> Cầu xin điều mong muốn
> Ban chúng tôi không sợ

---

[278] *No. 99:* Đây là những người gì mà dung sắc không điềm tĩnh, không giống hình người, không oai nghi phép tắc, giống như con nhà ruộng đồng, không phải con nhà trưởng giả?

[279] *No. 99:* 'Đây không phải hiền sĩ, không tốt, bất thiện, không phải Hiền Thánh, phi pháp,... Do đó mà biết thiên chúng tăng trưởng; a-tu-la tổn giảm.'

[280] *No. 99:* 'Đây là bậc hiền sĩ, thiện, tốt, chân thật, oai nghi, phép tắc, ... Vì vậy, nên biết thiên chúng tăng trưởng, chúng a-tu-la tổn giảm.'

> *Cũng đừng khởi giận hờn*
> *Chúng tôi nếu có lỗi*
> *Xin chỉ dạy chúng tôi.'*

Tỳ-ma-chất-đa-la dùng kệ đáp:

> *'Không cho ngươi không sợ*
> *Các ngươi hủy báng ta*
> *Cúi mình xin Đế Thích*
> *Chê bai hủy nhục ta*
> [388c01] *Các ngươi xin không sợ*
> *Ta sẽ cho ngươi sợ.'*

Bấy giờ, chư tiên nhân dùng kệ đáp:

> *'Như người tự tạo tác*
> *Tự nhận lấy quả báo*
> *Hành thiện nhận quả thiện*
> *Hành ác nhận ác báo*
> *Thí như gieo hạt giống*
> *Theo giống được kết quả*
> *Ngươi nay gieo giống khổ*
> *Sau ắt tự nhận lại.*
> *Ta nay xin không sợ*
> *Lại cho ta sợ hãi*
> *Từ nay mãi về sau*
> *Khiến ngươi sợ không cùng.'*

Các tiên nhân trực tiếp nói với a-tu-la rồi, liền cưỡi hư không mà đi. Ngay trong đêm đó, Tỳ-ma-chất-đa-la mộng thấy mình cùng giao chiến với binh của Đế Thích, thì vô cùng sợ hãi. Giấc mộng thứ hai cũng thấy như vậy. Khi thấy giấc mộng thứ ba, thì quân chúng của Đế Thích quả thật kéo đến yêu cầu đánh. Bấy giờ, Tì-ma-chất-đa liền cùng giao chiến. A-tu-la thất bại, Đế Thích truy đuổi theo đến cung của a-tu-la.[281]

---

[281] *No. 99:* Ngay đêm ấy, Vua A-tu-la Tì-ma-chất-đa-la lòng cảm thấy sợ hãi, ba phen trỗi dậy, ... Sau khi thức dậy, trong lòng ông cảm thấy kinh hoàng, sợ hãi, lo lắng là chắc chắn sẽ chiến bại, đành phải rút lui

Bấy giờ, Đế Thích sau nhiều trận chiến đấu, đã đắc thắng, liền kéo nhau đến chỗ của các tiên nhân. Các tiên nhân bên phía Đông, Đế Thích bên phía Tây, ngồi đối diện nhau. Lúc ấy, có gió Đông, một tiên nhân hướng về phía Đế Thích mà nói kệ:

'Tôi xuất gia đã lâu
Dưới nách có mùi hôi
Gió thổi về phía Ngài
Xin tránh qua Nam ngồi
Các mùi thối như đây
Chư thiên không ưa thích.'

Bấy giờ, Đế Thích dùng kệ đáp:

'Kết tập các loại hoa
Để trang sức trên đầu
Mùi thơm nếu bám dính
Không thể sanh nhàm lìa
Các tiên nhân xuất gia
Hương như các tràng hoa
Tôi nay đầu đội nhận
Không bao giờ chán ghét.'

Đức Phật bảo các tỳ-kheo: 'Đế Thích ở ngôi vị vua trời, luôn luôn cung kính các bậc xuất gia[282]. Tỳ-kheo các ngươi vì niềm tin xuất gia, cũng phải nên tôn kính như vậy.'"

Đức Phật nói kinh này xong, các tỳ-kheo sau khi nghe những lời Phật dạy hoan hỷ phụng hành.

---

chạy về cung A-tu-la.

[282] *No. 99:* ... cung kính người xuất gia, cũng thường khen ngợi người xuất gia, cũng thường khen ngợi đức cung kính.

KINH 45. DIỆT SÂN[283]

Tôi nghe như vầy:

Một thời, Đức Phật ở tại vườn Cấp Cô Độc, rừng cây Kỳ-đà, nước Xá-vệ. Bấy giờ, Thích đề-hoàn nhân nhan sắc thù diệu hơn tất cả trời người, đang lúc nửa đêm[284] đi đến chỗ Phật, đảnh lễ sát chân Phật rồi ngồi sang một bên. Lúc ấy, [389a01] tinh xá Kỳ Hoàn bỗng nhiên sáng rực, hơn cả ban ngày.[285] Bấy giờ, Thích đề-hoàn nhân liền nói kệ:

> *"Trừ bỏ việc gì được ngủ yên?*
> *Trừ bỏ vật gì không sầu muộn?*
> *Diệt một pháp nào Phật ngợi khen?[286]*
> *Xin Ngài giải cho con nghi hoặc."*

Bấy giờ, Thế Tôn nói kệ đáp:

> *"Trừ bỏ sân nhuế ngủ được yên*
> *Trừ bỏ sân nhuế không sầu muộn*
> *Diệt trừ sân nhuế rễ gai độc*
> *Đế Thích ông nay nên biết rõ*
> *Sân nhuế hoại bao điều tốt đẹp*
> *Diệt cơ sở trên thật đáng khen."[287]*

---

[283] Tương đương *No. 99* (1116). Pāli, *S.* 11. 3.1. *Chetvā.* Tham khảo *Tạp A-hàm*, Việt dịch, kinh 1021.

[284] Ư kỳ trung dạ 於其中夜. *No. 99*: thần triêu 晨朝, sáng sớm.

[285] *No. 99*: Do thần lực của Đế Thích, ánh sáng từ thân tỏa ra chiếu khắp tinh xá Kỳ thọ.

[286] Pāli " *Kiṃsu chetvā sukhaṃ seti, kiṃsu chetvā na socati; Kissassu ekadhammassa, vadhaṃ rocesi gotamā " ti.* Đoạn trừ gì được lạc? Đoạn trừ gì không sầu? Và một loại pháp gì Phật cho phép sát hại?

[287] Pāli *Kodhaṃ chetvā sukhaṃ seti, kodhaṃ chetvā na socati; Kodhassa visamūlassa, madhuraggassa vāsava; Vadhaṃ ariyā pasaṃsanti, tañhi chetvā na socatī " ti.* Đoạn trừ sân được lạc. Đoạn trừ sân không sầu. Sân rễ độc, vị ngọt. Sát hại ấy Thánh khen. Sát hại chúng không sầu, này hỡi *Vāsava!*

Thích đề-hoàn nhân sau khi nghe những lời Phật dạy, nhiễu quanh Phật ba vòng, rồi hoan hỷ phụng hành.

KINH 46. NGUYỆT BÁT NHẬT[288]

Tôi nghe như vầy:

Một thời, Đức Phật ở tại vườn Cấp Cô Độc, rừng cây Kỳ-đà, nước Xá-vệ. Bấy giờ, Đức Phật nói với các tỳ-kheo: "Vào ngày mồng 8 mỗi tháng[289], Tứ Thiên Vương sai sứ giả[290] đi khảo sát thiên hạ, xem xét nhân gian, có những ai thương yêu hiếu thảo với cha mẹ, kính thuận bậc tôn trưởng, phụng sự sa-môn, bà-la-môn, tu tập thiện pháp, và có những ai làm ác. Vì thế cần phải tu hành thiện pháp, diệt trừ các điều ác, kiểm soát tâm niệm, thọ trì trai giới.[291] Đến ngày mười bốn,[292] Tứ Thiên Vương lại sai Thái tử đi xem xét thiên hạ. Đến ngày mười lăm,[293] Tứ Thiên Vương đích thân đi khảo sát, xem xét thiên hạ cũng lại như vậy.

---

[288] Tương đương *No. 99* (1117). Pāli, A. 3. 37. *Catumahārāja*; A. 3. 38. *Dutiyacatumahārāja*. Tham khảo *Tạp A-hàm*, Việt dịch, kinh 1022.

[289] Nguyệt bát nhật 月八日. Pāli *Aṭṭhamiyaṃ pakkhassa*, ngày thứ tám của nửa tháng. Xem *Tạp A-hàm* iii, cht.56.

[290] Sứ giả 使者. *No. 99*: Đại thần 大臣.

[291] *No. 99*: ..., tôn kính tôn thân, làm các phước đức; thấy ác đời này lo sợ tội đời sau, bố thí làm phước, thọ trì trai giới; vào các ngày mồng tám, mười bốn, mười lăm mỗi tháng, và tháng thần biến, thọ giới, bố-tát.. Pāli *matteyyā petteyyā sāmaññā brahmaññā kule jeṭṭhāpacāyino uposathaṃ upavasanti paṭijāgaronti puññāni karontī 'ti.*

[292] Pāli *cātuddasiṃ pakkhassa*, ngày thứ mười bốn của nửa tháng. Xem *Tạp A-hàm* iii, cht.59.

[293] Pāli *uposathe pannarase*, vào lễ Bố-tát, ngày thứ mười lăm. Xem *Tạp A-hàm* iii, cht.60.

Sau khi xem xét xong, Tứ Thiên Vương đi đến Thiện Pháp Đường của Đế Thích, trình tâu với Đế Thích và nói với chư thiên[294]: 'Người trong thế gian, phần nhiều không hiếu thuận với cha mẹ, không kính trọng sa-môn, bà-la-môn, không phụng sự Sư trưởng và các bậc Tôn túc, cho đến có rất nhiều người không thọ trì trai giới.'

Bấy giờ, Đế Thích và chúng chư thiên nghe rồi buồn bã, không vui. Chư thiên đều nói lời này: 'Chúng chư thiên giảm, a-tu-la tăng thêm.'[295] Nếu trong thế gian có người thường hay hiếu thuận với cha mẹ, cúng dường sa-môn, bà-la-môn, cho đến... nhiều người hay trì giới, Tứ Thiên Vương sẽ tâu lên Đế Thích, khi ấy chúng chư thiên hết sức hoan hỷ, đều nói thế này: 'Người trong thế gian tu hành việc lành, cực kỳ hiền thiện, làm việc nên làm, chư thiên tăng thêm, a-tu-la sẽ giảm'.[296] Đế Thích hoan hỷ,[297] liền nói kệ:

> 'Ngày mồng tám, mười bốn
> Và ngày Rằm mỗi tháng
> Và đến tháng thần biến[298]
> Thọ trì giới thanh tịnh
> Người này được sanh Thiên
> Công đức như chính ta.'

[389b01] Đức Phật nói với các tỳ-kheo: 'Điều Đế Thích nói không

---

[294] Khải bạch Đế Thích tịnh ngữ chư thiên 啟白帝釋并語諸天. Pāli cattāro mahārājāno devānaṃ tāvatiṃsānaṃ sudhammāya sabhāya sannisinnānaṃ sannipatitānaṃ ārocenti, Bốn Đại thiên vương báo cáo với chư Thiên Tam Thập Tam, đang tập họp, ngồi tại hội trường Sudhammā.

[295] Pāli devā tāvatiṃsā anattamanā honti – 'dibbā vata, bho, kāyā parihāyissanti, paripūrissanti asurakāyā '" ti. Chư thiên Tam Thập Tam không hoan hỉ nói: "Chúng chư thiên giảm, chúng a-tu-la thịnh."

[296] Pāli devā tāvatiṃsā attamanā honti – 'dibbā vata, bho, kāyā paripūrissanti, parihāyissanti asurakāyā '" ti. Chư thiên Tam Thập Tam vui mừng nói: "Chúng chư thiên thịnh, chúng a-tu-la giảm."

[297] No. 99: Thiên-đế Thích biết các chúng chư thiên đều vui mừng.

[298] Thần túc nguyệt 神足月. No. 99: thần biến nguyệt 神變月. Pāli pāṭihāriyapakkha. Xem thêm Tạp A-hàm, cht.57.

phải là khéo nói. Vì sao?[299] Bậc A-la-hán các lậu đã tận, việc cần làm đã làm xong, mới thích hợp nói kệ này:

'Ngày mồng tám, mười bốn
Và ngày Rằm mỗi tháng
Và đến tháng thần biến
Thọ trì giới thanh tịnh
Người này được lợi lớn
Công đức như chính Ta.'

Đức Phật và bậc A-la-hán mới nên nói kệ này. Đó gọi là nói đúng như thật, cũng gọi khéo nói."[300]

Đức Phật nói kinh này xong, các tỳ-kheo sau khi nghe những lời Phật dạy, hoan hỷ phụng hành.

KINH 47. BỆNH[301]

Tôi nghe như vầy:

Một thời, Đức Phật ở tại vườn Cấp Cô Độc, rừng cây Kỳ-đà, nước Xá-vệ. Bấy giờ, Đức Phật bảo với các tỳ-kheo: "Vào thuở xa xưa, vua A-tu-la Tì-ma-chất-đa-la bị bệnh rất nặng. Bấy giờ, Thích đề-hoàn

---

[299] *No. 99:* Thiên-đế Thích kia còn có tham, sân, si nên không thoát khỏi sanh, già, bệnh, chết, ưu, bi, khổ, não. [Pāli] *Sakko devānamindo aparimutto jātiyā jaraya maraṇena sokehi paridevehi dukkhehi domanassehi upāyāsehi.*

[300] *No. 99:* Vì Tỳ-kheo A-la-hán đã lìa tham, sân, si, đã thoát khỏi sanh, già, bệnh, chết, ưu, bi, khổ, não. [Pāli] *So hi, bhikkhave, bhikkhu parimutto jātiyā jaraya maraṇena sokehi paridevehi dukkhehi domanassehi upāyāsehi, parimutto dukkhasmāti vadāmī " ti.*

[301] Tương đương *No. 99* (1118). Pāli, S. 11. 3.3. *Sambarimāyā.* Tham khảo *Tạp A-hàm,* Việt dịch, kinh 1023.

nhân đi đến chỗ ông ta.³⁰² A-tu-la nói với Đế Thích: 'Xin Ngài khiến cho tôi khỏi bệnh, thân được an ổn, khỏe mạnh.'

Đế Thích nói: 'Ông hãy dạy ta pháp huyễn hóa của A-tu-la³⁰³, ta sẽ làm cho ông được an ổn, khỏi bệnh, vui vẻ như trước.'

A-tu-la nói: 'Đợi ta hỏi chúng a-tu-la, nếu có thể được, ta sẽ dạy Ngài.'

Bấy giờ, vua A-tu-la liền hỏi chúng a-tu-la.³⁰⁴ Khi ấy, trong chúng có một a-tu-la siểm ngụy nói với Tỳ-ma-chất-đa-la rằng: 'Đế Thích luôn luôn hành chất trực, thiện hạnh, không có các dối trá. Ông hãy nói với Đế Thích: 'Nếu Ngài học pháp huyễn hóa dối trá của a-tu-la, Ngài sẽ đọa vào địa ngục Lô Lâu.³⁰⁵ Nếu Đế Thích nói với ông rằng³⁰⁶: 'Ta không học pháp ấy của a-tu-la. Ông hãy đi. Mong cho bệnh của ông thuyên giảm.'

Sau đó, Vua A-tu-la đem những lời ấy làm kệ nói với Đế Thích.

---

302 *No. 99:* Vua A-tu-la Tì-ma-chất-đa-la bị bệnh rất nặng, đi đến chỗ Thích đề-hoàn nhân. Pali *Sakko devānamindo yena vepacitti asurindo tenupasaṅkami gilānapucchako.* Thiên chủ Sakka đi đến chỗ vua A-tu-la *Vepacitti* hỏi thăm tình trạng bệnh.

303 Pali *Vācehi maṃ, vepacitti, sambarimāya ' nti.* Này *Vepacitti*, ông hãy nói cho ta huyễn thuật của *Sambara*. *Sambara* là vua của A-tu-la, tên khác của *Vepacitti*.

304 *No. 99:* Bây giờ ta sẽ đi nói huyễn pháp của a-tu-la cho Đế Thích. Pali ' *vācemahaṃ, mārisa, sakkaṃ devānamindaṃ sambarimāya ' nti?* Này chư vị, ta có nên nói huyễn thuật của *Sambara* cho Thiên chủ *Sakka* không?

305 Lô-lâu địa ngục 盧樓地獄; Pali *roruva*, địa ngục khiếu oán, tức kêu la. *No. 99:* 'Thiên đế Thích kia là người chất trực, trọng tín, không hư dối. Chỉ cần nói với ông ta: 'Thiên vương, nếu người nào học huyễn pháp của a-tu-la, người ấy sẽ đọa địa ngục, chịu tội vô lượng trăm nghìn năm.'

306 *No. 99:* Thiên-đế Thích kia chắc chắn sẽ thôi, không còn ý muốn cầu học nữa, và sẽ nói.

'Thiên Nhãn, Đế Thích, Xá-chỉ-phu
Nếu biết huyễn pháp ắt sẽ đọa
Rơi vào địa ngục Lô Lâu kia
Suốt cả một kiếp bị thiêu đốt.'[307]

Bấy giờ, Đế Thích nghe những lời này rồi, liền nói: 'Thôi thôi! Ta không cần huyễn pháp nữa.' Lại nguyện cầu: 'Mong cho ông khỏi bệnh, an ổn, không còn có các tật bệnh!'

Đức Phật bảo các tỳ-kheo: 'Thích đề-hoàn nhân tuy ở ngôi vị vua trời, còn không dối trá nịnh nọt, chân thật hành sự. Huống hồ các ngươi, những người xuất gia, cạo bỏ râu tóc, lẽ nào không lìa bỏ các việc dối trá, hành động chất trực sao? Nếu hành động chất trực, mới thích hợp với pháp xuất gia.'"

Đức Phật nói kinh này xong, các tỳ-kheo sau khi nghe những lời Phật dạy, hoan hỷ phụng hành.

KINH 48. ƯỚC THỆ[308]

Tôi nghe như vầy:

Một thời, Đức Phật ở tại vườn Cấp Cô Độc, rừng cây Kỳ-đà, nước Xá-vệ. [389c01] Bấy giờ, Đế Thích đi đến chỗ Phật; khi sắp ra về, liền cầu xin thọ trì một giới. Một giới là gì? "Nếu con trở về thiên cung, gặp những kẻ oán ghét giả như đến hại con, con hoàn toàn không làm hại họ."[309]

---

307 Pāli: *"Māyāvī maghavā sakka, devarāja sujampati; Upeti nirayaṃ ghoraṃ, sambarova sataṃ sama "* nti. Này *Maghavā*, Thiên chủ *Sakka*, chồng của Xá-chỉ! Huyễn thuật sẽ dẫn đến vực sâu của địa ngục, chính *Sambara* đã ở đó một trăm năm.

308 Tương đương *No.* 99 (1120). Pāli, S. 11. 1. 7. *Nadubbhiya*. Tham khảo *Tạp A-hàm*, Việt dịch, kinh 1025.

309 *No.* 99: Chừng nào Phật pháp còn tồn tại ở thế gian, trọn đời con, nếu

Tỳ-ma-chất-đa-la nghe Đế Thích đã thọ trì giới như vậy, liền cầm kiếm bén đứng ở bên đường đợi. Khi ấy, Thích đề-hoàn nhân nghe A-tu-la cầm kiếm bén đứng ở bên đường đợi, từ xa nói với A-tu-la: "Dừng lại! Dừng lại! Ông nay tự nhiên bị trói."[310]

Tỳ-ma-chất-đa-la nói với Đế Thích: "Ông ở chỗ Phật đã thọ trì một giới rằng: 'Nếu con trở về thiên cung, gặp những kẻ oán ghét giả như đến hại con, đối với họ con hoàn toàn không làm hại.' Há chẳng phải ông đã thọ giới như vậy sao?"

Đế Thích đáp rằng: "Tuy ta thọ giới, nhưng cũng bảo ông dừng lại! dừng lại! Bây giờ ông tự bị trói. Nói lời như vậy thì không vi phạm giới."[311]

Tỳ-ma-chất-đa-la nói: "Kiều-thi-ca! Hãy thả ta ra."

Đế Thích nói: "Ông hãy hứa thề rằng, đối với những gì của ta, càng không được oán ghét, ta sẽ thả ông ra."[312]

Tỳ-ma-chất-đa-la liền nói lời thề: "Tham, sân, nói dối, chê bai Hiền Thánh, sẽ khiến cho ta nhận ác báo này."

Sau khi nghe lời thề này, Đế Thích liền nói với Tỳ-ma-chất-đa-la: "Bây giờ ta thả ông."

Thích đề-hoàn nhân về lại chỗ Phật, đảnh lễ sát chân Phật rồi bạch Phật: "Bạch Đức Thế Tôn! Tỳ-ma-chất-đa-la nghe con thọ giới, liền cầm kiếm bén đứng ở bên đường đợi con. Khi ấy, con từ xa nói với A-tu-la rằng: 'Dừng lại, dừng lại! Ngươi nay tự bị trói'. Tỳ-ma-chất-đa-la liền nói với con: 'Ông ở chỗ Phật đã thọ trì một giới, 'nếu ta trở về thiên cung, gặp những kẻ oán ghét giả như đến hại ta, đối với họ ta

---

có người nào xúc não con, con sẽ không xúc não lại họ. 🔲 *yopi me assa supaccatthiko tassapāhaṃ na dubbheyya ' nti.* Người nào, dù là kẻ thù của ta, đối với người ấy ta cũng không làm hại.

🔲 🔲 *tiṭṭha, vepacitti, gahitosī ''' ti.* Đứng lại! Này *Vepacitti*, ông đã bị bắt.

🔲 *No. 99:* 'Tôi thật có thọ giới như vậy. Nhưng ông tự đứng lại chịu trói.'

🔲 Nhữ tác chú thệ, cánh ư ngã sở, bất vi oán tật, ngã đương phóng nhữ 汝作呪誓，更於我所，不為怨疾，我當放汝. *No. 99:* 'Nếu ông hứa thề không làm loạn, ta mới thả ông ra.'

hoàn toàn không gia hại,' há chẳng phải ông đã thọ giới như vậy sao?' Con liền đáp: 'Ta tuy thọ giới, nhưng cũng đã bảo ông dừng lại! dừng lại! Nay ông tự bị trói, nói lời như vậy thì không vi phạm giới'. Tỳ-ma-chất-đa-la nói với con rằng: 'Kiều-thi-ca! Hãy thả ta ra!'. Con bảo: 'Ông hãy thề nặng rằng, đối với những gì của ta, chớ sanh oán ghét, ta sẽ thả ông ra'. Sau khi nghe con nói, Tỳ-ma-chất-đa-la liền nói lời thề: 'Tham, sân, nói dối, chê bai Hiền Thánh, sẽ khiến cho ta nhận ác báo này'. Nghe lời thề ấy rồi, con liền thả hắn ra."

Đế Thích lại bạch Phật: "A-tu-la này đã nói lời thề nặng rồi, từ nay về sau có thể không khởi oán ghét, xấu ác nữa chăng?"[313]

Đức Phật nói với Đế Thích: "A-tu-la giả như không nói lời thề, còn không làm ác, huống nữa là đã nói [390a01] lời thề?"[314]

Bấy giờ, Đế Thích sau khi nghe những lời Phật dạy, hoan hỷ phấn chấn, ngay nơi chỗ ngồi biến mất, trở về thiên cung.[315]

KINH 49. ĐIỂU SÀO[316]

Tôi nghe như vầy:

Một thời, Đức Phật ở tại vườn Cấp Cô Độc, rừng cây Kỳ-đà, nước

---

[313] *No. 99*: con muốn khiến vua A-tu-la phải nói lời ước thề, vậy có đúng pháp không? A-tu-la kia có còn nhiễu hại nữa không?

[314] *No. 99*: "Lành thay! Lành thay! Ông muốn A-tu-la nói lời ước thề như vậy là đúng pháp, không trái. A-tu-la cũng không còn dám làm nhiễu loạn nữa.

[315] *No. 99* còn thêm đoạn Phật dạy các tỳ-kheo: "Thiên đế Thích ... không nhiễu loạn, cũng thường khen ngợi pháp không nhiễu loạn. Tỳ-kheo ..., cũng nên không nhiễu loạn, và khen ngợi pháp không nhiễu loạn như vậy." Phật nói kinh này xong, các tỳ-kheo sau khi nghe những lời Phật dạy, hoan hỷ phụng hành.

[316] Tương đương *No. 99* (1122). Pāli, S. 11. 1. 6. *Kulāvaka*. Tham khảo *Tạp A-hàm*, Việt dịch, kinh 1026.

Xá-vệ. Bấy giờ, Đức Phật nói với các tỳ-kheo: "Vào thuở xa xưa, Đế Thích cùng với a-tu-la đánh nhau. Lúc ấy, chư thiên bại trận, a-tu-la chiến thắng.

Bấy giờ, Đế Thích thấy đã thua trận, liền quay xe lại, trở về thiên cung. Trên đường quay lui, ông thấy trên cây Chiêm-bà-la³¹⁷ có một tổ kim súy điểu³¹⁸. Bấy giờ, Đế Thích liền bảo người đánh xe Ma-đắc-lê rằng: 'Trong tổ chim này có hai trứng chim, nếu xe ta đi qua có thể làm thương tổn³¹⁹. Ngươi hãy quay xe lại, tránh xa cây này.³²⁰ Đế Thích liền hướng đến Ma-đắc-lê nói kệ:

'Ngươi xem tổ trên cây
Trong tổ có hai trứng
Nay nếu xe qua đó
Ắt xung phá tổn thương
Nếu ta đem thân này
Vào trận a-tu-la
Tan nát cả thân mạng
*Trọn không hại trứng chim.'*³²¹

Nói kệ này xong, Đế Thích liền quay xe lại. Bấy giờ, chúng a-tu-la thấy Đế Thích quay lại thì vô cùng sợ hãi, đều cho rằng: 'Đế Thích lúc nãy giả hiện thua trận thối lui, bây giờ quay trở lại ắt sẽ đánh phá quân ta.' Quân a-tu-la tức thời rút lui lại, chư thiên thừa thắng đẩy lùi gần sát đến thành của họ."

---

³¹⁷ Chiêm-bà-la thọ 薝婆羅樹 hay Khổ-sa-la thọ 苦娑羅樹. ᴾᵃˡⁱ *simbalī*, cây bông gòn hay cây chỉ tơ.

³¹⁸ Kim-súy điểu 金翅鳥, chim đại bàng cánh vàng. ᴾᵃˡⁱ *Garuḷa*, một loài chim thần thoại. *No. 99:* quay xe chạy theo hướng Bắc, trở về thiên cung, qua đường tắt trong rừng rậm dưới chân núi Tu-di. Nơi đây có một tổ kim súy điểu, có nhiều kim súy điểu con.

³¹⁹ *No. 99:* Trong tổ chim này có nhiều chim con, Đế Thích sợ xe ngựa đi qua sẽ cán chết chúng.

³²⁰ *No. 99:* "Người đánh xe tâu vua: "Quân a-tu-la đang đuổi theo người phía sau, nếu quay xe lai sẽ bị khốn."

³²¹ *No. 99:* Đế Thích bảo: "Hãy quay lại, thà bị a-tu-la giết, chứ không để quân lính dẫm chết chúng sanh."

Đức Phật bảo các tỳ-kheo: "Thích đề-hoàn nhân ở ngôi vị vua trời mà còn thường xuyên tu tập từ bi và nhẫn nhục.[322] Tỳ-kheo các ngươi cũng nên học như vậy."

Các tỳ-kheo sau khi nghe những lời Phật dạy, hoan hỷ phụng hành.

KINH 50. TÌ-LÂU-CHI[323]

Tôi nghe như vầy:

Một thời, Đức Phật ở tại vườn Cấp Cô Độc, rừng cây Kỳ-đà, nước Xá-Vệ. Bấy giờ, Thích đề-hoàn nhân cùng với A-tu-la Bạt-lợi-bà-lâu-chi[324], ban đêm cùng đi đến chỗ Phật,[325] uy quang rực rỡ, lễ sát chân Phật rồi ngồi sang một bên. Khi ấy, ánh sáng của Đế Thích và Tì-lâu-chi chiếu khắp tinh xá Kỳ-hoàn giống như ban ngày. Bấy giờ, Bạt-lợi Tì-lâu-chi đang ngồi một bên, nói kệ rằng:

'Phàm người thường tinh tấn
Ắt đạt được mong cầu
Mục đích mong cầu được
An ổn thọ khoái lạc.'

Đế Thích cũng nói kệ:

---

[322] Trường dạ tu ư từ nhẫn 長夜修於慈忍. *No. 99*: "Thiên-Đế Thích kia là Vua tự tại của trời Tam Thập Tam, nhờ từ tâm nên có oai lực dẹp được quân a-tu-la, cũng thường tán thán công đức của từ tâm."

[323] Tương đương *No. 99* (1119). Pāli. S. 11. 8. *Verocana-asurinda*. Tham khảo *Tạp A-hàm*, Việt dịch, kinh 1024.

[324] Bạt-lợi-bà-lâu-chi A-tu-la 拔利婆婁支阿脩羅. *No. 99*: 韓盧闍那子婆稚阿修羅王, Bà-trĩ A-tu-la vương, con trai của Tì-lô-xà-na, có diện mạo tuyệt đẹp; ^{Pāli} *Verocano asurindo*, vua A-tu-la *Verocana*, tức tên Mặt trời.

[325] *No. 99*: sáng sớm cả hai đến chỗ Phật.

[390b01] *'Phàm người thường tinh tấn*
Ắt đạt được mong cầu
Sự nghiệp mong cầu được
Tu nhẫn là hơn hết.'

Bấy giờ, Đế Thích bạch Phật: "Bạch Đức Thế Tôn! Những điều chúng con nói, điều nào lợi ích, điều nào không lợi ích?"

Đức Phật bảo Đế Thích: "Những điều khéo phân biệt, đều là khéo nói. Nay các ông hãy nghe ta nói kệ." Đức Phật liền nói:

'Tất cả chúng sanh đều vì lợi
Mỗi mỗi mong muốn theo ý mình
Cùng muốn lợi, thích hợp an vui[326]
Phàm người siêng năng cầu ắt được
Sự nghiệp được rồi, nhẫn hơn hết
Vì thế phải nên tu hành nhẫn.'

Đế Thích và Tỳ-lâu-chi sau khi nghe những lời Phật dạy, lễ sát chân Phật, ngay nơi ấy biến mất, trở về cung.[327]

KINH 51. BẦN NHÂN[328]

Tôi nghe như vầy:

Một thời, Đức Phật ở tại vườn Trúc, Ca-lan-đà, thành Vương Xá. Bấy giờ, trong thành Vương Xá có một người nghèo, rất khốn khổ, thật đáng thương, nhưng đối với Phật pháp phát khởi niềm tin thanh

---

[326] *No. 99:* Các hòa hợp thế gian, và cùng đệ nhất nghĩa, nên biết đời hòa hợp, thì là pháp vô thường. Pāli: *saṃyogaparamā tveva sambhogā,* tùy theo sự thích hợp mà các thức ăn được chế biến thượng diệu.

[327] *No. 99:* Đức Phật dạy các tỷ-kheo cũng nên tu hành nhẫn và khen ngợi pháp nhẫn như Thích đề-hoàn nhân đây

[328] Tương đương *No. 99* (1123). Pāli, S. 11. 2. 4. *Dalidda.* Tham khảo *Tạp A-hàm,* Việt dịch, kinh 1027.

tịnh, thọ trì tịnh giới, thỉnh thoảng có đọc tụng kinh, cũng bố thí chút ít[329]. Nhờ nhân duyên bốn sự việc này mà có quả báo, sau khi thân hoại mạng chung, được sanh lên cõi trời Đao-lợi, chỗ tốt đẹp thắng diệu[330]. Vị trời mới sanh này có ba điều thù thắng: 1. Sắc đẹp thù thắng, 2. Danh tiếng thù thắng, 3. Thọ mạng thù thắng. Chư Thiên trông thấy người này, thảy đều cung kính, đến chỗ Đế Thích, tâu với Đế Thích rằng: "Có một vị trời mới sanh, có ba điều thù thắng hơn những vị trời khác.[331]"

Đế Thích nói: "Trước đây ta đã từng gặp. Người này mới sanh lên trời. Khi còn làm người, người ấy rất nghèo nàn khốn khổ, đói lạnh tiều tụy. Nhưng bằng niềm tin hướng về Tam bảo, siêng trì tịnh giới, bố thí chút ít, nay được sanh lên cõi trời Đao-lợi này." Bấy giờ, Đế Thích liền nói kệ:

'Nếu khởi tịnh tín nơi Tam bảo
Tâm này kiên cố không dao động
Thọ trì tịnh giới không hủy phạm
Nên biết người này chẳng phải nghèo
Là người trí huệ, và trường thọ
Vì kính tín Tam bảo vô thượng
Được sanh cõi trời hưởng thắng lạc
Vì thế nên phải học người này.'

Bấy giờ, chư thiên sau khi nghe kệ này xong, hoan hỷ tín thọ, làm lễ rồi trở về cung.

---

[329] *No. 99:* nhưng tin Phật, Pháp, Tăng, giữ gìn cấm giới, học rộng nghe nhiều, nỗ lực bố thí, thành tựu chánh kiến. Pāli *So tathāgatappavedite dhammavinaye saddhaṃ samādiyi, sīlaṃ samādiyi, sutaṃ samādiyi, cāgaṃ samādiyi, paññaṃ samādiyi.* Vị ấy tín tâm thọ trì Pháp và Luật được Như Lai tuyên thuyết, thọ trì giới, văn, thí, và trí tuệ.

[330] Đao-lợi thiên thắng diệu thiện xứ 忉利天勝妙善處. *No. 99:* 三十三天, trời Tam Thập Tam. Pāli *sugatiṃ saggaṃ lokam upapajji devānaṃ tāvatiṃsānaṃ sahabyataṃ,* sanh lên thiện thú, thiên giới, và cộng trú với chư thiên Tam Thập Tam.

[331] Pāli *So aññe deve atirocati vaṇṇena ceva yasasā ca.* Vị ấy chói sáng hơn các vị trời khác về dung sắc và danh tiếng.

KINH 52. ĐẠI TẾ TỰ³³²

Tôi nghe như vầy:

Một thời, Đức Phật ở tại núi Kỳ-xà-quật, thành Vương Xá. Bấy giờ, tại thành Vương Xá có chín mươi sáu phái ngoại đạo, mỗi mỗi đều cúng tế.³³³ Nếu có đàn việt tín tâm với ngoại đạo Già-lặc³³⁴, thì nói sẽ cúng dường **[390c01]** thầy ta Già-lặc trước. Nếu có đàn việt tín tâm với ngoại đạo Bà-la-bà-thật³³⁵, họ cũng nói sẽ cúng dường thầy ta Bà-la-bà-thật trước. Nếu có đàn việt tín tâm với ngoại đạo Kiền-đà³³⁶, cũng nói sẽ cúng dường thầy ta Kiền-đà trước. Cúng dường Đại sư xong, sau đó mới cúng những vị còn lại.³³⁷ Nếu người tin theo ngoại đạo tên Tam thủy, thì nói sẽ cúng dường thầy tôi Tam thủy trước. Nếu người tin theo ngoại đạo tên Lão Thanh Văn, nói sẽ cúng dường thầy tôi Lão Thanh Văn trước. Nếu người tin theo ngoại đạo Đại Thanh Văn, nói sẽ cúng dường thầy tôi Đại Thanh Văn trước. Nếu người tin Phật, đều nói nên cúng dường thầy tôi, Đức Như Lai và chúng Tăng trước.³³⁸

---

³³² Tương đương *No. 99* (1124-1225). Pāli, S. 11. 2. 6. *Yajamāna*. Tham khảo *Tạp A-hàm*, Việt dịch, kinh 1028-1029.

³³³ Các các từ tự 各各祠祀. *No. 99*: dân chúng thành Vương Xá mở đại hội thí rộng rãi, mời tất cả các đạo khác nhau.

³³⁴ Ngoại đạo Già-lặc 外道遮勒. *No. 99*: Già-la-ca ngoại đạo 遮羅迦外道. Pāli *Caraka*. Xem *Tạp A-hàm* iii, cht.75–76.

³³⁵ Ba-la-bà-thật 婆羅婆寔. Pāli. *paribbājakā*, nhóm du sĩ ngoại đạo, du hành khắp nơi không trú xứ cố định, thường cầm ba cây gậy và cạo tóc, cũng gọi là xuất gia ngoại đạo.

³³⁶ Kiền-đà 乾陀. Pāli *Nigaṇṭha*, ngoại đạo Ni-kiền, còn gọi ly hệ, mặc thiên y, hay lõa thể.

³³⁷ Đại sấn hậu dữ dư giả 大嚫後與餘者.

³³⁸ *No. 99*: Nếu người phụng sự ngoại đạo Già-la-ca thì nghĩ rằng: "Nay ta thỉnh ngoại đạo thiên Già-la-ca làm phước điền trước." Hoặc người phụng thờ xuất gia ngoại đạo, Ni-kiền tử ngoại đạo, Lão đệ tử, Hỏa đệ tử; hoặc có người phụng sự Tăng đệ tử Phật đều nghĩ rằng: "Nay ta sẽ thỉnh Tăng mà đứng đầu là Phật làm phước điền trước."

Bấy giờ, Thích đề-hoàn nhân suy nghĩ: "Nay dân chúng thành Vương Xá sinh đại tà kiến. Phật và Tăng còn tại thế mà sinh tà kiến gọi là bất thiện."[339] Bấy giờ, Đế Thích liền biến mình thành một lão Bà-la-môn, dung mạo đoan chánh, đi xe ngựa trắng, có các thiếu niên hộ tống hai bên, hướng về quảng trường đại thí hội, đi ngang qua trung tâm[340]. Khi ấy, dân chúng thành Vương Xá đều nghĩ: "Nay lão Bà-la-môn này đi về nơi nào trước, chúng ta sẽ đi theo."[341] Bấy giờ, Đế Thích biết rõ tâm niệm của mọi người nên quay xe vòng qua phía Nam, hướng lên núi Linh Thứu; đến bãi đậu xe ngựa, dừng lại ở đó, xuống xe đi bộ về phía trước, đến chỗ Phật,[342] đảnh lễ sát chân Phật rồi ngồi sang một bên. Bấy giờ, Đế Thích liền nói kệ:

> *"Vua Thánh chuyển pháp luân*
> *Độ thoát khổ bờ kia*
> *Không oán ghét, sợ hãi*
> *Nay con cúi đầu lễ.*
> *Nếu người muốn tu phước*
> *Nên thí cúng nơi nào?*
> *Muốn cầu phước tốt nhất*
> *Nên sanh kính tín tịnh.*
> *Ngày nay tu bố thí*
> *Đời sau được quả lành*
> *Ở trong ruộng phước nào*
> *Thí ít được quả lớn?"*[343]

---

[339] *No. 99:* 'Chớ để dân chúng thành Vương Xá bỏ Tăng mà đứng đầu là Phật để phụng thờ các đạo khác cầu phước điền. Ta nên nhanh chóng đến đó kiến lập phước điền cho người thành Vương Xá.'

[340] Hướng ư tự tràng, đương trung trực quá 向於寺場，當中直過. *No. 99:* cầm dù lọng cán vàng đến thành Vương Xá, đi khắp mọi nơi trong hội chúng.

[341] *No. 99:* 'Phải nhìn xem nơi phụng sự của vị Bà-la-môn này, ta sẽ theo họ để cúng dường trước, cầu ruộng phước tốt nhất.'

[342] *No. 99:* ...bèn đánh xe dẫn đầu, theo đường hẹp đến núi Kỳ-xà-quật, đến ngoài cửa, bỏ hết năm thứ trang sức, đến chỗ Phật.

[343] Pali: *kattha dinnaṃ mahapphala " nti*, bố thí nơi nào được quả báo lớn.

Bấy giờ, Thế Tôn đang ở trên núi Kỳ-xà-quật, diễn giải pháp cúng tế tối thắng cho Thiên Đế Thích bằng bài kệ:

"Bốn quả và bốn hướng,
Định, minh, hành đầy đủ[344]
Công đức lực thâm sâu
Giống như nước biển lớn.
Đây gọi là Thật thắng
Đệ tử của Điều ngự
Trong chỗ tối tăm nhất
Thắp sáng đèn trí tuệ
Thường vì các chúng sanh
Thuyết pháp mở bày đạo
[391a01] Đây gọi ruộng phước Tăng
Rộng lớn không bến bờ.
Nếu thí ruộng phước này
Đây gọi là Thiện thí.
Nếu tế ruộng phước này
Đây gọi là Thiện tế.
Đốt đồ vật tế trời
Uổng phí lại không phước
Đây không gọi Thiện thiêu.
Nếu ở nơi ruộng phước
Tạo chút nghiệp công đức
Sau được tài lợi lớn
Mới gọi là Thiện thiêu.
Đế Thích cần nên biết
Đây gọi ruộng phước lành
Cúng dường một vị Tăng
Sau ắt được quả lớn.
Việc này đúng thời nói

---

[344] **Pāli** *Cattāro ca paṭipannā, cattāro ca phale ṭhitā; Esa saṅgho ujubhūto, paññāsīlasamāhito… saṅghe dinnaṃ mahapphala "nti.* Vị nào an trụ bốn hướng và bốn quả, đây là Tăng chánh trực, giới, định, tuệ đầy đủ… bố thí nơi Tăng này được quả báo thật lớn.

Được Thế Gian Giải nói
Phật công đức vô lượng
Dùng trăm kệ khen Tăng.
Pháp cúng tế tối thượng
Không hơn ruộng phước Tăng
Người gieo trồng chút thiện
Được quả báo không lường.
Vì thế Thiện trượng phu
Cần nên cúng dường Tăng
Người nhiếp trì Chánh pháp
Đây thời gọi là Tăng.
Thí như trong biển lớn
Có nhiều loại trân bảo
Biển Tăng cũng như vậy
Nhiều loại công đức báu
Nếu cúng dường Tăng bảo
Đây gọi Thiện trượng phu.
Được niềm tin hoan hỷ
Bố thí với tín tâm
Người như vậy, nên biết,
Được hoan hỷ ba thời
Nhờ ba thời hoan hỷ
Độ thoát ba ác đạo
Trừ bỏ mọi trần cấu
Lìa tên độc phiền não.
Tự tay tịnh tâm thí
Lợi mình cũng lợi người
Thiết cúng được như vậy
Người này mới gọi là
Bậc minh trí thế gian.
Tín tâm đã thanh tịnh
Đạt đến cõi vô vi
Chốn cực lạc thế gian
Bậc trí sanh về đó.”

Đế Thích nghe kệ này rồi, hoan hỷ phấn khởi, ngay tại chỗ ngồi biến mất, trở về thiên cung. Đế Thích về cung chưa bao lâu, thì các trưởng giả, bà-la-môn trong thành Vương Xá[345], liền từ tòa đứng dậy, bày vai hữu, gối phải quỳ sát đất, chắp tay hướng Phật, **[391b01]** bạch Phật rằng: "Cúi xin Đức Thế Tôn cùng với Tỳ-kheo Tăng, vào lúc sáng sớm ngày mai hoan hỷ thọ thỉnh buổi cúng dường lớn của chúng con."

Bấy giờ, Đức Như Lai lặng im nhận lời. Khi ấy, các bà-la-môn, trưởng giả thành Vương Xá biết Đức Phật đã lặng im nhận lời thỉnh cầu, liền đánh lễ sát chân Phật, đều trở về chỗ trú của mình. Khi mọi người đã trở lại chỗ đại hội[346], mỗi người ai nấy đều bày biện các thức ăn uống thơm ngon, thanh tịnh, tinh khiết để cúng dường. Bày biện xong, sáng sớm họ trải tòa ngồi, chuẩn bị nước sạch đầy đủ, sai người đến núi Linh Thứu bạch với Đức Thế Tôn: "Đã đến giờ ăn, Bạch Thế Tôn!"[347]

Bấy giờ, Đức Như Lai đắp y ôm bát cùng chúng Tăng theo sau. Thế Tôn dẫn đầu đi đến thành kia, đến đại tế tự. Sau khi đến, Như Lai trải tòa ngồi trước chúng Tăng. Dân chúng trong thành bày sàng tòa đẹp cho chúng Tăng ngồi. Bấy giờ, các trưởng giả, v.v... xem xét chúng đã ngồi yên, và dùng nước rửa xong. Các bà-la-môn, trưởng giả tự tay sớt các món đồ ăn thức uống thơm ngon. Lúc ấy, tất cả mọi người, mỗi mỗi đều được tăng ích.

Bấy giờ, Thế Tôn thấy chúng Tăng đã thọ thực xong, Ngài liền thâu bát trao cho A Nan. Khi ấy, mọi người đều trải tòa của mình, ngồi trước Phật, chuyên tâm kính ngưỡng, mong được nghe pháp.

Bấy giờ, Đức Như Lai tán thán sự bố thí của họ, bèn nói kệ:

"Kinh thư Bà-la-môn
Đền thờ lửa hơn hết

---

[345] Vương Xá thành trung trưởng giả bà-la-môn 王舍城中長者婆羅門. *No. 99*: Dân chúng thành Vương Xá.

[346] Chư nhân đẳng ký hoàn gia dĩ 諸人等既還家已. Vì đây là nơi tổ chức Đại thí hội, nên mọi người không phải trở về nhà mà trở về nhóm của mình tại đại hội.

[347] Thực thời dĩ đáo 食時已到. *No. 99*: 'Đã đến giờ! Xin Ngài biết cho.'

Trong điển tịch ngoại đạo
Bà-Tỳ-thất[348] hơn hết
Trong những người thế gian
Ông vua là hơn hết
Trong dòng chảy trăm sông
Biển lớn là hơn hết
Trong các vì tinh tú
Mặt trăng sáng hơn hết
Trong các thứ ánh sáng
Mặt trời sáng hơn hết
Trên dưới và bốn phương
Thế gian và trời người
Trong các chúng Hiền Thánh
Phật Tối tôn Đệ nhất."[349]

Bấy giờ, Thế Tôn thuyết đủ các pháp cho người dân thành Vương Xá, khai thị, giáo huấn, khích lệ, làm cho hoan hỷ. Mọi người phấn khởi, từ chỗ ngồi đứng dậy ra về.

Đức Phật thuyết kinh này xong, các tỳ-kheo sau khi nghe những lời Phật dạy, hoan hỷ phụng hành.

NHIẾP TỤNG

Tu-Tì-la, Tiên nhân
Diệt sân, Nguyệt bát nhật

---

348 Bà-tì-thất 婆比室. Pāli *sāvittī* hay *sāvitrī*. Cf. Vin.I.246. *Aggihuttamukhā yaññā, sāvittī chandaso mukhaṃ...*

349 *No. 99* không có bài kệ tán thán này. Cf. Vin. I.246. "*Aggihuttamukhā yaññā, sāvittī chandaso mukhaṃ; Rājā mukhaṃ manussānaṃ, nadīnaṃ sāgaro mukhaṃ.* "*Nakkhattānaṃ mukhaṃ cando, ādicco tapataṃ mukhaṃ; Puññaṃ ākaṅkhamānānaṃ saṅgho, ve yajataṃ mukha* " *nti.*

Bệnh, Thệ thọ nhất giới
Điểu sào, Tì-lâu-chi
[391c01] *Bần nhân, Đại tế tự.*

KINH 53. ĐẲNG CHÁNH GIÁC³⁵⁰

Tôi nghe như vầy:

Một thời, Đức Phật ở tại nước Câu-tát-la, tuần tự du hành đến vườn Cấp Cô Độc, rừng cây Kỳ-đà, nước Xá-vệ. Bấy giờ, vua Ba-tư-nặc nghe Phật đến vườn Cấp Cô Độc, rừng cây Kỳ-đà, nước Xá-vệ, liền đi đến chỗ Phật, cúi đầu chào, hỏi thăm³⁵¹, ngồi sang một bên, bạch Phật: "Bạch Thế Tôn! Trước đây Trẫm nghe nói Ngài xuất gia cầu đạo, cuối cùng đã thành Vô Thượng Chí Chân, Đẳng Chánh Giác³⁵². Ngài có thật đúng như lời nói ấy chăng? Không phải người ta hư truyền đấy chứ? Hay là vì chế nhạo, dẫn đến hủy báng nên nói như vậy?"³⁵³

Đức Phật bảo Ba-tư-nặc: "Những lời nói này là lời nói chân thật, không phải hủy báng, cũng không thêm bớt, thật đúng như lời Ta nói, nói đúng như pháp, chẳng phải nói không đúng pháp. Tất cả người

---

350 Tương đương *No. 99* (1126). Pāli, S. 3. 1. 1. *Dahara.* Tham khảo *Tạp A-hàm,* Việt dịch, kinh 1030.

351 *No. 99:* cúi đầu lễ sát chân Phật. Pāli *Bhagavatā saddhiṃ sammodi. Sammodanīyaṃ kathaṃ sāraṇīyaṃ vītisāretvā.*

352 *No. 99:* Thế Tôn tự ký thuyết đã chứng Vô thượng Bồ-đề.. chăng?. Pāli *bhavampi no gotamo anuttaraṃ sammāsambodhiṃ abhisambuddhoti paṭijānātī" ti?* Tôn giả *Gotama* có tự cho mình đã chứng Vô Thượng Chánh Đẳng Chánh Giác chăng?

353 *No. 99:* Điều này không phải hư vọng và nói quá chăng? Nói như thuyết, nói như pháp, nói tùy thuận pháp chăng? Chẳng phải là bị người khác làm tổn thương đồng pháp chăng? Trong khi hỏi đáp, không bị rơi vào chỗ yếu kém chăng?

đời cũng không ai có thể nhạo báng Ta."[354]

Vua Ba-tư-nặc lại nói: "Tuy Trẫm nghe Ngài nói như vậy nhưng vẫn còn chưa tin. Vì sao không tin? Vì những vị xưa nay, có vị xuất gia đã lâu, các Bà-la-môn trưởng lão, kỳ túc, kỳ cựu như Phú-lan-na Ca-diếp, Mạt-già-lê Câu-xa-lê tử, San-xà-gia, Tỳ-la-chi tử, A-xà-đa-xí-xá Khâm-bà-la, Ca-cứ-đa Ca-chiên-diên, Ni-kiền-đà-xà-đề, Phất-đa-la... Các bậc túc cựu ấy còn không tự cho mình đã đắc Vô thượng Bồ-đề, huống chi Ngài tuổi còn nhỏ, xuất gia chưa bao lâu lại chứng đắc được sao?"

Đức Phật nói: "Đại Vương! Thế gian có bốn điều, tuy nhỏ nhưng không thể xem thường. Thế nào là bốn? 1. Một Vương tử, tuy tuổi nhỏ nhưng không thể xem thường. 2. Một rồng con, tuy tuổi nhỏ nhưng không thể xem thường. 3. Đốm lửa tuy nhỏ, cũng không thể xem thường. 4. Một tỳ-kheo tuy tuổi nhỏ, cũng không thể xem thường."[355]
Bấy giờ, Thế Tôn liền nói kệ:

---

355 *No. 99:* "Những điều họ nói đều là lời nói chân thật, chẳng phải hư vọng, nói như thuyết, nói như pháp, nói tùy thuận pháp... Vì sao? Này Đại vương, Ta nay thật sự đã đắc Vô thượng Bồ-đề." *Pāli* *mahārāja, sammā vadamāno vadeyya ' anuttaraṃ sammāsambodhiṃ abhisambuddho ' ti, mameva taṃ sammā vadamāno vadeyya. Ahañhi, mahārāja, anuttaraṃ sammāsambodhiṃ abhisambuddho " ti.* Đại vương, nếu ai có thể nói một cách chơn chánh rằng 'Ta đã chứng Vô Thượng Chánh Đẳng Chánh Giác', thì người ấy phải chính là Ta. Này Đại vương, Ta đã chứng Vô Thượng Chánh Đẳng Chánh Giác.

355 *Pāli* *Cattāro kho me, mahārāja, daharāti na uññātabbā, daharāti na paribhotabbā. Katame cattāro? Khattiyo kho, mahārāja, daharoti na uññātabbo, daharoti na paribhotabbo. Urago kho, mahārāja, daharoti na uññātabbo, daharoti na paribhotabbo. Aggi kho, mahārāja, daharoti na uññātabbo, daharoti na paribhotabbo. Bhikkhu, kho, mahārāja, daharoti na uññātabbo, daharoti na paribhotabbo.* Đại vương, có bốn thứ nhỏ tuổi không nên xem thường, không nên khinh miệt là nhỏ tuổi. Thế nào là bốn? Một Sát-đế-lị nhỏ tuổi không nên xem thường, không nên khinh miệt nhỏ tuổi, một con rắn con, một đốm lửa nhỏ, một tỳ-kheo trẻ không nên khinh thường, không nên miệt thị là nhỏ tuổi.

"Vương tử tuy tuổi nhỏ
Học đủ các kỹ nghệ
Xuất thân đã chân chánh
Cũng không bị tạp uế
Có danh xưng toàn mỹ
Tất cả đều nghe biết
Như vậy tuy nói nhỏ
Kỳ thật chẳng thể khinh
Muốn bảo hộ mạng mình
Không thể khinh thường nhỏ
Sát-lợi tuy tuổi nhỏ
Đúng pháp kế ngôi vua
Kế thừa vương vị rồi
Theo pháp hành trách phạt
Vì thế nên kính thuận
Không nên sinh khinh mạn.
[392a01] Ở trong các tụ lạc
Và những nơi nhàn tĩnh
Nếu thấy rồng con nhỏ
Hình dạng tuy bé xíu
Thân dù lớn hay nhỏ
Cũng có thể nổi mây
Giáng xuống trận mưa lớn.
Nếu cho nhỏ khinh thường
Có thể trúng nọc độc
Muốn hộ thân mạng mình
Không nên xem thường nó
Nếu vì muốn lợi mình
Phải nên tự bảo hộ.
Cũng như đốm lửa nhỏ
Nếu đầy đủ các duyên
Bốc cháy thật dữ dội
Nếu gặp cơn gió lớn
Đốt thiêu rụi núi rừng
Rừng núi đã cháy rồi

Có lúc bùng trở lại
Người muốn hộ mạng mình
Không xem thường lửa nhỏ.
Nếu ở chỗ tịnh giới
Ác khẩu thêm mạ nhục
Chính mình và cháu con
Tất cả đều hủy báng
Ở trong đời vị lai
Cùng chịu quả báo ác
Thế nên tự bảo hộ
Chớ gia ác đến kia.
Sát-lợi đủ kỹ nghệ
Rồng con và đốm lửa
Tỳ kheo trì tịnh giới
Bốn điều không thể khinh
Vì bảo hộ mạng mình
Cẩn thận nên tránh xa."

Bấy giờ, vua Ba-tư-nặc nghe những lời này rồi, trong lòng run sợ, lông trên thân dựng đứng, liền từ chỗ ngồi đứng dậy, trịch áo bày vai hữu, chắp tay hướng Phật bạch rằng: "Bạch Thế Tôn! Hôm nay Trẫm thật có tội, tự biết mình đã hủy phạm, thí như đứa trẻ ngu dại, cuồng si, vô tri, làm điều bất thiện. Cúi xin Đức Thế Tôn thương xót, cho Trẫm xin sám hối!"

Phật bảo vua Ba-tư-nặc: "Ta nay xót thương bệ hạ, cho bệ hạ sám hối."

Lúc ấy, vua Ba-tư-nặc đã được sám hối, tâm rất hoan hỷ, làm lễ rồi đi.[356]

---

[356] *Tạp A-hàm* không có đoạn sau bài kệ, chỉ có câu này: 'Phật nói kinh này xong, vua Ba-tư-nặc kia, sau khi nghe những gì Phật dạy, hoan hỷ, tùy hỷ, đảnh lễ rồi ra về.' Pāli: *Evaṃ vutte, rājā pasenadi kosalo bhagavantaṃ etadavoca – "abhikkantaṃ, bhante, abhikkantaṃ, bhante! Seyyathāpi bhante, nikkujjitaṃ vā ukkujjeyya, paṭicchannaṃ vā vivareyya, mūḷhassa vā maggaṃ ācikkheyya, andhakāre*

KINH 54. THÂN MẪU[357]

Tôi nghe như vầy:

Một thời, Đức Phật ở tại vườn Cấp Cô Độc, rừng cây Kỳ-đà, nước Xá-vệ. Bấy giờ, vua Ba-tư-nặc bản tánh nhân từ hiếu thuận. Thân mẫu vừa mới băng hà,[358] nhà vua đau buồn, xót thương, quyến luyến, tự thân không thể vượt qua. Sau khi hỏa táng thân mẫu, liền tắm rửa thân mình, áo tóc còn ướt đẫm, đang lúc giữa trưa, đã đi đến chỗ Phật, lễ sát chân Phật, **[392b01]** rồi ngồi sang một bên.

Đức Phật hỏi vua: "Đại vương từ đâu đến đây mà áo tóc ướt đẫm vậy?"

Vua Ba-tư-nặc bạch Phật: "Bạch Thế Tôn! Thân mẫu của con, người mà con đặc biệt tôn kính, vừa mới băng hà. Con đưa thi thể thân mẫu đến đồng trống xa, tấn táng xong, vừa mới tắm gội, nên áo tóc còn ướt đẫm."[359]

---

*vā telapajjotaṃ dhāreyya – ' cakkhumanto rūpāni dakkhantī '
ti; evamevaṃ bhagavatā anekapariyāyena dhammo pakāsito.
Esāhaṃ, bhante, bhagavantaṃ saraṇaṃ gacchāmi dhammañca
bhikkhusaṅghañca. Upāsakaṃ maṃ, bhante, bhagavā dhāretu
ajjatagge pāṇupetaṃ saraṇaṃ gata* " *nti*. Khi nghe như vậy, vua
Pasenadi nước *Kosala* bạch Thế Tôn: "Thật vi diệu thay! Thật vi diệu
thay! Bạch Thế Tôn! Như dựng dậy những gì đã ngã, mở bày những
gì bị che lấp, chỉ đường cho kẻ lạc đường, mang đèn sáng vào trong
chỗ tối, để những ai có mắt thấy sắc. Chánh pháp đã được Thế Tôn
thuyết giảng bằng nhiều cách cũng như vậy. Bạch Thế Tôn, con xin
quy y Thế Tôn, quy y Pháp, quy y Tăng Tỳ-kheo. Mong Thế Tôn
nhận con làm đệ tử Ưu-bà-tắc, từ ngày nay cho đến trọn đời, con xin
quy ngưỡng."

[357] Tương đương *No. 99* (1127). Pāli, S. 3. 3.2. *Ayyikā*. Tham khảo *Tạp A-hàm*, Việt dịch, kinh 1031.

[358] Để bản nói vua Ba-tư-nặc mới vừa mất Mẹ: mẫu sơ băng bối 母初崩背. *No. 99* và Pāli thì nói vua Ba-tư-nặc vừa mất Bà nội hay Tổ mẫu 祖母.

[Pāli] *ayyikā – vīsavassasatikā jātiyā*, Bà nội, thọ 120 tuổi.

[359] *No. 99*: "Con đã mất bà nội, người mà con rất kính trọng. Bà đã bỏ con

Đức Phật nói với Đại vương: "Bệ hạ thương kính mẫu thân lắm phải không?"

Vua liền đáp: "Thật rất thương kính! Nếu có ai có thể làm cho thân mẫu con sống lại, con sẽ đem hết bốn binh: quân voi, quân xe, quân ngựa, và bộ binh thảy đều ban cho họ, để mạng sống của mẹ con được tiếp nối thì con không hề hối hận. Giả sử đem nửa giang sơn này thưởng cho họ, con cũng không hối tiếc."[360]

Nhà vua lại nói: "Lời Đức Phật nói thật chính xác! Tất cả chúng sanh đều phải đi đến cái chết."[361]

Đức Phật nói: "Đúng vậy! Đúng vậy! Có sanh ắt có chết. Năm thú, bốn loài, không loài nào không chết. Các bậc vương giả, thần dân, chúng bà-la-môn đều sẽ đi đến cái chết. Vị vua quán đảnh, uy lực tự tại, thống lãnh quốc độ, rốt cuộc cũng phải đi đến sự sống chấm dứt. Bậc Chuyển luân thánh vương, vua cả bốn châu thiên hạ, đầy đủ thất bảo, cuối cùng cũng phải chết. Các vị thần tiên ngũ thông, ở nơi rừng núi, uống nước suối, ăn trái cây, cũng đi đến cái chết. Trời Tam Thập

---

ra đi. Con đã đưa ra ngoài thành để hỏa táng, cúng dường xong, con đến Thế Tôn."

[360] **Pāli** *mā me ayyikā kālamakāsī ' ti, hatthiratanampāhaṃ dadeyyaṃ – ' mā me ayyikā kālamakāsī ' ti. Assaratanena cepāhaṃ, bhante, labheyyaṃ ' mā me ayyikā kālamakāsī ' ti, assaratanampāhaṃ dadeyyaṃ – ' mā me ayyikā kālamakāsī ' ti. Gāmavarena cepāhaṃ bhante, labheyyaṃ ' mā me ayyikā kālamakāsī ' ti, gāmavarampāhaṃ dadeyyaṃ – ' mā me ayyikā kālamakāsī ' ti. Janapadapadesena cepāhaṃ, bhante, labheyyaṃ ' mā me ayyikā kālamakāsī ' ti, janapadapadesampāhaṃ dadeyyaṃ – ' mā me ayyikā kālamakāsī ' ti.* ' Để Bà nội con không chết, con có thể ban cho voi báu... con có thể ban cho một đất nước để Bà nội con không chết.

[361] *No. 99:* "Con đã từng nghe Thế Tôn nói: 'Tất cả chúng sanh... không có ai sanh ra mà không chết.' Hôm nay con mới nhận thấy lời Thế Tôn nói đúng." **Pāli** *Yāvasubhāsitamidaṃ, bhante, bhagavatā – Sabbe sattā maraṇadhammā maraṇapariyosānā maraṇaṃ anatītā ' ti.* Thế Tôn đã khéo nói điều này: Tất cả chúng sanh đều phải chịu sự chết, kết thúc với cái chết, và không vượt qua cái chết.

Tam, thọ khoái lạc cùng cực, hào quang rực rỡ, ở cung điện trời, thọ mạng dài lâu, nhưng rồi cũng phải chấm dứt. Các A-la-hán, đã buông bỏ gánh nặng, đạt được mục đích của mình, dứt sạch các hữu kết, tâm được tự tại, chánh trí giải thoát, thân cuối cùng cũng đi đến tiêu diệt. Các Bích Chi Phật sống một mình không bạn lữ, thường ở nơi nhàn tĩnh, cũng phải hoại diệt. Chư Phật Chánh Giác đầy đủ Mười lực, Bốn vô úy, Bốn vô ngại, có thể rống tiếng rống sư tử, thân cũng vô thường, đi đến tiêu diệt."

Đức Phật nói: "Này Đại Vương! Ta đã phân tích rõ ràng mọi thứ cho Đại Vương, có sanh chắc chắn có chết. Nói tóm lại, không có sự sanh nào mà không chấm dứt." Đức Phật liền nói kệ:

"Tất cả sinh đều chết
Thọ mạng ắt chấm dứt
Tùy theo nghiệp thọ báo
Thiện ác đều chịu quả
Tu phước được sanh thiên
Làm ác vào địa ngục
Tu đạo đoạn sanh tử
Vĩnh viễn vào Niết-bàn.
Trong hư không hay biển
Hay vào trong núi đá
Không có một chốn nào
Thoát được không phải chết.
Chư Phật và Duyên giác
Bồ-tát và Thanh Văn
Còn xả thân vô thường
Hà huống các phàm phu."

[392c01] Bấy giờ, vua Ba-tư-nặc sau khi nghe Phật dạy, tâm ý khai mở, không còn ưu sầu, hoan hỷ ra về.

Đức Phật nói kinh này xong, các tỳ-kheo sau nghe những lời Phật dạy, hoan hỉ phụng hành.

KINH 55. TỰ ÁI NIỆM[362]

Tôi nghe như vầy:

Một thời, Đức Phật ở tại vườn Cấp Cô Độc, rừng cây Kỳ-đà, nước Xá-vệ. Bấy giờ, vua Ba-tư-nặc một mình ở chỗ thanh vắng, tĩnh lặng tư duy: "Phàm là con người, thế nào là thương yêu mình, thế nào là không thương yêu mình?"[363] Vua lại nghĩ: "Nếu ai thân, khẩu, ý làm những nghiệp thiện, xa lìa điều ác, đây gọi là thương yêu mình.[364] Nếu ai thân, khẩu, ý tạo những nghiệp bất thiện, làm các ác hạnh, đây gọi là không thương yêu mình."[365]

Sau khi tư duy như vậy, từ thiền tịnh dậy, vua Ba-tư-nặc đi đến chỗ Phật, đảnh lễ sát chân Phật rồi ngồi sang một bên, bạch Phật: "Bạch Đức Thế Tôn! Con một mình ở chỗ vắng vẻ suy nghĩ thế này: "Thế nào là thương yêu mình, thế nào là không thương yêu mình? Nếu ai với thân, khẩu, ý làm những nghiệp thiện, đây gọi là thương yêu mình. Nếu ai với thân, khẩu, ý làm những nghiệp bất thiện, đây gọi là không thương yêu mình."

Đức Phật nói: "Đúng vậy, Đại vương! Nếu người nào thân, khẩu, ý làm điều ác, đây gọi là không thương yêu mình. Vì sao vậy? Người kia làm ác, tuy có oán thù nhưng không hẳn sẽ dẫn đến bị thương hại.

---

[362] Tương đương *No. 99* (1128). Pāli, S. 3. 1.4. *Piya.* Tham khảo *Tạp A-hàm,* Việt dịch, kinh 1032.

[363] *No. 99:* 'Thế nào là tự thương yêu mình, thế nào là không tự thương yêu mình? Pāli *kesaṃ nu kho piyo attā, kesaṃ appiyo attā ' ti?* Đối với những ai, tự ngã là thân yêu? Đối với những ai, tự ngã là không thân yêu?"

[364] Pāli *Ye ca kho keci kāyena sucaritaṃ caranti, vācāya sucaritaṃ caranti, manasā sucaritaṃ caranti; tesaṃ piyo attā.* Những ai với thân hành thiện hành, với khẩu hành thiện hành, với ý hành thiện hành, đối với họ tự ngã là thân yêu.

[365] Pāli *ye ca kho keci kāyena duccaritaṃ caranti, vācāya duccaritaṃ caranti, manasā duccaritaṃ caranti; tesaṃ appiyo attā '.* Những ai với thân hành ác hành, với khẩu hành ác hành, với ý hành ác hành, đối với họ tự ngã là không thân yêu.

Tự mình tạo ác nghiệp, hủy hoại rất sâu nặng, cho nên tự mình tạo nghiệp ác gọi là không thương yêu mình.[366] Lại nữa, có kẻ vì mình mà sát sanh, trộm cắp, tà dâm, như thế là làm tổn hại chính mình. Nếu người nào thân, khẩu, ý hành thiện rồi suy nghĩ thế này: 'Ta xả bỏ nhà cửa vợ con yêu mến.' Đây gọi là không thương yêu mình, nhưng thật ra đó là thương yêu mình. Vì sao vậy? Những người như thế, tuy có bạn bè, cha mẹ, anh em, ân nghĩa tận xương tủy, nhưng đến khi già yếu họ chẳng thể cứu được. Cần phải tự mình thân, khẩu, ý tu hành thiện nghiệp, mới có thể tự cứu độ mình, đây gọi là thương yêu mình."[367]

Đức Phật liền nói kệ:

"*Nếu người tự yêu mình*
Không gia hại người khác
Không tạo tác điều ác
Người này được an lạc.
Nếu người tự yêu mình
Cần tu các thiện nghiệp
Sẽ mau chóng đạt được
Đủ các loại khoái lạc
Người muốn thương yêu mình
Cần phải tự bảo hộ
Thí như bên ngoài thành
Đồng hoang nhiều giặc cướp
Nếu như không gặp nạn
Phải nên tự ẩn mình

---

[366] [Pāli] Yañhi appiyo appiyassa kareyya, taṃ te attanāva attano karonti; tasmā tesaṃ appiyo attā. "Điều gì mà người không thân yêu có thể làm cho người không thân yêu, điều đó tự ngã của họ làm cho tự ngã của họ; vì vậy, đối với họ, tự ngã không phải là thân yêu."

[367] [Pāli] Yañhi piyo piyassa kareyya, taṃ te attanāva attano karonti; tasmā tesaṃ piyo attā " ti. "Điều gì mà người thân yêu có thể làm cho người thân yêu, điều đó tự ngã của họ làm cho tự ngã của họ; vì vậy, đối với họ, tự ngã là thân yêu."

Tránh họ không gặp nạn
Gặp nạn khổ vô cùng."

[393a01] Đức Phật nói kinh này xong, các tỳ-kheo sau khi nghe những lời Phật dạy, hoan hỉ phụng hành.

KINH 56. TỰ HỘ[368]

Tôi nghe như vầy:

Một thời, Đức Phật ở tại vườn Cấp Cô Độc, rừng cây Kỳ-đà, nước Xá-vệ. Bấy giờ, vua Ba-tư-nặc đang ở chỗ vắng vẻ, khởi lên tư duy: "Thế nào là bảo hộ mình? Thế nào là không bảo hộ mình?"[369] Lại tự nghĩ: "Nếu người tu thiện, gọi là bảo hộ mình. Nếu người làm ác, gọi là không bảo hộ mình."[370] Sau khi tư duy như vậy, vua Ba-tư-nặc liền từ chỗ ngồi đứng dậy, đi đến chỗ Phật, lễ sát chân Phật rồi ngồi sang một bên, bạch Phật: "Bạch Đức Thế Tôn! Hôm nay trẫm đang ở chỗ vắng, liền tư duy như vầy: "Thế nào là bảo hộ mình, thế nào là không bảo hộ mình?" Lại tự nghĩ: "Nếu tu thiện hành, gọi là bảo hộ mình. Nếu làm việc bất thiện, gọi là không bảo hộ mình."

---

[368] Tương đương *No. 99* (1129). Pāli, S. 3. 1. 5. *Attarakkhita*. Tham khảo *Tạp A-hàm*, Việt dịch, kinh 1033.

[369] **Pāli:** ' *kesaṃ nu kho rakkhito attā, kesaṃ arakkhito attā ' ti*? Đối với những ai tự ngã được bảo hộ; đối với những ai tự ngã không được bảo hộ?

[370] *No. 99:* 'Nếu người nào thân hành ác hạnh, khẩu hành ác hạnh, ý hành ác hạnh, nên biết những người này là không tự bảo hộ. Nếu người nào thân hành thiện hạnh, khẩu hành thiện hạnh, ý hành thiện hạnh, nên biết những người này là tự bảo hộ.' **Pāli:** *Ye kho keci kāyena duccaritaṃ caranti, vācāya duccaritaṃ caranti, manasā duccaritaṃ caranti; tesaṃ arakkhito attā. Ye ca kho keci kāyena sucaritaṃ caranti, vācāya sucaritaṃ caranti, manasā sucaritaṃ caranti; tesaṃ rakkhito attā.*

Đức Phật bảo Đại vương: "Thật đúng như vậy! Thật đúng như vậy! Nếu đem bốn binh: tượng binh, mã binh, xa binh và bộ binh vây quanh thân mình cũng không gọi là bảo hộ mình. Vì sao? Vì đây không phải sự bảo hộ bên trong![371] Nếu người nào thân, khẩu, ý hành thiện, dù không có bốn binh, cũng được gọi là bảo hộ mình. Vì sao? Vì có sự bảo hộ bên trong. Người bảo hộ bên trong như đây hơn hẳn sự bảo hộ bên ngoài, nên gọi là bảo hộ mình."[372]

Đức Phật liền nói kệ:

> "Nếu người muốn tự hộ
> Phải hộ thân, khẩu, ý
> Tu hành các thiện pháp
> Có tàm và có quý
> Người không hộ ba nghiệp
> Tà kiến và thụy miên
> Che lấp các thiện pháp
> Theo đuổi các ác ma
> Thế là tự hủy hoại
> Cho nên cần tự hộ

---

[371] *No. 99:* Vì tuy phòng hộ bên ngoài, nhưng không phòng hộ bên trong. Cho nên, Đại vương! Đó gọi là không tự phòng hộ. Pali *Bāhirā hesā rakkhā, nesā rakkhā ajjhattikā; tasmā tesaṃ arakkhito attā.* Đây là sự bảo hộ bên ngoài, đây không phải sự bảo hộ bên trong. Vì thế, đối với những người này tự ngã không được bảo hộ.

[372] *No. 99:* Vì phòng hộ bên trong. Đó gọi là khéo tự phòng hộ, chẳng cần phòng hộ bên ngoài. Pali *Ye ca kho keci kāyena sucaritaṃ caranti, vācāya sucaritaṃ caranti, manasā sucaritaṃ caranti; tesaṃ rakkhito attā. Kiñcāpi te neva hatthikāyo rakkheyya, na assakāyo rakkheyya, na rathakāyo rakkheyya, na pattikāyo rakkheyya; atha kho tesaṃ rakkhito attā. Taṃ kissa hetu? Ajjhattikā hesā rakkhā, nesā rakkhā bāhirā; tasmā tesaṃ rakkhito attā ' ti.* Những người nào thân hành thiện hành... đối với họ tự ngã được bảo hộ, dù họ không được tượng, mã, xa, bộ binh bảo hộ. Vì đây là sự bảo hộ bên trong, không phải bảo hộ bên ngoài. Do đó, đối với họ tự ngã được bảo hộ.

Tu định và trí huệ
Thường nhớ lời Phật dạy."

Đức Phật nói kinh này xong, các tỷ-kheo sau khi nghe những lời Phật dạy, hoan hỉ phụng hành.

KINH 57. TÀI NGHIỆP[373]

Tôi nghe như vầy:

Một thời, Đức Phật ở tại vườn Cấp Cô Độc, rừng cây Kỳ-đà, nước Xá-vệ. Bấy giờ, vua Ba-tư-nặc ở chỗ yên tĩnh, khởi lên tư duy: "Trong thế gian này, ít có người được tài sản sự nghiệp giàu sang mà không kiêu xa, kiên trinh, tri túc, tiết chế ham muốn, không não hại chúng sanh, người như vậy rất ít. Trong thế gian này có rất nhiều người được tài sản sự nghiệp thắng lợi, thì kiêu xa phóng túng, ham muốn dục lạc, gia hại chúng sanh, người như vậy rất nhiều."[374]

---

[373] Tương đương *No. 99* (1231). Pāli, S. 3. 1.7. *Aḍḍakaraṇa* (S. 3. 1. 6. *Appaka*). Tham khảo *Tạp A-hàm*, Việt dịch, kinh 1035.

[374] Đoạn này tương đương với *No. 99* (1230), *Tạp A-hàm* (kinh 1034), và Pāli, S. 3. 1. 6. *Appaka*, hơn là *No.* 1231) 99), *Tạp A-hàm* (kinh 1035), và Pāli, S. 1.7 .3. *Aḍḍakaraṇa*. Vì *Tạp A-hàm* (kinh 1035) là: "Vua Ba-tư-nặc đang ngự trên chánh điện, tự mình xem xét những việc của quốc vương, thấy giai cấp sát-lị, bà-la-môn, gia chủ, vì tham lợi nên hay dối trá, vọng ngữ, liền tự nghĩ: 'Hãy ngưng việc xét đoán này, dừng việc xét đoán này. Ta không còn đích thân xét đoán việc nữa. Ta có người con hiền, sẽ bảo nó xét đoán. Làm sao ta có thể nhìn những dòng họ cao sang này, giai cấp sát-lị, bà-la-môn, gia chủ, vì tham lợi mà hay dối trá, vọng ngữ?'" *"idhāhaṃ, bhante, aḍḍakaraṇe nisinno passāmi khattiyamahāsālepi brāhmaṇamahāsālepi gahapatimahāsālepi aḍḍhe mahaddhane mahābhoge pahūtajātarūparajate pahūtavittūpakaraṇe pahūtadhanadhaññe kāmahetu kāmanidānaṃ kāmādhikaraṇaṃ sampajānamusā bhāsante."*

Vua Ba-tư-nặc sau khi ở chỗ yên vắng, tư duy vậy rồi, liền từ chỗ ngồi đứng dậy, đi đến chỗ Phật, lễ sát chân Phật rồi ngồi sang một bên, bạch Phật: "Bạch Đức Thế Tôn! Hôm nay con ở chỗ yên vắng, khởi lên tư duy: 'Trong thế gian này nếu có người được tài sản sự nghiệp thắng lợi mà tâm **[393b01]** tự biết đủ, không kiêu xa phóng túng, không đam mê dục lạc, không não hại chúng sanh, người như vậy rất ít.375 Như lại có người được tài sản sự nghiệp thắng lợi, thì kiêu mạn, phóng túng, đam mê dục lạc, gia hại chúng sanh, người như vậy rất nhiều.'"376

Đức Phật nói: "Đại Vương! Thật đúng như vậy! Thật đúng như vậy! Trong thế gian có rất nhiều người được tài lộc sung túc, thì kiêu mạn, phóng túng, đam mê dục lạc, làm cho chúng sanh khổ sở. Đây là người ngu, thọ khổ lâu dài, bị tổn giảm nhiều, sau khi mạng chung, chắc chắn đọa địa ngục."

Đức Phật lại nói: "Đại vương! Thí như người đánh cá và học trò người đánh cá đánh bắt cá bằng những phương pháp khéo léo, dùng lưới dày sít giăng ngang dòng nước để các loài thủy tộc như cá, ba ba, rùa, cá sấu, đều sa vào lưới. Các loài thủy tộc này khi mắc vào lưới thảy đều gom lại trong tay ngư phủ, dẫn dắt xoay tròn theo ý ngư

---

375 *No. 99 (1230): Thế gian ít có người được tài lợi thắng diệu mà không tham đắm, không sinh phóng dật, không khởi tà hạnh. Pāli (S. 3. 1. 6): appakā te sattā lokasmiṃ ye uḷāre uḷāre bhoge labhitvā na ceva majjanti, na ca pamajjanti, na ca kāmesu gedhaṃ āpajjanti, na ca sattesu vippaṭipajjanti. Trong thế gian này, ít có chúng sanh nào sau khi đạt được tài sản sung túc mà không say đắm, không buông lung, không đam mê trong các dục, không gây hại chúng sanh.*

376 *No. 99 (1230): Nhưng thế gian có nhiều người được tài lợi thắng diệu, và đối với tài lợi sanh ra phóng dật, mà khởi lên tham đắm, khởi lên các tà hạnh. Pāli (S. 6 .1 .3): Atha kho eteva bahutarā sattā lokasmiṃ ye uḷāre uḷāre bhoge labhitvā majjanti ceva pamajjanti, ca kāmesu ca gedhaṃ āpajjanti, sattesu ca vippaṭipajjantī'''ti. Nhưng trong thế gian này, có rất nhiều chúng sanh sau khi đạt được tài sản sung túc thì say đắm, buông lung, đam mê trong các dục, gây hại chúng sanh.*

phủ.[377] Trong thế gian, có nhiều người được tài lộc thắng lợi rồi kiêu mạn phóng túng, tham đắm ngũ dục, gia hại chúng sanh, cũng lại như vậy. Vì sao? Người ngu như đây liền đi vào lưới ma, bị túm lấy bởi lưới, di chuyển xoay tròn, theo ý của ma." Bấy giờ, Thế Tôn liền nói kệ:

"Buông lung theo sự nghiệp
Ham mê đắm ngũ dục
Không biết có quả ác
Như cá mắc lưới dày
Nghiệp này đã thành tựu
Chịu khổ não vô cùng."

Đức Phật nói kinh này xong, các tỳ-kheo sau khi nghe những lời Phật dạy, hoan hỉ phụng hành.

KINH 58. CƠ NGHIỆP[378]

Tôi nghe như vầy:

Một thời, Đức Phật ở tại vườn Cấp Cô Độc, rừng cây Kỳ-đà, nước Xá-vệ. Bấy giờ, vua Ba-tư-nặc ở chỗ yên vắng, tư duy như vầy: "Trong thế gian này, có rất ít người được tài lộc phong phú, thịnh vượng, mà không kiêu mạn phóng túng, không đam mê dục lạc, không não hại chúng sanh. Trong thế gian này, có rất nhiều người được cơ nghiệp thắng lợi, thì kiêu mạn phóng túng, đam mê ngũ dục, não hại chúng sanh." Sau khi tư duy như vậy, vua Ba-tư-nặc liền từ chỗ ngồi đứng dậy, đến chỗ Phật, đánh lễ sát chân Phật rồi ngồi sang một bên, bạch Phật: "Bạch Đức Thế Tôn! Hôm nay con ở chỗ yên vắng, chợt nghĩ thế này: 'Trong thế gian này có rất ít người được cơ nghiệp thắng lợi mà không kiêu mạn, phóng túng, không đam mê ngũ dục, không não hại

---

377 *No. 99:* Giống như người đánh cá và đệ tử người đánh cá, thả câu, giăng lưới nơi sông, suối, khe, rạch giết hại chúng sanh, tạo ra khổ lớn.

378 Tương đương *No. 99* (1230). Pāli, *S. 3. 1. 6. Appaka.* Tham khảo *Tạp A-hàm,* Việt dịch, kinh 1034.

chúng sanh. Ngược lại có rất nhiều người khi được cơ nghiệp thắng lợi, thì đam mê ngũ dục, não hại người chúng sanh.'"

Đức Phật nói: "Đại vương! Đúng vậy! Đúng vậy! Thật như lời vua nói. Thí như người thợ săn đào hầm đặt bẫy để bắt nai, đuổi nai chạy vào trong hầm bẫy rồi tùy ý **[393c01]** bắt lấy.[379] Trong thế gian này, có nhiều người được cơ nghiệp thắng lợi, thì kiêu mạn phóng túng, đam mê ngũ dục, làm cho chúng sanh khổ sở cũng lại như vậy. Những người ngu si như đây bị rơi vào cạm bẫy ma, làm theo ma, sẽ đọa vào địa ngục, thọ khổ lâu dài."

Bây giờ, Thế Tôn liền nói kệ:

> *"Buông lung theo sự nghiệp*
> *Ham mê nơi ngũ dục*
> *Không biết quả ác sau*
> *Như nai vào hầm sâu*
> *Chịu khổ não không cùng.*
> *Người tạo ác nghiệp này*
> *Buồn khổ thêm báo khổ*
> *Hối hận làm sao kịp?*
> *Người tu hành thiện nghiệp*
> *Sau được quả báo tốt*
> *Lâm chung lòng hoan hỷ*
> *Về sau không hối hận."*

Đức Phật nói kinh này xong, các tỳ-kheo sau khi nghe những lời Phật dạy, hoan hỷ phụng hành.

---

[379] *No. 99:* Thợ săn và học trò của thợ săn, giăng lưới bắt giết nhiều thú vật trong rừng hoang vắng; hại chúng sanh khốn khổ, nghiệp ác tăng trưởng.

KINH 59. XAN LẪN³⁸⁰

Tôi nghe như vầy:

Một thời, Đức Phật ở tại vườn Cấp Cô Độc, rừng cây Kỳ-đà, nước Xá-vệ. Bấy giờ, vua Ba-tư-nặc đi đến chỗ Phật, đảnh lễ sát chân Phật rồi ngồi sang một bên, bạch Phật: "Bạch Đức Thế Tôn! Có một vị trưởng giả tên Ma-ha-nam,³⁸¹ nhà ông cực kỳ giàu có, tiền của châu báu rất nhiều."

Đức Phật hỏi vua: "Thế nào gọi là cực kỳ giàu có?"

Vua bạch Phật: "Nhà trưởng giả kia vàng bạc châu báu, số lượng đến nghìn vạn ức, không thể kể hết, huống là những của cải khác. Tuy có của cải sung túc nhưng ông ta không dám ăn uống. Thức ăn chỉ là những thứ thô nhám, xen lẫn cám gạo. Nếu nấu canh thì chỉ nấu toàn củ gừng, nấu xong lại đem đi bán lấy tiền xài. Y phục thì chỉ mặc vải gai thô sơ, gom nhặt năm thứ giẻ rách dùng làm nội y. Đi xe cũ kỹ, kết lá cây dùng làm tàn lọng che.³⁸² Chưa từng thấy ông bố thí cho sa-môn, bà-la-môn hay những người bần cùng xin ăn. Khi muốn ăn, trước tiên ông đóng cửa, vì sợ các sa-môn, bà-la-môn đến xin ông."³⁸³

Đức Phật nói: "Đại vương! Người như vậy không phải là thiện trượng phu³⁸⁴. Vì sao? Được tiền của giàu sang thế này mà không

---

³⁸⁰ Tương đương *No. 99* (1232). Pāli, S. 3. 2.9. *Aputtaka.* Tham khảo *Tạp A-hàm*, Việt dịch, kinh 1036.

³⁸¹ **Pāli** *sāvatthiyaṃ seṭṭhi gahapati kālaṅkato. Taṃ aputtakaṃ,* ở Sāvatthī có một gia chủ triệu phú đã chết. Ông ta không có con.

³⁸² *No. 99:* Ăn cơm gạo tấm thô sơ, canh đậu, gừng cũ nát; mặc áo vải thô, mang giày da đơn; đi xe cũ kỹ, đội nón lá cây. **Pāli** *kaṇājakaṃ bhuñjati bilaṅgadutiyaṃ; sāṇaṃ dhāreti tipakkhavasanaṃ; jajjararathakena yāti paṇṇachattakena dhāriyamānenā " ti.* Ăn cơm gạo tấm với cháo chua; mặc y phục bằng vải gai may thành ba tấm; đi xe cũ có dù che được kết bằng lá.

³⁸³ *No. 99:* ...không để cho các Sa-môn, Bà-la-môn nào hay những người bần cùng, những người lỡ đường, những người ăn xin, trông thấy.

³⁸⁴ Phi thiện trượng phu 非善丈夫. *No. 99:* phi chánh sĩ 非正士. **Pāli**

biết mở lòng chánh trực cảm nghiệm thoải mái, lại không biết hiếu dưỡng cha mẹ, cung cấp cho vợ con; cũng chẳng ban cho nô tỳ, tôi tớ; lại không thường bố thí cho các sa-môn, bà-la-môn; cũng chẳng cầu thượng nghiệp đưa đến quả báo sanh thiên.³⁸⁵ Giống như trên đất muối có vũng nước ít, vì mặn chát người không uống được, cho đến tự khô cạn sạch.³⁸⁶ Kẻ ngu³⁸⁷ ở thế gian cũng lại như vậy. Được tài sản sự nghiệp to lớn nhưng không biết sử dụng cho bản thân, tự mình không hưởng thụ sung sướng, cũng không **[394a01]** cấp dưỡng cho cha mẹ, vợ con, hay quyến thuộc của mình; nô tỳ, nô bộc, thân hữu tri thức, đều không được cho. Tuy tài bảo sung túc mà chẳng lợi ích gì."

Đức Phật lại nói: "Đại vương! Bậc thiện trượng phu³⁸⁸ khi có được tiền tài sự nghiệp thì biết tự mình sử dụng chính đáng, hưởng thụ sung sướng. Họ còn biết cúng dường Sư trưởng, cấp dưỡng cho cha mẹ, vợ con, và quyến thuộc của mình; nô tỳ, tôi tớ, thân hữu tri thức, cho đến cúng dường cho các sa-môn, bà-la-môn, kẻ bần cùng xin ăn thảy đều bố thí cho. Bậc thiện nhân như đây, có được tài bảo gọi là thượng nghiệp, tạo nhân vui vẻ là điều kiện để sanh thiên. Hạng người này tích tụ tài bảo, thành tựu đại thiện. Giống như gần thôn làng, thành ấp có một cái ao trong mát, chảy ra dòng nước ngọt, đất bốn bên đều bằng phẳng, cây cối nhiều sum suê, đủ thứ hoa quả, cỏ non mềm mại phủ khắp mặt đất. Tất cả mọi người đều đến tắm rửa, lại được uống nước ngon. Các loài chim bay thú chạy thường đến

---

asappurisa, con người không cao thượng, không phải chân nhân, không phải thượng nhân.

³⁸⁵ *No. 99:* ... cúng dường sa-môn, bà-la-môn, để gieo trồng vào ruộng phước thù thắng, để hướng đến chỗ cao quý, hưởng thụ an lạc lâu dài, đời sau sanh về cõi trời. Được những tài vật thù thắng mà không biết cách dùng rộng rãi để thâu lợi lớn.

³⁸⁶ *No. 99:* thí như nước tích tụ trong ao hồ ở giữa đồng hoang, không có người sử dụng để uống ăn, tắm rửa, chính nước trong ao đầm tự nung khô tiêu hết.

³⁸⁷ Ngu phu 愚夫. *No. 99:* Bất thiện sĩ phu 不善士夫, kẻ sĩ bất thiện. [Pāli] *asappurisa.*

³⁸⁸ Thiện trượng phu 善丈夫. *No. 99:* Thiện nam tử 善男子. [Pāli] *sappurisa.*

quanh quẩn vui chơi. Bậc thiện kiện trượng phu cũng lại như vậy, cho đến sanh thiên, thành tựu đại thiện." Bấy giờ, Thế Tôn liền nói kệ:

"Thí như nơi đất mặn
Có vũng nước lạnh mát
Mặn chát không uống được
Sau tự khô cạn hết.
Kẻ hèn yếu cũng vậy
Tuy có nhiều tài bảo
Tự mình không ăn mặc
Cũng không thí cho người
Đây gọi kẻ hèn yếu.
Có tiền của bố thí
Giống như mảnh đất bằng
Có ao chảy nước trong
Cỏ cây đều tươi tốt
Người, thú đến hưởng vui
Đây gọi là bậc trí.
Giống như Đại ngưu vương
Sống thọ hưởng an vui
Chết sanh lên cõi trời."

Đức Phật nói kinh này xong, vua Ba-tư-nặc sau khi nghe những lời Phật dạy, hoan hỷ, tùy hỷ, đảnh lễ rồi ra về.[389]

KINH 60. VÔ TỬ[390]

Tôi nghe như vầy:

---

[389] Phật thuyết thị dĩ, chư tỳ-kheo văn Phật sở thuyết, hoan hỷ phụng hành 佛說是已，諸比丘聞佛所說，歡喜奉行. Ở đây dịch theo *Tạp A-hàm* vì thấy hợp lý hơn.

[390] Tương đương *No. 99* (1233). Pāli, S. 3. 2.10. *Aputtaka*. Tham khảo *Tạp A-hàm*, Việt dịch, kinh 1037.

Một thời, Đức Phật ở tại vườn Cấp Cô Độc, rừng cây Kỳ-đà, nước Xá-vệ. Bấy giờ, trong thành có một đại trưởng giả tên là Ma-ha-nam, không có con nối dõi, mắc bệnh rồi chết. Theo phép nước thời ấy, nếu không có con trai nối dõi thì sau khi chết, gia tài sung vào cửa quan. Chính vì vậy nên tài sản của Ma-ha-nam phải nhập vào ngân khố nhà vua.391

Lúc ấy, vua Ba-tư-nặc, thân thể bụi bặm đi đến chỗ Phật, đảnh lễ Phật xong, ngồi sang một bên.

Đức Phật hỏi nhà vua: "Hôm nay vì sao thân thể bụi bặm, dung mạo khác thường, bệ hạ lại đến đây?"392

Vua Ba-tư-nặc bạch Phật: **[394b01]** "Bạch Đức Thế Tôn! Trong thành Xá-vệ có một đại trưởng giả tên là Ma-ha-nam, mạng chung hôm qua, vì không có con nối dõi nên toàn bộ tài sản phải nhập vào cung. Con đi xem xét tài sản của ông ta, xông pha gió bụi, nên thân thể bụi bặm."

Phật hỏi vua: "Ma-ha-nam thật sự rất giàu có chăng?"

Vua liền đáp: "Thật đúng vậy, Bạch Thế Tôn! Thế nào là rất giàu có? Vì vàng bạc châu báu nhiều đến nghìn vạn ức, không thể đếm kể, huống chi những tài sản khác. Tuy có châu báu, tích trữ rất nhiều, nhưng vì bản tính xan tham, keo kiệt không dám ăn. Thức ăn, chỉ ăn gạo lúa lép, lúa trời xen lẫn cám, cực kỳ thô nhám. Nếu làm canh, chỉ nấu một củ gừng thôi, nấu rồi lại đem đi bán lấy tiền xài. Về mặc, ông ta chỉ mặc vải gai thô sơ, gom nhặt năm thứ giẻ thô xấu dùng làm nội y. Xe thì đi xe cũ kỹ, kết lá cây dùng làm tàn lọng che. Chưa từng thấy ông tu bố thí chút ít cho sa-môn, bà-la-môn, hay những kẻ bần cùng ăn xin."

Đức Phật nói: "Người ngu như thế chẳng phải là thiện trượng phu.

---

391 *No. 99:* vua Ba-tư-nặc đem tài sản không có con, không có thân thuộc đều nhập vào ngân khố nhà vua.

392 *No. 99:* "Đại vương từ đâu đến, thân thể dính bụi bặm và có vẻ mệt nhọc?" [Pali] *handa, kuto nu tvaṃ, mahārāja, āgacchasi divā divassā "ti?* Đại vương! Ngài đi đâu vào giữa trưa thế này?

Vì sao? Tuy có tiền bạc châu báu nhưng không biết mở lòng chánh trực, cảm nghiệm sung sướng; lại không biết cấp dưỡng cho cha mẹ, vợ con, cũng không ban cho nô tỳ, tôi tớ; không thường xuyên bố thí cho các sa-môn, bà-la-môn, lại cũng không mong cầu quả báo thiện, sanh thiên."

Phật nói với Vua: "Ông Ma-ha-nam này xưa kia đã từng gieo trồng chút ít thiện căn nơi Bích-chi Phật Đa-già-la-sắt³⁹³. Lúc ấy, ông bố thí thức ăn, thức uống mà không thành tâm thí, không tín tâm thí, không tự tay mình thí, không cung kính thí, vơ lấy rồi ném cho. Bố thí xong, sau đó ông lại sanh hối tiếc, nghĩ rằng: 'Sao ta lại đem thức ăn thức uống của mình cho Sa-môn trọc đầu này, chẳng bằng đem cho tôi tớ trong nhà mình.' Sau khi xả bỏ thân này, ông ta được sanh vào nhà một đại trưởng giả giàu có nhất thành Xá-vệ.³⁹⁴ Tuy được sanh vào nhà trưởng giả giàu có như vậy, nhưng vì trước kia bố thí thức ăn rồi sanh tâm hối tiếc, nên tự nhiên không vui thích mặc y phục đẹp, cũng không thích ăn thức ăn ngon, xe ngựa trang sức đầy đủ thảy đều không thích thú cưỡi.³⁹⁵ Đại vương nên biết, Ma-ha-nam xưa kia gia đình giàu sang, nhưng vì tiền tài mà giết chết người em trai khác mẹ; do nhân duyên này nên đọa vào địa ngục vô lượng năm, chịu các khổ não. Cũng vì nhân duyên này, mà tiền tài bảy lần thường sung vào cửa quan.³⁹⁶ Phước báu do nhân duyên thí thức ăn cho Bích-chi Phật

---

393 Đa-già-la-sắt Bích-chi Phật 多伽羅瑟辟支佛. *No. 99:* Đa-ca-la-thi-khí Bích-chi Phật 多迦羅尸棄辟支佛. Pāli *Taggarasikhiṃ nāma pacceka-sambuddhaṃ.*

394 *No. 99:* Nhờ phước bố thí này, bảy lần được sanh lên trời Tam Thập Tam, và bảy lần sanh vào nước Xá-vệ này, thuộc dòng họ tối thắng, tiền của giàu có bậc nhất.

395 *No. 99:* Tuy giàu có, nhưng phải thọ dụng quần áo thô sơ, ăn uống khổ cực, ngọa cụ, nhà cửa, xe cộ thô sơ cũ kỹ. Ngay từ đầu chưa nếm trải được sắc, thanh, hương, vị, xúc tốt đẹp để tự an thân.

396 *No. 99:* Tội báo ấy còn sót nên sanh vào nước Xá-vệ, bảy lần thọ thân, thường không có con; tài sản bị tịch thâu về nhà vua. Pāli *Tasseva kammassa vipākāvasesena idaṃ sattamaṃ aputtakaṃ sāpateyyaṃ rājakosaṃ paveseti.* Do dư báo của nghiệp này, nên gia tài không con đây bảy lần phải nhập vào ngân khố nhà vua.

Đa-già-la-sắt, Ma-ha-nam đã thọ hưởng sạch, giống như người mắc đại tội, sau khi xả bỏ thân mạng, liền đọa vào địa ngục. Ma-ha-nam xả bỏ thân mạng cũng lại như vậy, sẽ đọa vào địa ngục Đại khiếu hoán."[397]

[394c01] Vua Ba-tư-nặc lại bạch Phật: "Bạch Thế Tôn! Sau khi Ma-ha-nam kia xả bỏ thân mạng có thật sẽ đọa vào địa ngục Khiếu hoán chăng?"

Đức Phật bảo: "Thật sẽ đọa vào."

Bấy giờ, nhà vua sau khi nghe xong, buồn khóc rơi lệ. Vua sửa lại y phục, bày vai hữu, chấp tay nói kệ:

"Tiền tài, lúa, lụa, cùng trân bảo
Nô tỳ, tôi tớ, và quyến thuộc
Tất cả mỗi mỗi chẳng đi theo
Cũng không cầm được chút phần nào.
Thi thể đã chết dần xả bỏ
Tất cả tài bảo tuy la liệt
Đều không giữ được một vật gì
Cũng không cầm được chút để đi
Hay có vật gì đuổi theo người
Thí như có bóng đi theo hình?[398]
Quả báo thiện ác ắt không mất

---

[397] *No. 99:* Gia chủ Ma-ha-nam bây giờ đây mạng chung, phước báo bố thí quá khứ đã hết, thân đời này lại keo kiệt, tham lam, buông lung đối với tài sản, vì tạo tội ác, sau khi chết ở đây, sẽ đọa vào địa ngục chịu nhiều khổ não." 【Pāli】 *Tassa kho, mahārāja, seṭṭhissa gahapatissa purāṇañca puññaṃ parikkhīṇaṃ, navañca puññaṃ anupacitaṃ. Ajja pana, mahārāja, seṭṭhi gahapati mahāroruve niraye paccatī" ti.* Phước trước kia của gia chủ triệu phú ấy đã cạn kiệt, ông lại không tích trữ phước mới. Và bây giờ đây gia chủ triệu phú đang bị nấu trong địa ngục *Mahāroruva.*

[398] *No. 99:* Nay họ sở hữu gì? Đem theo được những gì? Với cái gì không bỏ, như bóng đi theo hình? 【Pāli】 *Yañca karoti kāyena, vācāya uda cetasā. Tañhi tassa sakaṃ hoti, tañca ādāya gacchati; Tañcassa anugaṃ hoti, chāyāva anapāyinī.* Và chỉ hành động do thân, khẩu,

Nó đi theo người giống như bóng."

Bấy giờ, Thế Tôn dùng kệ đáp:

"Thiện ác đuổi theo người
Thí như bóng theo hình
Tùy chỗ người hướng đến
Chưa từng tách lìa nhau
Thí như chút tư lương
Khó vượt, thêm khổ não
Hành ác cũng như vậy
Không đến được đường lành.
Như tư lương sung túc
An vui vượt đường hiểm
Người tu phước cũng vậy
An ổn đến chốn lành
Như người biệt ly lâu
Đến xứ xa thoáng rộng
An ổn trở về nhà
Trong lòng rất vui thích
Vợ con và quyến thuộc
Hoan hỷ thật hạnh phúc
Người tu thiện cũng vậy
Nghiệp thiện đến nghinh tiếp
Cũng như lìa quyến thuộc
Sum họp được hoan hỷ
Vì thế nên tích thiện
Hãy nên vì đời sau
Muốn đời sau được phước
Nên tu hành chánh hạnh
Nay không bị quở trách
Sau thọ nhận an vui."

ý mới tùy thuộc vị ấy, đi cùng với vị ấy, nó đi theo vị ấy, như bóng không rời hình.

Đức Phật nói kinh này xong, các tỳ-kheo sau khi nghe những lời Phật dạy, hoan hỷ phụng hành.

KINH 61. TẾ TỰ³⁹⁹

Tôi nghe như vầy:

Một thời, Đức Phật ở tại vườn Cấp Cô Độc, rừng cây Kỳ-đà, nước Xá-vệ. Lúc bấy giờ, vua Ba-tư-nặc muốn tổ chức đại tế tự⁴⁰⁰, dâng cúng một nghìn con bò đực⁴⁰¹, đều cột vào trụ, cùng với bò Tây Tạng, trâu, bò sữa, và bò nghé, tất cả đều đến số nghìn; dê đực, dê đực đen, v.v... cũng lại đến số nghìn; và nhiều loại súc vật đều **[395a01]** cột nơi tế đàn.⁴⁰²

Bấy giờ, các bà-la-môn ở các nước khác nghe nhà vua mở đại tế tự, nên từ xa đến, tập trung tại thành Xá-vệ.⁴⁰³ Khi ấy, vào buổi sáng sớm

---

³⁹⁹ Tương đương *No. 99* (1234). Pāli, S. 3. 1.9. *Yañña*. Tham khảo *Tạp A-hàm*, Việt dịch, kinh 1038.

⁴⁰⁰ Đại tự 大祀, cúng tế lớn. *No. 99*: Đại hội 大會. **Pāli** *mahāyañño*, đại tế đàn, lễ hiến tế sinh vật cho thần linh.

⁴⁰¹ Thiên ngưu vương 千牛王. *No. 99*: Thiên đặc ngưu 千特牛. **Pāli** *pañca ca usabhasatāni*, năm trăm con bò đực.

⁴⁰² *No. 99*: Nghìn con bò đực cột vào trụ, và những đồ vật cúng tế.
Pāli *pañca ca usabhasatāni pañca ca vacchatarasatāni pañca ca vacchatarisatāni pañca ca ajasatāni pañca ca urabbhasatāni thūṇūpanītāni honti yaññatthāya*, năm trăm con bò đực, năm trăm con bê đực, năm trăm con bê cái, năm trăm con dê, năm trăm con cừu đều cột vào trụ để cúng tế.

⁴⁰³ *No. 99*: Cho mời tất cả các ngoại đạo khác nhau, từ xa đều vâng tập đến nơi đại tế hội của vua Ba-tư-nặc. Bản Pāli không đề cập đến các ngoại đạo khác đến tham dự đại tế tự, mà đề cập đến những người lo cho việc tế tự: *Yepissa te honti dāsāti vā pessāti vā kammakarāti vā, tepi daṇḍatajjitā bhayatajjitā assumukhā rudamānā parikammāni karonti.* Cũng có những nô tỳ, tôi tớ, người làm công, họ đã bị hình

rất đông các tỳ-kheo đắp y, ôm bát vào thành khất thực, nghe vua Ba-tư-nặc muốn tổ chức đại tế tự, dâng cúng một nghìn con bò đực, cùng với bò Tây Tạng, trâu, bò sữa, và bò nghé, tất cả đều đến số nghìn; dê đực, dê đực đen, v.v... cũng lại đến số nghìn; và đủ các loại súc vật, thảy đều cột nơi tế đàn kia. Lại nghe các bà-la-môn ở các nước khác V Ba-tư-nặc tổ chức đại tế tự, tất cả đều vân tập đến thành Xá-vệ. Các tỳ-kheo khất thực xong, thâu lấy y bát, rửa chân rồi đi đến chỗ Phật, đảnh lễ sát chân Phật, ngồi sang một bên, bạch Phật: "Bạch Đức Thế Tôn! Chúng con hôm nay vào thành khất thực, nghe sự việc như vậy..."

Bấy giờ, Thế Tôn nghe nói những việc này rồi, liền nói kệ:

"Tháng tháng tế trăm nghìn
Tu vậy để cầu phước
Không bằng chánh tín Phật
Bằng một phần mười sáu.
Tháng tháng tế trăm nghìn
Tu vậy để cầu phước
Chẳng bằng chánh tín Pháp
Bằng một phần mười sáu.
Tháng tháng tế trăm nghìn
Tu vậy để cầu phước
Không bằng chánh tín Tăng
Bằng một phần mười sáu.
Tháng tháng tế trăm nghìn
Tu vậy để cầu phước
Không bằng chuyên tâm từ
Bằng một phần mười sáu.
Tháng tháng tế trăm nghìn
Tu vậy để cầu phước
Không bằng thương chúng sanh
Bằng một phần mười sáu.
Tháng tháng tế trăm nghìn
Tu vậy để cầu phước

phạt, bị sợ hãi, với mặt đầy nước mắt, đang than khóc, làm công việc chuẩn bị cho lễ tế đàn.

Không bằng thương quỷ thần
Bằng một phần mười sáu.
Tháng tháng tế trăm nghìn
Không bằng chuyên tâm thiện
Thương xót loài súc sanh
Bằng một phần mười sáu.
Tháng tháng tế trăm nghìn
Không bằng nơi lời Phật
Sanh niềm tin ưa thích
Bằng một phần mười sáu.
Giả sử tu cúng tế
Cùng với pháp thờ lửa
Tu vậy muốn cầu phước
Làm các cúng tế này
[395b01] Trọn vẹn suốt một năm
Không bằng thân ngay thẳng
Hướng Phật lễ một lạy
Bằng được một phần tư."[404]

Đức Phật nói kinh này xong, các tỳ-kheo sau khi nghe những lời Phật dạy, hoan hỷ phụng hành.

KINH 62. HỆ PHƯỢC[405]

Tôi nghe như vầy:

Một thời, Đức Phật ở tại vườn Cấp Cô Độc, rừng cây Kỳ-đà, nước Xá-vệ. Bấy giờ, vua Ba-tư-nặc bắt các vị sát-đế-lợi, tỳ-xá, thủ-đà-la, sa-môn, bà-la-môn, người xuất gia trì giới hay phạm giới, cho đến ca

---

[404] Ức năm tạo nghiệp phước; không bằng một phần tư, kính lễ vị Trực tâm. Xem thêm *Tạp A-hàm* tập iii, **cht.29.**

[405] Tương đương *No. 99* (1235). Pāli, S. 3. 1.10. *Bandhana.* Tham khảo *Tạp A-hàm*, Việt dịch, kinh 1039.

kỹ, chiên-đà-la, thảy đều bắt giam.[406] Khi ấy, các tỳ-kheo vào thành khất thực, sau khi nghe những chuyện như trên, ăn xong, rửa chân, đi đến chỗ Phật, đảnh lễ sát chân Phật rồi ngồi sang một bên, bạch Phật: "Bạch Đức Thế Tôn! Chúng con vào thành khất thực, nghe vua Ba-tư-nặc bắt các vị sát-đế-lợi, tỳ-xá, thủ-đà-la, sa-môn, bà-la-môn, người xuất gia trì giới hay phạm giới, cho đến ca kỹ, chiên-đà-la, thảy đều bắt giam."

Bấy giờ, Thế Tôn sau khi nghe lời này, liền nói kệ:

> *"Vương giả trói buộc người*
> *Bằng sắt, gỗ, dây trói*
> *Hiền thánh thấy việc này*
> *Biết rõ không buộc chắc.*
> *Nếu luyến ái vợ con*
> *Tiền tài và châu báu*
> *Như thế trói buộc người*
> *Bền chắc hơn cả kia.*
> *Vợ con và tài bảo*
> *Người ngu tự chịu trói*
> *Kỳ thật như dòng thác*
> *Nhấn chìm các phàm phu*
> *Vậy nên mau đi qua*
> *Hướng về nơi giải thoát."*

Đức Phật nói kinh này xong, các tỳ-kheo sau khi nghe những lời Phật dạy, hoan hỷ phụng hành.

---

[406] *No. 99:* vua Ba-tư-nặc nổi giận, bắt nhiều người trong nước bỏ tù, gồm các sát-lị, bà-la-môn, tì-xá, thủ-đà-la, chiên-đà-la, người trì giới hay phạm giới, người tại gia hay xuất gia đều bị trói, hoặc xiềng xích, hoặc gông cùm, hoặc cột dây. *rańńā pasenadinā kosalena mahājanakāyo bandhāpito hoti, appekacce rajjūhi appekacce andūhi appekacce saṅkhalikāhi.* Vua *Pasenadi* nước *Kosala* đang bắt trói một số đông người. Một số người bị trói bằng dây to, một số người bị trói bằng xiềng xích, một số người bị trói bằng gông cùm.

NHIẾP TỤNG

Đẳng Chánh Giác, Thân mẫu
Tự ái niệm, Tự hộ
Tài nghiệp và Cơ nghiệp
Xan lẫn và Vô tử
Tế tự và Hệ phược.[407]

---

[407] Hết quyển 3.

TỤNG PHẨM I (4)

KINH 63. CHIẾN ĐẤU (1)[408]

[395c07] Tôi nghe như vầy:

Một thời, Đức Phật ở tại vườn Cấp Cô Độc, rừng cây Kỳ-đà, nước Xá-vệ. Bấy giờ, Vua A-xà-thế nước Ma-kiệt-đề thống lãnh bốn binh đến giao chiến với vua Ba-tư-nặc, chiến đấu dữ dội.[409] Lúc ấy, Vua A-xà-thế, con bà Vi-đề-hi, phá hết quân chủng của vua Ba-tư-nặc đang thống lãnh. Vua Ba-tư-nặc một thân một mình cưỡi xe vào được thành.

Bấy giờ, các tỳ-kheo vào thành khất thực, thấy sự việc này, khất thực xong, rửa chân, đi đến chỗ Phật, đảnh lễ sát chân Phật rồi đứng sang một bên, bạch Phật: "Bạch Đức Thế Tôn! Sáng sớm hôm nay chúng con vào thành khất thực, thấy Vua A-xà-thế và vua Ba-tư-nặc nghiêm chỉnh bốn binh, chiến đấu dữ dội. Bốn binh của vua Ba-tư-nặc bị Vua A-xà-thế đánh phá, chỉ còn nhà vua một thân một mình cưỡi xe vào được thành."

Bấy giờ, Đức Thế Tôn nghe việc này rồi, liền nói kệ:

---

[408] Tương đương *No. 99* (1236). Pāli, S. 3. 2. 4. *Saṅgāma*. Tham khảo *Tạp A-hàm*, Việt dịch, kinh 1040.

[409] **Pāli** *rājā māgadho ajātasattu vedehiputto caturaṅginiṃ senaṃ sannayhitvā rājānaṃ pasenadiṃ kosalaṃ abbhuyyāsi yena kāsi.* Vua *Ajātasattu*, con bà *Videhi* nước *Māgadha*, bày bốn binh chủng tiến đánh vua *Pasenadi* nước *Kosala* cùng với *Kāsi*.

"Thắng tất nhiều oán ghét
Thua buồn bực không ngủ
Nếu không có thắng thua
Tịch diệt, an nhiên ngủ."[410]

Phật nói kinh này xong, các tỳ-kheo sau khi nghe những lời Phật dạy, hoan hỷ phụng hành.

KINH 64. CHIẾN ĐẤU (2)[411]

Tôi nghe như vầy:

Một thời, Đức Phật ở tại vườn Cấp Cô Độc, rừng cây Kỳ-đà, nước Xá-vệ. Bấy giờ, Vua A-xà-thế, nước Ma-kiệt-đề cùng với vua Ba-tư-nặc đều trang bị bốn binh, giao chiến dữ dội. Vua Ba-tư-nặc đại phá binh chủng của A-xà-thế, đồng thời bắt sống được Vua A-xà-thế[412].

Sau khi chiến thắng, vua Ba-tư-nặc cùng với vua A-xà-thế ngồi chung một chiếc xe, đi đến chỗ Phật, đảnh lễ sát chân Phật.

Khi ấy, vua Ba-tư-nặc bạch Phật: "Bạch Đức Thế Tôn! Đây là vua A-xà-thế nước Ma-kiệt-đề, con bà Vi-đề-hi. Con đối với người này xưa nay không hề oán ghét, nhưng người này lại luôn luôn ôm lòng oán ghét con. Vì người này là con của bạn thân con, nên nay con muốn thả, cho người này trở về nước."

Đức Phật nói: "Đại vương! Hãy thả cho đi. Nếu có thể thả vị vua này thì bệ hạ sẽ có được lợi ích lớn lâu dài."

---

[410] Pāli: " *Jayaṃ veraṃ pasavati, dukkhaṃ seti parājito; upasanto sukhaṃ seti, hitvā jayaparājaya* " nti.

[411] Tương đương *No. 99* (1237). Pāli, S. 3. 2.5. *Saṅgāma*. Tham khảo *Tạp A-hàm*, Việt dịch, kinh 1041

[412] *No. 99*: vua Ba-tư-nặc bắt sống Vua A-xà-thế, và thu được voi, ngựa, xe cộ, tiền tài, bảo vật.

[396a01] Bấy giờ, Thế Tôn liền nói kệ:

"Sức phá được quân khác
Lại bị quân khác hoại
Sức xâm lược người khác
Lại bị người khác đoạt
Kẻ ngu cho không quả
Ắt phải thọ khổ lớn
Đến lúc mạng chung rồi
Mới biết có quả báo."[413]

Phật nói kinh này xong, vua Ba-tư-nặc sau khi nghe những lời Phật dạy, hoan hỷ, tùy hỷ, đảnh lễ rồi đi.[414]

KINH 65. THIỆN TRI THỨC[415]

Tôi nghe như vầy:

Một thời, Đức Phật ở tại vườn Cấp Cô Độc, rừng cây Kỳ-đà, nước Xá-vệ. Bấy giờ, vua Ba-tư-nặc đang ở chỗ yên vắng, khởi lên tư duy: "Giáo pháp của Phật thật có nghĩa lợi,[416] có thể đạt được kết quả ngay trong hiện tại, không có phiền não nóng bức, không đợi thời tiết, có thể đưa người đến thiện xứ.[417] Thế Tôn dạy mọi người: 'Các ngươi hãy

---

[413] *No. 99:* Cho dù sức tự tại, thường hay xâm lược người; sức tăng thì càng oán, bội thu lợi mình người. Xem thêm *Tạp A-hàm* tập iii, **cht. 35.**

[414] Để bản: Phật nói kinh này xong, các tỳ-kheo sau khi nghe những lời Phật dạy, hoan hỷ phụng hành. Ở đây dịch theo *Tạp A-hàm* cho hợp với nội dung bản kinh.

[415] Tương đương *No. 99* (1238). Pāli, S. 3. 2.8. *Kalyāṇamitta.* Tham khảo *Tạp A-hàm*, Việt dịch, kinh 1042.

[416] Pāli. *attha*: mục đích; cũng có nghĩa mang lại lợi ích.

[417] *No. 99:* 'Chánh pháp của Thế Tôn, là pháp hiện tiền, xa lìa sự thiêu đốt, không đợi thời tiết, thông suốt đến nơi, được thấy ngay trong hiện tại, bằng tự giác mà chứng biết. Pháp này là thiện tri thức, thiện bạn

đến đây, Ta khéo chỉ bày diệu pháp cho các người. Phàm là người Trí, phải tự thân chứng lấy, hiểu biết thấu đáo. Giáo pháp này thật là thiện bằng hữu, thật là thiện bạn đảng, thường hợp với thân hữu, thiện hữu như vậy; không hướng đến ác hữu và ác tri thức, xa lìa bạn ác.'"

Sau khi tư duy như vậy, vua Ba-tư-nặc từ chỗ ngồi đứng dậy, đi đến chỗ Phật, ngồi sang một bên, bạch Phật: "Bạch Đức Thế Tôn! Con ở nơi yên vắng, chợt nghĩ thế này: 'Giáo pháp của Phật thật có nghĩa lợi, có thể đưa đến kết quả ngay trong hiện tại, không có các phiền não nóng bức, không đợi thời tiết, *cho đến...* không giao du với bạn ác.'"

Đức Phật nói với vua: "Thật đúng vậy! Thật đúng vậy! Giáo pháp của Phật có nghĩa lợi rất lớn, có thể đưa đến kết quả ngay trong hiện tại, *cho đến...* không giao du với bạn ác.⁴¹⁸ Lúc trước, Ta ở tại rừng Kỳ-lê-bạt-đề⁴¹⁹, thành Vương-xá. Bấy giờ, Tỳ-kheo A-nan đang ngồi một mình ở chỗ yên tĩnh, tư duy thế này! 'Thiện tri thức là một nửa Phạm hạnh.'⁴²⁰ Sau đó, A-nan đứng dậy đi đến chỗ Ta, đảnh lễ Ta rồi bạch thế này: 'Thiện tri thức là một nửa Phạm hạnh, chẳng phải ác tri thức, ác bạn đảng, ác bằng hữu.' Ta bảo A-nan: 'Thôi! Thôi! Đừng nói những lời này! Vì sao? Phàm là thiện tri thức, thiện bằng hữu, thiện bạn đảng, chính là Phạm hạnh toàn phần.⁴²¹ Lại nữa, thiện bằng hữu,

---

      đảng, chẳng phải ác tri thức, ác bạn đảng.'

▨ *No. 99:* Vì sao? Ta là thiện tri thức, khiến chúng sanh có pháp sanh được giải thoát khỏi sanh; chúng sanh có pháp già, bệnh, chết, ưu, bi, não, khổ, đều khiến cho giải thoát khỏi tất cả.

▨ *No. 99:* Sơn cốc tinh xá 山谷精舍, tinh xá Sơn cốc. ▨ *sakkesu viharāmi nagarakaṃ nāma sakyānaṃ nigamo,* Ta sống giữa những người họ Thích, tại thị trấn *Nagaraka* của tộc Thích-ca.

▨ *No. 99:* 'Một nửa Phạm hạnh là thiện tri thức, thiện bạn đảng, chẳng phải là ác tri thức, ác bạn đảng.' ▨ *upaḍḍhamidaṃ, brahmacariyassa – yadidaṃ kalyāṇamittatā kalyāṇasahāyatā kalyāṇasampavaṅkatā "' ti.* Một nửa Phạm hạnh này là thiện bằng hữu, thiện bạn đảng, thiện giao du.

▨ Phạm hạnh toàn thể 梵行全體. *No. 99:* Phạm hạnh thanh bạch, thuần nhất, mãn tịnh. ▨ *Sakalam brahmacariyaṃ,* Phạm hạnh trọn vẹn hay toàn phần.

thiện bạn đảng không cùng với ác tri thức, ác bằng hữu, ác bạn đảng làm bạn bè. Vì sao? Ta làm thiện tri thức khiến cho tất cả thoát khỏi sanh tử.[422] Vì thế nên biết, thiện tri thức là Phạm hạnh toàn phần. Những việc như thế phải hiểu biết rõ.' Giáo pháp của Phật có nghĩa lợi rất lớn, có thể đưa đến kết quả ngay trong hiện tại, cho đến không cùng với ác bằng hữu, ác bạn đảng, ác tri thức làm bạn bè."

Bấy giờ, Thế Tôn liền nói kệ:

[396b01] *"Trong tất cả thiện pháp*
Không phóng dật tối thắng[423]
Nếu người nào phóng dật
Bị Hiền Thánh quở trách.
Người nào không phóng dật
Được ngôi vị Thiên đế
Cao nhất trong chư thiên.
Trong tác hay vô tác
Bất phóng dật tối thắng.
Nếu người không phóng dật
Tọa thiền dứt các lậu
Đạt được quả thù thắng."[424]

Phật nói kinh này xong, vua Ba-tư-nặc sau khi nghe những lời Phật dạy, hoan hỷ, tùy hỷ, đảnh lễ rồi đi.[425]

---

[422] *No. 99:* Vì những chúng sanh này có sanh, nên biết Chánh pháp Thế Tôn ngay trong đời này khiến thoát khỏi sự sanh; có già, bệnh, chết, ưu, bi, não, khổ, khiến cho lìa các nhiệt não, không đợi thời tiết, hiện tại khiến thoát khỏi khổ não, thấy thông suốt, tự giác ngộ, tự chứng biết.

[423] Pāli: *Appamādaṃ pasaṃsanti, puññakiriyāsu paṇḍitā.* Các bậc trí tán thán hành lành không phóng dật.

[424] *No. 99:* Tu thiền không buông lung, chứng ngộ được các lậu.

[425] Để bản: Phật nói kinh này xong, các tỳ-kheo sau khi nghe những lời Phật dạy, hoan hỷ phụng hành. Ở đây dịch theo *Tạp A-hàm* cho hợp với nội dung bản kinh.

KINH 66. BẤT PHÓNG DẬT[426]

Tôi nghe như vầy:

Một thời, Đức Phật ở tại vườn Cấp Cô Độc, rừng cây Kỳ-đà, nước Xá-vệ. Bấy giờ, vua Ba-tư-nặc đang ở chỗ yên vắng, khởi lên tư duy: "Có pháp nào có thể đạt được lợi ích trong đời này và lợi ích trong đời sau?"[427] Sau khi suy nghĩ như vậy, vua Ba-tư-nặc đi đến chỗ Phật, đảnh lễ sát chân Phật rồi lui ngồi một bên, bạch Phật: "Bạch Đức Thế Tôn! Có pháp nào có thể đạt được lợi ích trong đời này và lợi ích trong đời sau không?"

Phật nói với vua: "Ta có một pháp tu hành rộng lớn, sẽ đạt được nhiều lợi ích trong hiện tại và vị lai. Đó là tu hành pháp không phóng dật,[428] hiện tại được lợi ích, đời sau cũng được lợi ích. Thí như đại địa có thể phát sanh hàng trăm thứ ngũ cốc, và tất cả cỏ cây.[429] Tất cả thiện pháp sanh khởi đều nhờ không phóng dật, không phóng dật tăng trưởng, không phóng dật rộng lớn.

"Đại Vương! Giống như đại địa, tất cả hạt giống đều nhân nơi đất

---

426 Tương đương *No. 99* (1239). Pāli, S. 3. 2.7. *Appamāda*. Tham khảo *Tạp A-hàm*, Việt dịch, kinh 1043 & *Trung A-hàm*, kinh 141, q.34.

427 *No. 99*: 'Có pháp nào mà tu tập, tu tập nhiều, có thể đạt được sở nguyện trọn vẹn ngay trong hiện tại, sở nguyện trọn vẹn trong đời sau, và sở nguyện trọn vẹn cả đời này và đời sau không?' Pāli *"atthi nu kho, bhante, eko dhammo yo ubho atthe samadhiggayha tiṭṭhati – diṭṭhadhammikañceva atthaṃ samparāyikañcā"* ti? Có thể có một pháp mà đạt được cả hai phước lợi, phước lợi đời này, và phước lợi đời sau không?

428 *No. 99*: Đó là pháp thiện không buông lung. Pāli *Appamāda*. Bất phóng dật.

429 *No. 99*: Thí như những công trình gì được làm ở thế gian, tất cả chúng đều nương vào đất mà được kiến lập. Pāli *yāni kānici jaṅgalānaṃ pāṇānaṃ padajātāni, sabbāni tāni hatthipade samodhānaṃ gacchanti, hatthipadaṃ tesaṃ aggamakkhāyati*, tất cả dấu chân của muôn thú trong rừng, đều lọt vào trong dấu chân voi; dấu chân voi được cho là to lớn nhất trong các dấu chân.

mà sanh khởi, nhân nơi đất mà tăng trưởng. Tất cả chúng sanh nhân nơi không phóng dật cũng lại như vậy. Trong tất cả loại hương lấy từ rễ cây, hương Hắc kiên thật[430] là đệ nhất. Việc này cũng vậy, tất cả thiện pháp nhân nơi không phóng dật phát sinh. Trong các loại hương chiên đàn[431], chiên đàn đỏ là đệ nhất. Việc này cũng vậy, tất cả nhân nơi không phóng dật làm gốc. Không phóng dật là nhân của pháp chân thật. Không phóng dật là nơi phát sanh của thiện pháp. Trong tất cả các loại hoa, hoa Càn-đà-bà-lê-sắt là đệ nhất. Trong tất cả thiện pháp, không phóng dật là đệ nhất. Những thứ khác nói như trên.

"Trong tất cả loài hoa mọc dưới nước, hoa sen xanh là đệ nhất. Trong tất cả thiện pháp, không phóng dật là đệ nhất, nói như trên.

"Trong dấu chân của tất cả loài súc sanh, dấu chân voi là lớn nhất. Trong tất cả thiện pháp, không phóng dật là đệ nhất, nói như trên.

"Như cùng chiến đấu với địch, có thể xuất quân đánh trước là đệ nhất. Trong tất cả thiện pháp, [396c01] không phóng dật là đệ nhất, nói như trên.

"Trong tất cả loài thú, sư tử là đệ nhất. Trong tất cả thiện pháp, không phóng dật là đệ nhất, nói như trên.

"Trong tất cả đòn tay của lầu gác, đòn đông[432] là đệ nhất. Trong tất cả thiện pháp, không phóng dật là đệ nhất, nói như trên.

"Trong tất cả cây Diêm-phù-đề, cây trên Diêm-phù-đề giới là đệ nhất. Trong tất cả thiện pháp, không phóng dật là đệ nhất, nói như trên.

"Trong tất cả cây Chiêm-bà-la, Cưu-la Chiêm-bà-la là đệ nhất. Trong tất cả thiện pháp, không phóng dật là đệ nhất, nói như trên.

---

430 Hắc kiên thật hương 黑堅實香 = 堅黑香 = 黑堅栴檀香 = 沈香, hương chiên-đàn đen. Cf. *Trung A-hàm*, q.34, tr.647c. Như trong các loại hương lấy từ rễ cây, trầm hương là thơm nhất; các hương lấy từ cây, hương chiên đàn đỏ là thơm nhất. Trầm hương 沈香; trong bản Pali *kāḷānusārī*, hương chiên-đàn đen (*Trung A-hàm* iii, cht.4).

431 Kiên thật hương 堅實香.

432 Cao-ba-na-tả 高波那寫. Pali *gopānasī*.

"Trong tất cả cây Ba-trá-la, Cẩm-văn-ba-trá-la là đệ nhất. Trong tất cả thiện pháp, không phóng dật là đệ nhất, nói như trên.

"Trong tất cả cây, Ba-lợi-chất-đa-la là đệ nhất. Trong các thiện pháp, không phóng dật là đệ nhất, nói như trên.

"Trong tất cả núi, núi Tu-di là đệ nhất. Trong các thiện pháp, không phóng dật là đệ nhất, nói như trên.

"Trong tất cả vàng, vàng Diêm-phù-đàn là đệ nhất. Trong các thiện pháp, không phóng dật là đệ nhất, nói như trên.

"Trong tất cả diệu y, y Ca-thi là đệ nhất. Trong các thiện pháp, không phóng dật là đệ nhất, nói như trên.

"Trong tất cả màu sắc, màu trắng là đệ nhất. Trong các thiện pháp, không phóng dật là đệ nhất, nói như trên.

"Trong tất cả loài chim, Kim xí điểu là đệ nhất. Trong các thiện pháp, không phóng dật là đệ nhất, nói như trên.

"Trong tất cả ánh sáng, ánh sáng mặt trời là đệ nhất. Không phóng dật cũng lại như vậy. Nói như trên.

"Như trên đã nói, trong các thiện hạnh tu hành thì không phóng dật là nền tảng, là nhân sanh khởi. Vì thế, Đại vương, nay Bệ hạ nên tu pháp không phóng dật, cũng nên y chỉ pháp không phóng dật. Vua nếu tu được như vậy, thì phu nhân của vua, và các phi hậu cũng không phóng dật; vương tử, đại thần và các quan thuộc cũng lại như vậy. [397a01] Nếu không phóng dật thì trong và ngoài cung đều được bảo hộ. Vì không phóng dật, nên kho lẫm tràn đầy. Vua không phóng dật chính là tự bảo hộ mình, đồng thời cũng bảo hộ tất cả."[433]

---

[433] *No. 99: Đại vương, nếu an trụ không buông lung, y chỉ không buông lung, thì có thể tự bảo hộ mình. Phu nhân, thể nữ cũng có thể tự bảo hộ mình, và kho tàng tài bảo cũng sẽ tăng trưởng thật sung túc.* Pāli *"Appamattassa te, mahārāja, viharato appamādaṃ upanissāya, attāpi gutto rakkhito bhavissati – itthāgārampi guttaṃ rakkhitaṃ bhavissati, kosakoṭṭhāgārampi guttaṃ rakkhitaṃ bhavissatī " ti.* Đại vương, nếu an trú không phóng dật, y chỉ không phóng dật, thì tự mình được che chở, bảo hộ, nội cung được che chở, bảo hộ, kho tàng

Bấy giờ, Đức Thế Tôn liền nói kệ:

"Không phóng dật tối thắng
Phóng dật nhiều quở trách
Đời này không phóng dật
Đời sau được lợi lớn.
Đời này đời sau lợi
Hiểu biết hai đời lợi
Đây gọi kiện trượng phu
Sở hành bậc minh triết."[434]

Phật nói kinh này xong, vua Ba-tư-nặc sau khi nghe những lời Phật dạy, hoan hỷ, tùy hỷ, đảnh lễ rồi ra về.[435]

KINH 67. TAM PHÁP[436]

Tôi nghe như vầy:

Một thời, Đức Phật ở tại vườn Cấp Cô Độc, rừng cây Kỳ-đà, nước Xá-vệ. Bấy giờ, vua Ba-tư-nặc đang ở nơi yên tĩnh, khởi lên tư duy: "Thế gian có ba pháp: 1. Đáng ghét; 2. Không đáng yêu; 3. Không đáng nhớ tưởng. Thế nào là đáng ghét? Đó là già. Thế nào là không đáng yêu? Đó là bệnh. Thế nào là không đáng nhớ tưởng? Đó là chết."[437]

được che chở, được bảo hộ.

[434] *No. 99:* Đây gọi là hiện quán, bậc trí tuệ sâu xa. [Pāli] *atthābhisamayā dhīro paṇḍitoti pavuccati,* do lãnh hội ý nghĩa này, người khôn ngoan được gọi là bậc hiền trí.

[435] Đây dịch theo *Tạp A-hàm* cho hợp với nội dung bản kinh, còn Để bản: "các tỳ-kheo sau khi nghe những lời Phật dạy, hoan hỷ phụng hành."

[436] Tương đương *No. 99* (1240). Pāli, S. 3. 1. 3. *Jarāmaraṇa.* Tham khảo *Tạp A-hàm,* Việt dịch, kinh 1044.

[437] *No. 99:* Có ba pháp mà tất cả thế gian không yêu thích, không nhớ tưởng. Đó là già, bệnh, chết.

Vua Ba-tư-nặc sau khi tư duy như vậy, liền từ chỗ ngồi đứng dậy, đi đến chỗ Phật, đảnh lễ sát chân Phật rồi ngồi sang một bên, bạch Phật: "Bạch Đức Thế Tôn! Hôm nay con ở nơi yên tĩnh, khởi lên tư duy: 'Thế gian có ba pháp. 1. Đáng ghét; 2. Không đáng yêu; 3. Không đáng nhớ tưởng. Thế nào là đáng ghét? Đó là già. Thế nào là không đáng yêu? Đó là bệnh. Thế nào là không đáng nhớ tưởng? Đó là chết.'"

Đức Phật nói với vua: "Đúng vậy! Đúng vậy! Ba pháp này thật đúng như Đại vương nói."

Đức Phật lại nói: "Đại vương! Nếu thế gian không có ba pháp này thì Đức Phật không xuất hiện ở đời, cũng không thuyết pháp. Vì có ba pháp này nên Đức Phật xuất hiện ở đời và nói pháp cho chúng sanh."

Bấy giờ, Thế Tôn liền nói kệ:

> "Xe vua nghiêm sức đẹp
> Trang hoàng thật diệu kỳ
> Sắc cũ tất hủy hoại
> Như thân ắt già suy
> Pháp thật không suy già
> Vì truyền nhau tiếp nối.[438]
> Khổ thay ác tặc già
> Sắc đẹp đã thù diệu
> Ngươi phá cho bại hoại.
> Nếu thọ đủ trăm năm
> Ắt cũng vào đường chết.
> Bệnh đến đoạt sức lực
> Già đem trao cho chết.
> Vì thế thường thiền lạc
> Tinh tấn liễm thúc tâm
> Biết rõ bờ mé sanh
> [397b01] Thắng được chúng Ma quân
> Vượt qua bờ sanh tử."

---

[438] *No. 99:* Chỉ Chánh pháp Như Lai, không có tướng suy, già. Người nhận Chánh pháp này, luôn đến chỗ an ổn. Pali *Satañca dhammo na jaraṃ upeti, Santo have sabbhi pavedayantī " ti.*

Phật nói kinh này xong, vua Ba-tư-nặc sau khi nghe những lời Phật dạy, hoan hỷ, tùy hỷ, đảnh lễ rồi đi.[439]

KINH 68. ỨNG THÍ[440]

Tôi nghe như vầy:

Một thời, Đức Phật ở tại vườn Cấp Cô Độc, rừng cây Kỳ-đà, nước Xá-vệ. Bấy giờ, vua Ba-tư-nặc đi đến chỗ Phật, đảnh lễ sát chân Phật rồi ngồi sang một bên, bạch Phật: "Bạch Thế Tôn! Khi bố thí, nên bố thí nơi nào?"[441]

Đức Phật đáp: "Đại vương! Người tu bố thí, tùy ý thích nơi nào thì bố thí nơi đó."

Vua lại bạch Phật: "Bố thí nơi nào thì được quả báo lớn?"

Phật trả lời vua: "Bệ hạ hỏi khác câu trước[442]. Nay Ta hỏi Bệ hạ, Bệ hạ cứ tùy ý đáp. Như khi ra trận, sắp chiến đấu, ở phía Đông có một sát-đế-lợi, cường tráng khỏe mạnh, nhưng không hiểu rõ binh pháp, cũng không biết cách điều phục thân và sử dụng thuật bắn tên, kinh hãi trước quân địch, phát sinh hoảng sợ, mỗi khi lâm trận thường thối lui trước, không thể đứng vững chỗ của mình; tên bắn thì không xa, nếu có bắn tên thì hoàn toàn không trúng đích, không thể ở trong

---

[439] Để bản: Phật nói kinh này xong, các tỳ-kheo sau khi nghe những lời Phật dạy, hoan hỷ phụng hành. Ở đây dịch theo *Tạp A-hàm* cho hợp với nội dung bản kinh.

[440] Tương đương *No. 99 (1145)*. Pāli, S. 3. 3.4. *Issatta*. Tham khảo *Tạp A-hàm*, Việt dịch, kinh 1045.

[441] *No. 99:* nên thí cho những người nào?

[442] *No. 99 =* Pāli *Aññaṃ kho etaṃ, kattha dānaṃ dātabbaṃ, aññaṃ panetaṃ kattha dinnaṃ mahapphalanti?* "Nên bố thí nơi nào?" Đây là câu hỏi khác; "Bố thí nơi nào được quả báo lớn?" Đây lại là câu hỏi khác.

đại trận ấy. Đại vương! Nếu lúc chiến đấu gặp phải người như vậy, nhà vua có an ủi rằng: 'Ngươi hãy ở bên ta, ta sẽ trọng thưởng', nhà vua có thể làm như vậy không?"[443]

Vua đáp: "Bạch Đức Thế Tôn! Con thật không dùng người như vậy. Vì sao? Khi chiến đấu không cần người như thế."[444]

Phật nói: "Phía Nam có bà-la-môn, phía Tây có tỳ-xá, phía Bắc có thủ-đà-la cũng lại như vậy, những người như đây, nhà vua có thể dùng không?"

Vua đáp: "Nếu khi chiến đấu đều không thể dùng."

Phật nói: "Nếu khi chiến đấu, ở phía Đông có một sát-đế-lợi đi đến, đang ở tuổi cường tráng, thân thể cao lớn, sức lực dũng mãnh, biết rành binh pháp, biết thuật bắn tên, và các thuật khác, có nhiều kỹ năng, khéo điều phục thân, dõng mãnh tiến đến địch, can đảm không sợ, tâm không khiếp nhược, thấy địch không lui, đứng vững chỗ mình, dương cung bắn xa, bắn trúng mục tiêu, mũi tên bắn đi không sai, dõng mãnh thẳng tiến, phá được đại trận. Đại vương! Nếu khi chiến đấu, Đại vương sẽ trọng dụng người nào?"

---

[443] *No. 99:* ... có con trai của một bà-la-môn từ phương Đông đến, tuổi nhỏ, ấu trĩ, yếu ớt, xinh đẹp, da trắng, tóc đen, không tập võ nghệ, không học sách lược chiến thuật, sợ hãi, khiếp nhược rút lui, không thể tự an định, không dám nhìn kẻ địch; hoặc đâm hay bắn, đều không có cách, không thể tổn thương địch. Thế nào, Đại vương, người như vậy Đại vương có thưởng không? Pali *āgaccheyya khattiyakumāro asikkhito akatahattho akatayoggo akatūpāsano bhīru chambhī utrāsī palāyī. Bhareyyāsi taṃ purisaṃ, attho ca te tādisena purisenā" ti?* Một thanh niên sát-đế-li đến, không có học tập, không có kỹ năng, không có sự huấn luyện, không biết thuật bắn cung, nhút nhát, kinh sợ, khiếp nhược, thối lui. Đại vương có thể chấp nhận người này? người này có ích lợi gì cho đại vương không?

[444] *No. 99:* Bạch Thế Tôn, không thưởng. Pali *Nāhaṃ, bhante, bhareyyaṃ taṃ purisaṃ, na ca me attho tādisena purisenā" ti.* Bạch Đại Đức! con không thể chấp nhận người này. Vì người này không ích lợi gì cho con.

Vua đáp: "Bạch Thế Tôn! Con sẽ dùng người dũng kiện này! Vì sao? Trong phép tắc chiến đấu cần phải dũng mãnh. Phương Nam, Tây, Bắc cũng lại như vậy."

Đức Phật nói với vua: "Đúng vậy Đại vương! Nếu có sa-môn, bà-la-môn, không đầy đủ năm chi,[445] không đảm nhiệm ruộng phước. Lại có vị thành tựu năm chi,[446] đảm nhiệm ruộng phước, bố thí vị này được quả báo lớn, được lợi ích lớn, rất là thịnh vượng, quả báo tăng trưởng rộng lớn.[447] Thế nào gọi là thành tựu năm chi? Đoạn trừ năm cái. Thế nào là đoạn trừ năm cái? Đoạn trừ [397c01] dục cái, sân nhuế, thụy miên, trạo hối và nghi.[448] Tự mình biết trừ bỏ năm dục gọi là đoạn trừ năm cái. Thế nào gọi là thành tựu năm chi? Thành tựu giới vô học, định, tuệ, giải thoát và giải thoát tri kiến.[449] Nếu sa-môn, bà-la-môn nào thành tựu năm chi như vậy, bố thí vị ấy sẽ được quả báo lớn, gọi

---

[445] Ngũ chi bất cụ 五支不具. *No. 99:* Xa lìa năm chi. Pāli: *pañcaṅgavippahīna,* loại bỏ năm chi.

[446] Ngũ chi mãn túc 五支滿足. *No. 99:* Thành tựu năm chi. Pāli: *pañcaṅgasamannāgata,* thành tựu năm chi.

[447] *No. 99:* Sa-môn, bà-la-môn nào xa lìa năm chi, thành tựu năm chi, kiến lập phước điền; nếu ai bố thí vào ruộng phước này thì được phước lợi lớn, được quả báo lớn. Pāli: *so ca hoti pañcaṅgavippahīno pañcaṅgasamannāgato, tasmiṃ dinnaṃ mahapphalaṃ hoti.* Vị ấy đoạn trừ năm chi, thành tựu năm chi; người nào bố thí nơi vị này sẽ được quả báo lớn.

[448] Pāli: *Katamāni pañcaṅgāni pahīnāni honti? Kāmacchando pahīno hoti, byāpādo pahīno hoti, thinamiddhaṃ pahīnaṃ hoti, uddhaccakukkuccaṃ pahīnaṃ hoti, vicikicchā pahīnā hoti,* thế nào là đoạn trừ năm chi? Dục đoạn trừ, sân đoạn trừ, hôn trầm thụy miên đoạn trừ, trạo hối đoạn trừ, nghi đoạn trừ.

[449] *No. 99:* Thành tựu giới thân vô học, định thân vô học, tuệ thân, giải thoát thân, giải thoát tri kiến thân. Pāli: *Katamehi pañcahaṅgehi samannāgato hoti? Asekkhena sīlakkhandhena samannāgato hoti, asekkhena samādhikkhandhena samannāgato hoti, asekkhena paññākkhandhena samannāgato hoti, asekkhena vimuttikkhandhena samannāgato hoti, asekkhena vimuttiñāṇadassanakkhandhena samannāgato hoti.* Được thành tựu bằng năm chi nào? Thành tựu

là phát triển lớn, quả báo thật sâu rộng."

Bấy giờ, Đức Thế Tôn liền nói kệ rằng:

> *"Thí như có một người*
> *Dũng mãnh sức rất mạnh*
> *Hiểu rõ thuật bắn tên*
> *Biết đủ các kỹ năng.*
> *Chiến đấu cần người này*
> *Nên ban nhiều tài bảo*
> *Thưởng cho nhiều chức tước*
> *Không lựa chọn chủng tánh*
> *Chỉ lấy công trạng kia*
> *Đại vương nên như vậy.*
> *Như người hành thiện nghiệp*
> *Nhu hòa tu nhẫn nhục*
> *Thấy được bốn chân đế*
> *Được nhập vào Thánh vị.*
> *Cúng dường bậc trí huệ*
> *Không nên chọn chủng tánh*
> *Trụ xứ đều thích đáng*
> *Uống ăn và ngọa cụ*
> *Pháp cúng dường như thế*
> *Người đủ giới thích hợp.*
> *Ngay giữa dòng chảy lớn*
> *Nên làm phao, thuyền bè*
> *Và tạo những cầu đò*
> *Tự qua giúp người qua.*
> *Bậc đa văn an trụ*
> *Thí như có mây phủ*
> *Che khắp cả bầu trời*
> *Ánh chớp sáng chói lòa*
> *Tiếng sấm xa vang dội*
> *Trận mưa lớn đổ xuống*

bằng giới uẩn vô học, định uẩn vô học, tuệ uẩn vô học, giải thoát uẩn vô học, giải thoát tri kiến uẩn vô học.

Đất đai đều thấm ướt
Các cây cối lùm rừng
Thảy đều được tươi nhuận
Lúa mạ đã tốt tươi
Nông phu khởi vui mừng
Cũng vậy người tín thí
Nghe nhiều và huệ thí
Không còn xan tật đố.
Thấm nhuần như uống ăn
Khuyên bảo hiến cho thêm
Như tiếng sấm vang xa
Thí như trận mưa lớn
Thu hoạch hạt rất nhiều
Người tu tập bố thí
Đạt được công đức lớn
Sau được vui Niết-bàn."

Phật nói kinh này xong, vua Ba-tư-nặc sau khi nghe những lời Phật dạy, hoan hỷ, tùy hỷ, đảnh lễ rồi đi.[450]

KINH 69. MINH ÁM[451]

[398a01] Tôi nghe như vầy:

Một thời, Đức Phật ở tại vườn Cấp Cô Độc, rừng cây Kỳ-đà, nước Xá-vệ. Bấy giờ, vua Ba-tư-nặc đi đến chỗ Phật, đảnh lễ sát chân Phật rồi ngồi sang một bên, bạch Phật: "Bạch Thế Tôn! Người dòng bà-la-môn thường sanh vào nhà bà-la-môn; người dòng sát-đế-lợi thường

---

[450] Để bản: Phật nói kinh này xong, các tỳ-kheo sau khi nghe những lời Phật dạy, hoan hỷ phụng hành. Ở đây dịch theo *Tạp A-hàm* cho hợp với nội dung bản kinh.

[451] Tương đương *No. 99* (1146). Pāli, S. 3. 3. 1. *Puggala*. Tham khảo *Tạp A-hàm*, Việt dịch, kinh 1046.

sanh vào nhà sát-đế-lợi chăng?"[452]

Đức Phật trả lời vua: "Bệ hạ không nên nói như vậy. Vì sao? Có bốn hạng người: 1. Hạng từ sáng vào sáng; 2. Hạng từ sáng vào tối; 3. Hạng từ tối vào sáng; 4. Hạng từ tối vào tối.[453]

"Thế nào là hạng từ tối vào tối? Như có chúng sanh sinh vào nhà bần cùng hạ tiện, hoặc sanh vào nhà làm các nghề nghiệp công xảo thấp hèn, thân hình gầy yếu, hình thể rất đen, điếc đui câm ngọng, các căn không đủ, bị người sai khiến, không được tự do.[454] Những người như đây hoặc thân tạo ác nghiệp, hoặc miệng tạo ác nghiệp, hoặc tâm niệm bất thiện, sau khi thân hoại mạng chung đọa vào địa ngục. Đây gọi là hạng người từ tối vào tối. Như người từ nhà xí đi ra lại đi vào nhà xí.[455] Ta nói người này là hạng từ tối vào tối.

"[Thế nào là hạng từ tối vào sáng?] Nếu hạng người như đây sanh vào nhà hạ tiện, hoặc sanh vào nhà làm các nghề nghiệp thấp hèn, thân hình gầy yếu, hình thể rất đen, điếc đui câm ngọng, các căn không đủ, bị người sai khiến, không được tự do. Đây gọi là tối. Nếu người như đây hoặc thân hành thiện, miệng hành thiện, ý hành thiện,

---

[452] *No. 99:* Bà-la-môn chết rồi sanh trở lại nhà dòng bà-la-môn hay sanh vào nhà dòng sát-lị, tỳ-xá, thủ-đà-la?

[453] *No. 99:* Có một hạng người từ tối vào tối; có một hạng người từ tối vào sáng; có một hạng người từ sáng vào tối; và có một hạng người từ sáng vào sáng. **Pāli:** *Tamotamaparāyano, tamojotiparāyano, jotitamaparāyano, jotijotiparāyano.* Hạng người tối hướng đến tối, tối hướng đến sáng, sáng hướng đến tối, và sáng hướng đến sáng.

[454] *No. 99:* Có người sanh vào nhà dòng thấp hèn, như sanh vào nhà chiên-đà-la, nhà người săn bắn, bắt cá, làm đồ tre, nhà người kéo xe, và những nhà làm nghề nghiệp công xảo hạ tiện khác; bần cùng, đoản mạng, hình thể tiều tụy, lại hành theo nghề nghiệp thấp kém, làm sai dịch hạ tiện cho người. Đó gọi là tối.

[455] *No. 99:* Giống như người từ tối vào tối, từ nhà xí vào nhà xí, lấy máu rửa máu, bỏ ác lấy ác. **Pāli:** *puriso andhakārā vā andhakāraṃ gaccheyya, tamā vā tamaṃ gaccheyya, lohitamalā vā lohitamalaṃ gaccheyya,* như một người đi từ tối tăm đến tối tăm, hoặc đi từ hắc ám đến hắc ám, hoặc đi từ vết máu đến vết máu.

sau khi thân hoại mạng chung được sanh lên cõi trời. Hạng người này như từ đất đứng dậy lên giường, từ giường đứng dậy lên xe, từ xe đứng dậy lên ngựa, từ ngựa đứng dậy lên voi, từ voi đứng dậy lên cung điện.⁴⁵⁶ Vì duyên do này, Ta nói là hạng từ tối đi vào sáng vậy.

"Thế nào là hạng từ sáng vào tối? Như có hạng người sanh vào nhà sát-lợi, hoặc lại sanh vào nhà bà-la-môn, hoặc sanh vào nhà đại trưởng giả, có rất nhiều tài bảo, giàu có vô lượng, kho lẫm tràn đầy, các nô bộc tùy tùng rất nhiều, phụ tướng đại thần, thân hữu quyến thuộc cũng rất đông nhiều, thân hình đoan chánh, có đại uy lực, hạng người như đây gọi là sáng. Nếu hạng người này thân hành ác nghiệp, miệng hành ác nghiệp, ý hành ác nghiệp, sau khi thân hoại mạng chung đọa vào địa ngục. Như người từ cung điện rớt xuống trên voi, từ trên voi xuống cưỡi ngựa, từ ngựa xuống đi xe, từ xe xuống ngồi trên giường, từ giường rớt xuống dưới đất, từ đất rớt xuống hầm phân.⁴⁵⁷ Ta nói hạng người này là từ sáng đi vào tối.

"Thế nào là hạng từ sáng vào sáng? Như có người [398b01] sanh vào nhà sát-lợi, hay nhà đại bà-la-môn, hoặc sanh vào nhà trưởng giả, có nhiều tài bảo, giàu có vô lượng, kho lẫm tràn đầy, các nô bộc tùy tùng rất nhiều, phụ tướng đại thần, thân hữu quyến thuộc cũng rất đông nhiều, thân hình đoan chánh, có đại uy lực, đây gọi là sáng. Hạng người như đây, nếu thân hành thiện nghiệp, khẩu hành thiện nghiệp, ý hành thiện nghiệp, sau khi thân hoại mạng chung được sanh lên cõi

---

⁴⁵⁶ *No. 99:* Thí như có người lên giường, nhảy qua ngựa, từ ngựa tiến lên voi. Pāli *puriso pathaviyā vā pallaṅkaṃ āroheyya, pallaṅkā vā assapiṭṭhiṃ āroheyya, assapiṭṭhiyā vā hatthikkhandhaṃ āroheyya, hatthikkhandhā vā pāsādaṃ āroheyya.* Như một người từ đất nhảy lên kiệu, từ kiệu nhảy lên lưng ngựa, từ lưng ngựa nhảy lên lưng/ thân voi, từ thân voi leo lên cung điện.

⁴⁵⁷ Pāli *puriso pāsādā vā hatthikkhandhaṃ oroheyya, hatthikkhandhā vā assapiṭṭhiṃ oroheyya, assapiṭṭhiyā vā pallaṅkaṃ oroheyya, pallaṅkā vā pathaviṃ oroheyya, pathaviyā vā andhakāraṃ paviseyya.* Như một người từ cung điện rớt xuống thân voi, từ thân voi rớt xuống lưng ngựa, từ lưng ngựa rớt xuống kiệu, từ kiệu rớt xuống đất, từ đất đi vào chỗ tối tăm.

trời. Giống như người từ cung điện đến cung điện, từ voi đến voi, từ ngựa đến ngựa, từ xe đến xe, từ giường đến giường.[458] Những người này Ta nói là từ sáng đi vào sáng."

Bấy giờ, Đức Thế Tôn liền nói kệ:

"Nay Đại vương nên biết
Người bần cùng bất tín
Sân nhuế ôm tật đố
Thường khởi tư duy ác.[459]
Tà kiến không cung kính
Sa-môn, bà-la-môn,
Người trì giới, đa văn
Gặp họ lại mạ nhục.
Nếu có chút tiền của
Không có tâm phụng thí
Chê mắng người bố thí.
Do bởi nghiệp duyên này
Ắt đọa vào địa ngục,
Nghiệp rơi địa ngục này
Gọi từ tối vào tối.
Đại vương nay nên biết
Người nghèo ưa bố thí
Có niềm tin, không sân
Tàm quý, lại ưa thí
Sa-môn, bà-la-môn
Người trì giới, đa văn
Khởi lễ kính thăm hỏi
Thường hành hạnh chánh thiện

---

458 Pali *puriso pallaṅkā vā pallaṅkaṃ saṅkameyya, assapiṭṭhiyā vā assapiṭṭhiṃ saṅkameyya, hatthikkhandhā vā hatthikkhandhaṃ saṅkameyya, pāsādā vā pāsādaṃ saṅkameyya.* Như một người từ kiệu bước qua kiệu, từ lưng ngựa bước qua lưng ngựa, từ thân voi bước qua thân voi, từ cung điện bước qua cung điện.

459 Ác giác quán 惡覺觀. *No. 99*: ác tà tưởng 惡邪想. Pali *pāpasaṅkappa,* tư duy ác.

Mình thí, khen người thí

Cũng khen ngợi người nhận.

Như vậy đến đời sau

Sanh trời Tam thập tam

Đây gọi từ chỗ tối

Sẽ đi vào nơi sáng.

Đại vương cũng nên biết

Giàu sang mà bất tín

Tâm thường ôm sân hận

Thường khởi tham, tật đố

Tà kiến không cung kính

Sa-môn, bà-la-môn

Người trì giới, đa văn

Thấy họ thường mắng chửi

Không có tâm phụng thí

Từ cõi này mạng chung

Đọa vào ác địa ngục

Gọi từ sáng vào tối.

Đại vương cũng nên biết

[398c01] *Giàu có, tín, không sân*

Tàm quý được đầy đủ

Xả bỏ tâm keo lận

Sa-môn, bà-la-môn

Người trì giới, đa văn

Khởi cung kính thăm hỏi

Thường hành hạnh chánh thiện

Mình thí, khen người thí

Khen ngợi cả người nhận

Sau khi bỏ thân mạng

Do bởi quả báo này

Sanh trời Tam thập tam

Đây gọi từ nơi sáng

Lại đi vào nơi sáng."

Đức Phật nói kinh này xong, vua Ba-tư-nặc sau khi nghe những lời Phật dạy, hoan hỷ, tùy hỷ, đảnh lễ rồi đi.[460]

KINH 70. NÚI ĐÁ[461]

Tôi nghe như vầy:

Một thời, Đức Phật ở tại vườn Cấp Cô Độc, rừng cây Kỳ-đà, nước Xá-vệ. Vào lúc giữa trưa,[462] vua Ba-tư-nặc cưỡi xa giá đến chỗ Phật, thân thể bụi bặm. Bấy giờ, Thế Tôn hỏi vua: "Đại vương! Vì sao ngài đến đây lúc giữa trưa, thân thể lại đầy bụi bặm?"

Vua bạch Phật: "Bạch Đức Thế Tôn! Quốc gia rộng lớn, việc nước quá nhiều, vừa xử lí xong công việc, con liền đến chỗ Phật, vì thế nên thân thể đầy bụi bặm."[463]

Phật nói: "Đại vương! Nay Ta hỏi ngài, ngài cứ tùy ý đáp. Đại vương! Thí như có người từ phương Đông đến, bẩm tánh chánh trực, chưa từng dối trá, được mọi người tin tưởng. Giả như người ấy nói với nhà vua rằng: 'Hôm nay ở phương Đông có hòn núi đá lớn, trên tiếp nối với trời, dưới tiếp nối với đất, từ phương Đông đến.[464] Nơi nào núi đá ấy đi qua, tất cả cỏ cây, sinh loại đều bị nghiền nát.' Người

---

[460] Để bản: Phật nói kinh này xong, các tỳ-kheo sau khi nghe những lời Phật dạy, hoan hỷ phụng hành. Ở đây dịch theo *Tạp A-hàm* cho hợp với nội dung bản kinh.

[461] Tương đương *No. 99* (1147). Pāli, S. 3. 3.5. *Pabbatūpama*. Tham khảo *Tạp A-hàm*, Việt dịch, kinh 1047.

[462] Trung nhật 日中, giữa trưa. *No. 99*: nhật nhật 日日, mỗi ngày. Pāli *divā divassā*, buổi sáng sớm. Xem *Tạp A-hàm* iii, **cht.51**.

[463] *No. 99*: Con từ pháp của Quán đảnh vương, tự tại trong loài người, tinh cần phương tiện, thống lĩnh cõi đất, thống lý vương sự, đã đi xem xét mọi nơi; rồi đến đây.

[464] *No. 99*: ... thấy một núi đá, rất vuông vức to lớn, không bị đục thủng, không bị phá hoại, cũng không xói lở, đang nghiền đất mà đến.

từ phương Nam, Tây, Bắc cũng lại như vậy, đều được mọi người hết lòng tin tưởng cũng nói tương tự: 'Hôm nay ở bốn phương có hòn núi đá lớn, cùng một lúc đều đến, lại không có cái hang lỗ nào để có thể trốn thoát, trời, rồng, người, quỷ, và những loài có sinh mạng thảy đều bị nghiền nát, thật đáng kinh sợ.'"

Đức Phật nói với vua: "Chính trong lúc này, Đại vương có nghĩ ra phương kế gì để tránh khỏi nạn không?"[465]

Vua nói: "Chính vào lúc này, không còn có phương kế nào, chỉ tin vào Phật pháp, tu hành Chánh pháp, ngoài ra chẳng còn cách nào khác."

Phật nói: "Đại vương! Như những lời vua nói, *cho đến*... trừ tin Phật pháp, ngoài ra không còn phương kế nào. Đại vương! Vì sao nói như vậy?"[466]

Vua Ba-tư-nặc bạch Phật: "Bạch Thế Tôn! Giả như một ông vua nhận vương vị bằng phép quán đảnh, tượng binh, mã binh, xa binh, bộ binh đều được trang bị vũ khí chiến đấu đầy đủ, cũng không thể chiến đấu với núi đá lớn này; đao, cung, tên, giáo đều không có công dụng. Hoặc dùng chú thuật, tiền tài cống hiến, những việc này cũng không giúp được gì, cũng lại **[399a01]** không phải chỗ để cầu danh, so lực, tranh hơn thua. Bạch Thế Tôn! Vì vậy nên con nói phải tu thiện pháp, xa lìa dối trá, ngoài tin Phật pháp ra, không còn cách nào khác."

Đức Phật nói: "Đúng vậy Đại vương! Đúng vậy Đại vương! Hòn núi của sự già nua có thể hủy hoại sắc đẹp tròn đầy của tuổi tráng niên. Hòn núi bệnh tật có thể hủy hoại tất cả sự khỏe mạnh tráng kiện. Hòn núi chết chóc có thể hủy hoại tất cả thọ mạng. Hòn núi suy hao có thể hủy hoại tất cả sự vinh hoa phú quý, vợ con chết mất, quyến thuộc phân ly, tiền tài mất mát. Đại vương! Có bốn hòn núi từ bốn phương

---

[465] *No. 99:* Sự việc khủng bố, hiểm ác, chết chóc lớn lao như vậy xảy đến; vận của chúng sanh đã hết; sanh làm người thật khó. Đại vương sẽ phải tính sao?

[466] *No. 99:* Vì sao không nói địa vị của Quán đảnh vương, đứng đầu trên mọi người, uy quyền tự tại, thống lãnh đại địa, sự vụ, nhân dân để đối phó sự việc ấy?"

như vậy nghiền nát thế gian, đuổi theo con người. Thật đúng như lời Bệ hạ nói, chỉ có tu hành Chánh pháp, ngoài Phật pháp ra không còn cách nào khác."[467]

Bấy giờ, Thế Tôn liền nói kệ:

> *"Thí như bốn phương có núi lớn*
> *Rộng lớn sâu dày không biên tế*
> *Từ bốn phương cùng một lúc đến*
> *Kinh hoàng bỏ chạy không chỗ thoát*
> *Binh voi ngựa xe không thể chống*
> *Chú thuật, tài bảo không thể trừ*
> *Cũng vậy, Đại vương! Núi vô thường*
> *Núi già, bệnh, chết, núi suy diệt*
> *Hủy diệt tất cả loài sinh linh*
> *Sát-lợi, thủ-đà, bà-la-môn*
> *Cho đến hạ tiện chân-đà-la*
> *Tại gia, xuất gia, tu Phạm hạnh*
> *Người vẹn toàn giới, hủy phạm giới*
> *Thảy đều hủy diệt không thừa sót.*
> *Vì thế người trí nên tu thiện*
> *Phụng thờ Tam bảo làm việc phước*
> *Thân, khẩu, ý nghiệp thường thanh tịnh*
> *Hiện được danh dự sau sanh Thiên."*

Đức Phật nói kinh này xong, vua Ba-tư-nặc sau khi nghe những lời Phật dạy, hoan hỷ, tùy hỷ, đảnh lễ rồi đi.[468]

---

[467] *No. 99:* Thường xuyên bị nghiền nát, nghĩa là kiếp ác, già, bệnh, chết, khổ, não, nghiền nát chúng sanh, sẽ phải làm sao? Chính là phải tu nghĩa, tu pháp, tu phước, tu thiện, tu từ, ở trong Phật pháp tinh cần phương tiện.

[468] Để bản: Phật nói kinh này xong, các tỳ-kheo sau khi nghe những lời Phật dạy, hoan hỷ phụng hành. Ở đây dịch theo *Tạp A-hàm* cho hợp với nội dung bản kinh.

KINH 71. NGOẠI ĐẠO THẤT NHÂN[469]

Tôi nghe như vầy:

Một thời, Đức Phật ở tại vườn Cấp Cô Độc, rừng cây Kỳ-đà, nước Xá-vệ. Bấy giờ, vua Ba-tư-nặc đi đến chỗ Phật, cúi đầu lễ sát chân Phật rồi ngồi sang một bên. Lúc ấy, trong Tinh xá Kỳ-hoàn[470] có bảy vị Phạm chí tóc dài[471], lại có bảy vị Ni-kiền lõa hình[472], lại có bảy vị Nhất y ngoại đạo[473], thân thể đều cao lớn. Vua Ba-tư-nặc thấy các ngoại đạo đang đi loanh quanh trong tinh xá Kỳ-hoàn. Lúc ấy, vua Ba-tư-nặc từ chỗ ngồi đứng dậy, chắp tay cung kính tâm hướng đến các ngoại đạo, tự nói: "Ta là vua Ba-tư-nặc." Nói như vậy ba lần.

Đức Phật hỏi vua Ba-tư-nặc: "Vì sao thấy những người tóc dài, lõa hình và một y, Đại vương lại cung kính như vậy?"

Vua đáp: "Bạch Thế Tôn! Trong nước con có ba hạng người này, được gọi là tối thắng trong các A-la-hán."[474]

Đức Phật bảo vua: "Đại vương không biết đúng thú hướng của tâm người khác, làm sao biết được đây là A-la-hán hay không phải A-la-hán?[475] Như cùng ở chung lâu ngày, dùng ý quán sát, **[399b01]** mới có thể biết được người trì giới hay phạm giới.[476] Tuy ở chung lâu ngày

---

[469] Tương đương *No. 99* (1148). Pāli, S. 3. 2.1. *Sattajaṭila*. Tham khảo *Tạp A-hàm*, Việt dịch, kinh 1048.

[470] *No. 99*: Những vị này đang đi loanh quanh, rồi đứng trước cửa tinh xá Kỳ-hoàn.

[471] Trường phát Phạm chí 長髮梵志. *No. 99*: Xà-kỳ-la 闍祇羅. [Pāli] jaṭilā, đạo sỹ bện tóc.

[472] Lõa hình Ni-kiền 裸形尼乾. *No. 99*: Ni-kiền tử 尼乾子. [Pāli] nigaṇṭhā.

[473] Nhất y ngoại đạo 一衣外道. *No. 99*: Nhất xá-la 一舍羅. [Pāli] ekasāṭakā, ngoại đạo một y (khoác một mảnh vải duy nhất).

[474] *No. 99*: Con tự nghĩ, ở thế gian nếu có những vị A-la-hán, thì chính họ là những vị đó.

[475] *No. 99*: Đại vương cũng không biết là A-la-hán, hay không phải A-la-hán, vì không có tha tâm trí.

[476] [Pāli] *Saṃvāsena … sīlaṃ veditabbaṃ, dīghena addhunā.., manasikarotā…,*

nhưng chỉ bậc thông tuệ mới biết được, còn kẻ ngu thì không biết. Nếu một người có cha mẹ hay thân bằng quyến thuộc chết mới có thể nhận biết rõ.[477] Nếu không có những việc này thì khó có thể nhận biết rõ. Nếu gặp ách nạn, bị người cưỡng bức khiến làm việc giết hại; hoặc bị người nữ ở chỗ riêng ép buộc mà không phạm giới mới biết được chắc chắn. Theo dõi quán sát mới có thể biết được là tịnh hạnh hay không phải tịnh hạnh. Như muốn khảo nghiệm trí tuệ của một người thì phải lắng nghe họ nói[478], chỉ có bậc trí mới có thể phân biệt rõ ràng. Chỉ có bậc trí cùng ở chung lâu ngày mới có thể biết được."

Vua Ba-tư-nặc liền tán thán Đức Phật: "Thật tuyệt diệu, Bạch Thế Tôn! Đúng như lời Phật dạy, ở chung một chỗ lâu ngày mới có thể biết. Người trì giới hay phạm giới, là khi người khác gặp nạn, hãy quan sát hành vi của họ mới biết là tịnh hay không tịnh; giảng giải, phân tích, bình luận, đánh giá mới có thể phân biệt được họ là trí hay phàm. Như trên đã nói, chỉ có người trí mới có thể biết được, người ngu không thể biết; ở lâu mới biết, không phải trong chốc lát có thể biết. Vì sao? Người hầu của con[479], cũng bảo mặc y phục hình dạng như thế này, sai đi đến nước xa khác, xem xét nước ấy, hoặc trải qua tám tháng, hoặc đến mười tháng, làm mọi việc xong rồi, quay trở về nước. Người ấy buông lung theo ngũ dục, tất cả mọi việc làm đều y như trước không có gì thay đổi.[480] Vì vậy nên biết lời Phật dạy thật đúng."

---

    paññavatā…, bằng sự sống chung, với thời gian dài, bằng ý quán sát, bằng trí tuệ mới có thể biết được giới hạnh của một người.

[477] *No. 99:* Phải kinh qua các khổ cực khó khăn, mới có khả năng tự mình biện biệt. [Pali] *Āpadāsu… thāmo veditabbo*, trong những khổ nạn mới biết sức chịu đựng của một người.

[478] *No. 99:* Thấy sự nói năng mới biết là thông minh. [Pali] *sākacchāya … paññā veditabbā*, cùng đàm luận mới biết trí tuệ của một người.

[479] Sử nhân 使人, tôi tớ, trinh thám. *No. 99:* gia nhân 家人, người trong gia đình, đày tớ trong nhà. [Pali] *purisā carā*, người trinh thám, người đi nghe ngóng tin tức.

[480] Con có gia nhân cũng đi xuất gia, mang hình tướng giống như những người này, đi khắp các nước, sau rồi trở về nước, cởi bỏ y phục kia, trở lại hưởng thụ ngũ dục.

Vua lại bạch Phật: "Bạch Đức Thế Tôn! Con cũng biết trước có việc như vậy, chỉ vì vội vàng không quan sát kỹ, liền đứng dậy cung kính."

Bấy giờ, Đức Thế Tôn liền nói kệ:

"Không thể nhìn tướng mạo
Quan sát nhận biết được
Như khi vừa gặp người
Không thể tin ngay được
Tướng mạo như La-hán
Thật chẳng thu nhiếp căn
Hình dáng, mọi việc làm
Đều không thể phân biệt
Giống như cái vạc mạ
Cũng như đồng tiền xỉ[481]
Kẻ ngu tưởng là vàng
Kỳ thật trong là đồng
Mọi người cũng như vậy
Si ám không thể biết
Tướng ngoài trông hiền thiện
Trong tâm thật độc ác
Đi theo tu hành lâu
Mới tỏ rõ hiền Thánh."

Đức Phật nói kinh này xong, vua Ba-tư-nặc sau khi nghe những lời Phật dạy, hoan hỷ, tùy hỷ, đảnh lễ rồi đi.[482]

---

481 Xem *Tạp A-hàm* iii, **cht.62.**

482 Để bản: Phật nói kinh này xong, các tỳ-kheo sau khi nghe những lời Phật dạy, hoan hỷ phụng hành. Ở đây dịch theo *Tạp A-hàm* cho hợp với nội dung bản kinh.

KINH 72. NGŨ VƯƠNG[483]

Tôi nghe như vầy:

Một thời, Đức Phật ở tại vườn Cấp Cô Độc, rừng cây Kỳ-đà, nước Xá-vệ. Bấy giờ, có 5 vị quốc vương cùng tụ tập tại một chỗ, cùng nhau bàn luận:[484] **[399c01]** Trong 5 dục, cái nào tuyệt diệu nhất? Một vị vua nói: "Sắc là nhất." Vị vua kế tiếp nói: "Thanh là nhất." Vị vua tiếp theo nói: "Vị là nhất." Vị vua thứ tư nói: "Hương là nhất." Vị vua thứ năm nói: "Mịn láng là nhất."[485] Tâm ý của các vua không giống nhau, mỗi người đều thấy một thứ là nhất, bèn cùng nhau bàn luận[486]: "Tâm ý của chúng ta đối với cái đẹp không đồng nhau, mỗi người đều tranh cho lý của mình,[487] vậy chúng ta hãy đi đến chỗ Phật, xin Ngài phân biệt cho."

Bấy giờ, vua Ba-tư-nặc dẫn đầu[488] cùng đi đến chỗ Phật. Năm vị vua đảnh lễ sát chân Phật rồi đứng sang một bên, bạch Phật: "Bạch Thế Tôn! Chúng con, năm vị quốc vương cùng nhau bàn luận, 'Trong năm dục, cái nào tuyệt diệu nhất? Một vua nói, 'Sắc là nhất.' Cũng vậy, năm vị vua đều nói không giống nhau, mỗi người đều cho thứ

---

[483] Tương đương *No. 99* (1149). Pāli, S. 3. 2.2. *Pañcarāja*. Tham khảo *Tạp A-hàm*, Việt dịch, kinh 1049.

[484] *No. 99*: vua Ba-tư-nặc đứng đầu, cùng bảy vị quốc vương, các vị Đại thần cùng nhau tụ tập, bàn luận. [Pāli] *pañcannaṃ rājūnaṃ pasenadipamukhānaṃ*, có năm vị quốc vương mà Vua *Pasenadi* đứng đầu.

[485] *No. 99*: Có người nói: "Sắc là nhất." Lại có người nói: "Thanh, hương, vị, xúc là nhất." [Pāli] *Tatrekacce evamāhaṃsu " rūpā kāmānaṃ agga " nti... " saddā kāmānaṃ agga " nti... " gandhā kāmānaṃ agga " nti... " rasā kāmānaṃ agga " nti... " phoṭṭhabbā kāmānaṃ agga " nti.*

[486] *No. 99*: Một người trong số đó nói.

[487] *No. 99*: Rốt cùng không thể phán định. [Pāli] *te rājāno nāsakkhiṃsu aññamaññaṃ saññāpetuṃ*, các vua ấy không thể thuyết phục nhau.

[488] *No. 99*: vua Ba-tư-nặc dẫn đầu, cùng bảy vị quốc vương, các đại thần, quyến thuộc. [Pāli] *te pañca rājāno pasenadipamukhā*, năm vua ấy mà Vua *Pasenadi* đứng đầu.

của mình là nhất.' Vì quan điểm bất đồng, nên chúng con đi đến Phật, thưa hỏi ý nghĩa này, cái nào là nhất?'"

Đức Phật nói:[489] "Nếu đối với sắc nào mà nắm bắt hình tướng của nó, tâm ý dính mắc, ưa thích nó. Ngay lúc bấy giờ, nếu có một sắc nào vi diệu hơn sắc này, thì cũng chỉ cho sắc mình ưa thích là hơn hết, không hề quan tâm đến sắc đẹp kia. Thanh, hương, vị, xúc cũng như vậy; cho đến những xúc thọ, tâm ý mình đắm trước tướng mạo của nó, liền cho là hơn hết.[490]"

Bấy giờ, có một Bà-la-môn tên là Ti-nghi[491], từ chỗ ngồi đứng dậy, bày vai hữu, quỳ gối phải sát đất, chắp tay hướng Phật bạch rằng: "Bạch Đức Thế Tôn! Con có điều muốn nói, xin Thế Tôn cho phép."

Đức Phật bảo Ti-nghi: "Nên biết đúng thời."

Tì-nghi liền nói kệ:

"Đại vương Ương-già chứa giáp bảo
Vua Ma-kiệt-đề đắc đại lợi
Phật hiện quốc gia tối thượng bảo
Danh xưng vang khắp như sơn vương.
Thí như hoa sen vừa nở rộ
Lấp lánh suối hồ khắp hương xông
Phật như mặt trời chốn hư không
Ánh sáng chiếu soi khắp thế giới

---

[489] *No. 99:* Mỗi người đều nói theo ý thích của mình, còn Ta thì nói khác. Vì lý do này, Ta nói về công năng của ngũ dục. [Pāli] *manāpapariyantaṃ ... pañcasu kāmaguṇesu agganti vadāmi..., rūpā ekaccassa manāpā honti,... rūpā ekaccassa amanāpā honti.* Tùy theo quan điểm ưa thích mà Ta nói dục nào tối thắng trong năm dục... sắc đối với một số người ưa thích,... sắc đối với một số người không ưa thích.

[490] *No. 99:* những gì mình yêu thích, liền cho đó là tối thắng, rồi hoan hỷ, ưa đắm. Cho dù có thứ vượt lên trên thứ này, nhưng vì không phải sở dục của mình, nên mình không đụng đến, cũng không ngó ngàng đến.

[491] Ti-nghi bà-la-môn 卑嶷婆羅門. *No. 99:* Chiên-đàn Ưu-bà-tắc 栴檀優婆塞. [Pāli] *Candanaṅgaliko upāsako.*

Quán sát trí huệ lực Như Lai
Giống như lửa dữ bùng cháy mạnh
Khai mở mắt nhìn tạo quang minh
Vì các nghi hoặc đến thỉnh cầu
Tất cả đều được quyết chỗ nghi."

Cả năm vị quốc vương đều khen bài kệ hay, rồi mỗi vị đem y thượng hạng đang dùng ban cho Ti-nghi. Bấy giờ, năm vị quốc vương, sau khi nghe Phật dạy đều rất hoan hỷ, từ chỗ ngồi đứng dậy ra về. Sau khi các vua đi rồi, Ti-nghi chắp tay hướng Phật, và đem năm chiếc y dâng lên Đức Phật, cầu xin Phật thọ nhận. Đức Phật liền thọ nhận. Bà-la-môn Ti-nghi hoan hỷ, tùy hỷ, đảnh lễ rồi ra về.⁴⁹²

KINH 73. SUYỄN TỨC (TIẾT THỰC)⁴⁹³

[400a01] Tôi nghe như vầy:

Một thời, Đức Phật ở tại vườn Cấp Cô Độc, rừng cây Kỳ-đà, nước Xá-vệ. Bấy giờ, vua Ba-tư-nặc với thân thể mập lớn, hơi thở hổn hển, đi đến chỗ Phật, đảnh lễ sát chân Phật rồi ngồi sang một bên.

Đức Phật nói với vua: "Hôm nay thân thể Đại vương rất nặng nề to lớn, đến nỗi khi đi đứng, hơi thở ra vào cũng rất to, khó khăn."

Vua bạch Phật: "Đúng vậy, đúng vậy! Như lời Thế Tôn dạy, con cũng đang lo về cái thân này, lấy làm hổ thẹn, thường tự chê trách mình."⁴⁹⁴

Bấy giờ, Thế Tôn liền nói kệ:

---

⁴⁹² Câu này dịch theo ý của *Tạp A-hàm* cho hợp với bản kinh, còn Để bản: "Đức Phật nói kinh này xong, các tỳ-kheo sau khi nghe những lời Phật dạy, hoan hỷ phụng hành."

⁴⁹³ Tương đương *No. 99* (1150). Pāli, S. 3. 2. 3. *Doṇapāka*. Tham khảo *Tạp A-hàm*, Việt dịch, kinh 1050.

⁴⁹⁴ *No. 99*: Con đang lo về cái thân quá mập, và thường rất khổ sở, nhờm chán, hổ thẹn, vì cái thân mập béo này.

"Con người thường phải tự ghi nhớ
Nếu được ăn uống nên biết lường
Thân thể nhẹ nhàng thọ khổ ít
Dễ dàng tiêu hóa sống lâu dài."

Khi ấy, có thiếu niên tên Ô-đới[495] đang ở giữa hội chúng. Vua nói với thiếu niên: "Khanh có thể ghi nhớ bài kệ này, để mỗi khi ta ăn, có thể đọc bài kệ này lên cho ta được không? Nếu có thể đọc, ta sẽ ban cho khanh mỗi ngày một trăm tiền vàng. Trước bữa ăn của ta thường phải nghe khanh đọc trước rồi sau ta mới ăn.[496]"

Lúc ấy, thiếu niên Ô-đới đáp: "Vâng! Thần làm được."

Đức Phật đặc biệt bằng nhiều cách thuyết pháp cho vua Ba-tư-nặc, chỉ dạy, lợi ích, vui mừng, mặc nhiên mà an trụ. Vua Ba-tư-nặc lễ Phật rồi ra về.

Thiếu niên Ô-đới đứng ở phía sau ghi nhớ bài kệ này. Đức Phật nói với thiếu niên: "Khi nào vua ăn, ngươi nhớ đọc bài kệ này lên cho vua."[497]

Bấy giờ, vua Ba-tư-nặc mỗi ngày ăn ít lại, thân thể ngày càng ốm dần, từ từ trở nên nhẹ nhàng. Sau đó, vua Ba-tư-nặc đi đến chỗ Phật, thân thể nhẹ nhàng, dung nghi đoan chánh, bạch Phật rằng: "Bạch Đức Thế Tôn! Con nhờ được Phật chỉ dạy mà hiện tại trong thân được vô lượng an lạc. Kính lễ Đức Phật, Bà-già-bà, Chí Chân, Đẳng Chánh

---

495 Ô-đới ma-nạp 烏帶摩納. *No. 99:* Uất-đa-la niên thiếu 鬱多羅年少. Pāli *Sudassano māṇavo.*

496 *No. 99:* Ta sẽ ban cho mười vạn tiền vàng, và sẽ thường xuyên ban cho thức ăn. Pāli *Ahañca te devasikaṃ kahāpaṇasataṃ. niccaṃ bhikkhaṃ pavattayissāmī" ti.* Ta sẽ ban cho khanh mỗi ngày một trăm tiền vàng, và sẽ thường ban cho thức ăn.

497 *No. 99:* Uất-đa-la đến trước Thế Tôn xin nhận bài kệ Ngài đã nói. Khi Vua ăn, mỗi bữa ăn đều được đọc lên, tâu rằng "Đại vương! Đức Phật Thế Tôn, Như Lai, Ứng Cúng, Đẳng Chánh Giác, bậc Tri giả, Kiến giả, đã nói bài kệ này."

Giác! Đã cho con biết quả báo đời này và lợi ích ngay hiện tại, do tiết chế ăn uống."[498]

NHIẾP TỤNG

Đắc thắng, Hủy hoại, tùng Phật giáo
Nhất pháp, Phước điền, khả yếm hoạn
Minh ám, Thạch sơn, trước nhất y
Chư vương, Suyễn tức sanh Bạt-cù.

KINH 74. A-TU-LA[499]

Tôi nghe như vầy:

Một thời, Đức Phật ở tại vườn Cấp Cô Độc, rừng cây Kỳ-đà, nước Xá-vệ. Bấy giờ, có thiếu niên tên A-tu-la-diêm[500] đi đến chỗ Phật, miệng, ý bất thiện, ở trước Phật, buông những lời mắng nhiếc, hủy nhục.[501]

---

[498] *No. 99:* Ở trên lầu, hướng về chỗ Phật, Vua cung kính chấp tay quỳ sát đất, nói lên ba lần như vầy: "Kính lễ Đức Thế Tôn, Như Lai, Ứng Cúng, Đẳng Chánh Giác. Đã ban cho con những lợi ích trong hiện tại và đời sau. Đời này, đời sau được lợi ích do biết tiết độ ăn uống." Pāli: *rājā pasenadi kosalo... imaṃ udānaṃ udānesi – " ubhayena vata maṃ so bhagavā atthena anukampi – diṭṭhadhammikena ceva atthena samparāyikena cā " ti.*

[499] Tương đương *No. 99* (1151). Pāli, S. 7. 1.3. *Asurinda.* Tham khảo *Tạp A-hàm,* Việt dịch, kinh 1051.

[500] A-tu-la-diêm 阿脩羅鹽. *No. 99:* Niên thiếu A-tu-la 年少阿修羅. Pāli: *asurindakabhāradvājo brāhmaṇo,* Bà-la-môn tên là *Asurindaka Bhāradvāja.*

[501] *No. 99:* ... đi đến chỗ Phật, ở trước Phật thốt ra những lời lẽ thô ác, bất

Bấy giờ, Đức Như Lai thấy nghe rồi, liền nói kệ:

"Hành thiện, không sân nhuế,
Bố thí, thường nói thật
Người không sân, không hại
Hơn ôm lòng giận ác.
Xan tham và nói dối
Thường gần gũi ác nhân
[400b01] Nên biết chúng sanh này
Tích sân như đồi núi
Sân nhuế như ngựa lung
Chế phục nhờ dây cương
Kiềm cương không phải chắc
Chế tâm mới chắc thật.
Vì thế nên Ta nay
Được xưng Thiện Điều Ngự."

Bấy giờ, thiếu niên liền bạch Phật: "Con thật ngu muội, làm điều bất thiện, ở trước Phật, buông những lời mắng nhiếc, hủy nhục. Cúi xin Đức Thế Tôn xót thương nhận sự sám hối của con!"

Phật nói: "Này thiếu niên! Biết ngươi thành tâm, vì thương xót ngươi, Ta nhận sự sám hối của ngươi, khiến cho ngươi từ hôm nay thiện pháp tăng trưởng, không còn bị thối chuyển."[502] Sau khi nghe những lời Phật dạy, thiếu niên A-tu-la-diêm hoan hỷ, tùy hỷ, lễ Phật rồi ra về.[503]

---

thiện, giận dữ, chửi mắng, chỉ trích. Xem *Tạp A-hàm* iii, kệ 34. "Tương ưng Bà-la-môn", **cht.4.**

[502] *No. 99* không có câu nói này của Phật.

[503] Câu này dịch theo ý của *Tạp A-hàm*, còn Để bản: "Đức Phật nói kinh này xong, các tỷ-kheo sau khi nghe những lời Phật dạy, hoan hỷ phụng hành."

KINH 75. TI-NGHI[504]

Tôi nghe như vầy:

Một thời, Đức Phật ở tại vườn Cấp Cô Độc, rừng cây Kỳ-đà, nước Xá-vệ. Bấy giờ, có một thiếu niên tên Ti-nghi[505] đi đến chỗ Phật, ở trước Phật, miệng, ý bất thiện, chửi mắng Thế Tôn, buông những lời phỉ báng, xúc não.

Lúc ấy, Như Lai thấy nghe rồi, nói với Ti-nghi rằng: "Thí như ở thế gian, vào dịp lễ hội lớn, ngày hội họp bà con thân tộc[506]. Ngay trong đêm ấy, ngươi có đem y phục, anh lạc, đủ thứ đồ ăn thức uống, ban tặng, thết đãi cho những người thân thích không?"

Ti-nghi đáp: "Đúng như vậy! Tôi có ban tặng, thết đãi."

Phật bảo Ti-nghi: "Nếu họ không nhận những vật thực ngươi thết đãi, thì những thứ này thuộc về ai?"

Ti-nghi đáp: "Nếu họ không nhận thì tôi tự nhận trở lại."

Phật nói: "Đúng vậy, đúng vậy! Này Ti-nghi! Nay ngươi ở trước mặt Như Lai, Chí Chân, Đẳng Chánh Giác buông những lời chửi mắng, hủy nhục, làm nhiều điều phỉ báng, xúc não. Tuy ngươi cho Ta, nhưng Ta không nhận. Thí như người đời, có người đem cho, người trước mặt thọ nhận, đó gọi là kẻ cho người nhận. Còn có người tuy đem cho mà người trước mặt không nhận, đó gọi là cho mà không nhận. Nếu người mắng nhiếc, sân giận đánh đập, phỉ báng chê bai, mà nhẫn nhịn không đáp trả, đây gọi là cho mà không nhận."

Ti-nghi nói: "Thưa Cù-đàm! Tôi nghe các vị cựu trưởng lão tôn đức trước đây đều nói như vầy: 'Thế gian nếu có người ở trước mặt chửi mắng, thì Phật, Vô Thượng, Chí Chân, Đẳng Chánh Giác hoàn

---

[504] Tương đương *No. 99* (1152). Pāli, S. 7. 1.2. *Akkosa*. Tham khảo *Tạp A-hàm*, Việt dịch, kinh 1052.

[505] Ma-nạp Ti-nghi 摩納卑嶷. *No. 99*: Tân-kì-ca Bà-la-môn 賓耆迦婆羅門. *Pāli* *Akkosakabhāradvājo brāhmaṇo*, Bà-la-môn *Akkosaka Bhāradvāja*.

[506] Ư đại tiết hội, cứ vô đề nhật 於大節會，鋸無提日. *No. 99*: Ư nhất thời cát tinh chi nhật 於一時吉星之日, vào những ngày tốt.

toàn không khởi phiền não.' Nay tôi chửi mắng Ngài, Ngài liền sanh phiền não."

Bấy giờ, Thế Tôn liền nói kệ:

"Người không có sân nhuế
Làm thế nào khởi sân?
Người điều thuận chánh mạng
Không sân, ngươi nên biết.
[400c01] *Nếu sân không báo sân*
Chiến đấu khó thắng được
Nếu người không đáp trả
Đây gọi Bậc Tối thượng.
Không sân thắng được sân
Hành thiện thắng bất thiện
Bố thí thắng xan tham
Nói thật thắng nói dối
Người không sân không hại
Thường ở cùng hiền Thánh.
Người gần gũi kẻ ác
Tích sân như núi đồi.
Sân nhuế như ngựa cuồng
Chế phục nhờ dây cương
Dây cương không phải chắc
Chế tâm mới vững chắc.
Vì thế nên Ta nay
Danh xưng Thiện Điều Ngự."[507]

---

[507] Để bản: "Đức Phật nói kinh này xong, các tỳ-kheo sau khi nghe những lời Phật dạy, hoan hỷ phụng hành." *Tạp A-hàm* thêm đoạn: Bấy giờ, thiếu niên Tân-kì bạch Phật: "Bạch Cù-đàm, con xin hối lỗi. Con như ngu, như si, không biết phân biệt, bất thiện, ở trước mặt Sa-môn Cù-đàm mà nói những lời thô ác, bất thiện, sân giận, trách mắng." Sau khi nghe những lời Phật dạy, Tân-kì hoan hỷ, tùy hỷ, đảnh lễ rồi đi. Pāli *Evaṃ vutte, akkosakabhāradvājo brāhmaṇo bhagavantaṃ etadavoca – " abhikkantaṃ, bho gotama...pe... esāhaṃ bhavantaṃ gotamaṃ saraṇaṃ gacchāmi dhammañca bhikkhusaṅghañca.*

KINH 76. ĐỘT-LA-XÀ (1) [508]

Tôi nghe như vầy:

Một thời, Đức Phật ở tại vườn Cấp Cô Độc, rừng cây Kỳ-đà, nước Xá-vệ.[509] Bấy giờ, Thế Tôn đang đi kinh hành ngoài trời, tại Tinh xá Kỳ-hoàn. Khi ấy, Bà-la-môn Bà-la-đột-la-xà,[510] bản tính rất ác, đi đến chỗ Phật, ở trước Phật, ác khẩu, chửi mắng, chỉ trích, rất giận dữ, buông những lời phỉ báng, nhằm sỉ nhục Phật. Bấy giờ, Thế Tôn thấy nghe như vậy rồi, đứng lặng yên. Khi ấy, Bà-la-đột-la-xà thấy Phật yên lặng, liền nói thế này: "Nay Ông yên lặng, ta biết Ông đã chịu thua."[511]

Bấy giờ, Thế Tôn liền nói kệ:

"Người trừ bỏ thắng thua
Tịch diệt an ổn ngủ."

Bà-la-môn nói: "Bạch Cù-đàm! Con thật có lỗi, con ngu si vô trí, làm điều bất thiện. Nay con tự biết, cúi mong Đức Thế Tôn cho con xin sám hối!"

Phật bảo Bà-la-môn: "Ngươi ở trước mặt Ta hủy nhục mắng nhiếc Như Lai, A-la-hán, Đẳng Chánh Giác, buông những lời phỉ báng, xúc não; ngươi thật ngu muội, si mê vô trí, làm điều bất thiện. Nay Ta theo lời ngươi, chấp nhận ngươi sám hối, khiến cho ngươi tăng trưởng

---

Labheyyāhaṃ, bhante, bhoto gotamassa santike pabbajjaṃ, labheyyaṃ upasampada " nti. Sau khi nghe như vậy, Bà-la-môn Akkosaka Bhāradvāja bạch Thế Tôn: Thật là vi diệu, thưa Đức *Gotama!...* Con xin quy y Đức *Gotama,* quy y Pháp và quy y Tỳ-kheo Tăng. Mong Đức *Gotama* cho con được xuất gia với Ngài, và được thọ đại giới.

[508] Tương đương *No. 99* (1153). Pāli, S. 7. 1.2. *Akkosa. No. 99* (1153). Tham khảo *Tạp A-hàm,* Việt dịch, kinh 1053.

[509] Tại Xá-vệ quốc Kỳ thọ Cấp-cô-độc viên 在舍衛國祇樹給孤獨園. *No. 99:* Tại giảng đường Lộc Mẫu, phía Đông nước Xá-vệ.

[510] *No. 99:* Kiện Mạ Bà-la-đậu-bà-giá 健罵婆羅豆婆遮. Pāli *Akkosa-Bhāradvāja.*

[511] *No. 99:* "Cù-đàm, bị thua chăng?"

thiện pháp, tu hành không thối chuyển."⁵¹² Được Phật nhận sám hối rồi, Bà-la-môn vô cùng hoan hỷ, đảnh lễ rồi đi.

KINH 77. ĐỘT-LA-XÀ (2)⁵¹³

Tôi nghe như vầy:

Một thời, Đức Phật ở tại vườn Cấp Cô Độc, rừng cây Kỳ-đà, nước Xá-vệ.⁵¹⁴ Bấy giờ, vào buổi sáng sớm, Thế Tôn đắp y ôm bát, vào thành khất thực. Khi ấy, Bà-la-môn Đột-la-xà từ xa trông thấy Như Lai liền chạy nhanh tới, đến chỗ Phật, ở trước Phật buông những lời chửi mắng, hủy nhục, phỉ báng Thế Tôn, [401a01] xúc não đủ điều, lại còn vốc đất muốn dùng ném vào Phật. Nhưng vừa vốc đất, gió thổi bụi tấp vào mình, không thể làm dơ Phật. Bấy giờ, Đức Như Lai thấy việc này rồi, liền nói kệ rằng:

"Hại người không sân lại càng sân
Khởi sanh hủy báng người thanh tịnh
Giống như tung bụi lại dơ mình
Như kẻ nông phu trồng ruộng lúa
Tùy giống gieo trồng thu hoạch quả
Người này cũng vậy ắt chịu báo."

Bà-la-môn nói: "Con thật có lỗi, ngu si vô trí, làm điều bất thiện. Cúi mong Đức Như Lai cho con xin sám hối!"

Phật dạy: "Ngươi ở trước mặt Đức Như Lai, A-la-hán, Đẳng Chánh Giác, buông những lời phỉ báng, thật ngu muội, si mê vô trí. Theo như lời của ngươi, vì thương xót ngươi, Ta chấp nhận ngươi sám hối,

---

⁵¹² *No. 99* không có đoạn Phật dạy này.

⁵¹³ Tương đương *No. 99* (1154). Pāli, S. 7. 1.4. *Bilaṅgika*. Tham khảo *Tạp A-hàm*, Việt dịch, kinh 1054.

⁵¹⁴ *No. 99*: Tại giảng đường Lộc Mẫu, phía Đông nước Xá-vệ.

khiến cho ngươi thiện pháp tăng trưởng, không còn thối chuyển."515

Bà-la-môn được Đức Phật hứa khả rồi, hoan hỷ ra về.

KINH 78. PHẢN LỆ516

Tôi nghe như vầy:

Một thời, Đức Phật du hóa tại nước Câu-tát-la, trở về đến vườn Cấp Cô Độc, rừng cây Kỳ-đà, nước Xá-vệ. Bấy giờ, có Bà-la-môn tên Phản Lệ517, nghe Đức Thế Tôn du hóa tại nước Câu-tát-la, về đến vườn Cấp-cô-độc, rừng cây Kỳ-đà, nước Xá-vệ. Khi ấy, Bà-la-môn nghĩ thế này: "Ta nên đi đến chỗ Sa-môn Cù-đàm, nếu Vị ấy có nói điều gì ta sẽ phản bác lại."518 Sau khi nghĩ như vậy, Bà-la-môn liền đi đến chỗ Phật. Bấy giờ, Đức Thế Tôn đang thuyết pháp cho hàng nghìn ức chúng vây quanh. Khi Thế Tôn từ xa trông thấy Bà-la-môn kia đến, liền im lặng không nói pháp.

Lúc ấy, Bà-la-môn đi đến chỗ Phật, nói với Phật: "Sao Ngài không thuyết pháp? Tôi muốn nghe pháp."519

Bấy giờ, Thế Tôn liền nói kệ:

"Nếu mong tìm lỗi người
Ý muốn chê người khuyết
Người tâm không thanh tịnh

---

515 *No. 99* không có đoạn Phật dạy này.

516 Tương đương *No. 99* (1155). Pāli, *S. 7. 2.6. Paccanīka.* Tham khảo *Tạp A-hàm*, Việt dịch, kinh 1055.

517 Phản lệ 返 戾. *No. 99*: Vi Nghĩa 違義. [Pali] *Paccanīkasāta.*

518 [Pali] *yaṃnūnāhaṃ yena samaṇo gotamo tenupasaṅkameyyaṃ. Yaṃ yadeva samaṇo gotamo bhāsissati taṃ tadevassāhaṃ paccanīkāssa "nti.*

519 *No. 99:* Thưa Cù-đàm, xin hãy thuyết pháp. Tôi mong muốn nghe. [Pali] *'bhaṇa samaṇadhamma' nti,* này Sa-môn, xin hãy thuyết pháp.

Ôm sân hận tột cùng
Chư Phật có thuyết pháp
Trọn không thể liễu ngộ.
Khéo thuận lìa tranh tụng
Loại bỏ tâm bất tín
Viễn ly các não hại
Và ý tưởng tật đố
Nếu có thể như thế
Ta khéo nói ngươi nghe."

Lúc ấy, Bà-la-môn suy nghĩ: "Sa-môn Cù-đàm đã biết tâm ý ta," liền đứng dậy lễ Phật, bạch rằng: "Con thật có lỗi, đã nghĩ điều bất thiện. Cúi mong Thế Tôn chấp nhận cho con sám hối!"

Bấy giờ, Đức Thế Tôn vì lòng thương xót, đã thọ nhận sự sám hối. [401b01] Bà-la-môn Phản Lệ hoan hỷ, đảnh lễ rồi đi.[520]

KINH 79. VÔ HẠI[521]

Tôi nghe như vầy:

Một thời, Đức Phật ở tại vườn Cấp Cô Độc, rừng cây Kỳ-đà, nước Xá-vệ. Bấy giờ,[522] có thiếu niên tên Vô Hại[523] đi đến chỗ Phật, thăm hỏi vấn an, thật là chu đáo. Sau khi thăm hỏi xong, đến ngồi sang một bên, bạch Phật: "Bạch Cù-đàm! Con tên Vô Hại, có do cái tên này mà

---

[520] **Pāli:** ...pe... upāsakaṃ maṃ bhavaṃ gotamo dhāretu ajjatagge pāṇupetaṃ saraṇaṃ gata " nti... Mong Đức *Gotama* nhận con làm đệ tử ưu-bà-tắc, từ ngày nay cho đến trọn đời con xin quy ngưỡng!

[521] Tương đương *No. 99* (1156). Pāli, S. 7. 1.5. *Ahiṃsaka.* Tham khảo *Tạp A-hàm*, Việt dịch, kinh 1056.

[522] *No. 99:* Bấy giờ sáng sớm, Thế Tôn đắp y, ôm bát vào thành Xá-vệ khất thực.

[523] *No. 99:* Bất Hại 不害. **Pāli** *Ahiṃsaka.*

được Vô Hại không?"[524]

Đức Phật đáp: "Nếu ngươi thân, khẩu, ý đều không gây hại, thế mới xứng được Vô Hại."

Bấy giờ, Đức Thế Tôn liền nói kệ:

"Thân không sát hại
Miệng ý cũng vậy
Vì thế tên ngươi
Gọi là Vô Hại."

Phật nói kinh này xong, Bà-la-môn Vô Hại sau khi nghe những lời Phật dạy, hoan hỷ, tùy hỷ, theo đường cũ mà đi.[525]

KINH 80. BÀ-LA-ĐỘT-LA-XÀ[526]

Tôi nghe như vầy:

Một thời, Đức Phật ở tại vườn Cấp Cô Độc, rừng cây Kỳ-đà, nước Xá-vệ[527]. Bấy giờ, buổi sáng Thế Tôn đắp y ôm bát vào thành Xá-vệ, lần lượt khất thực, sau đó đến nhà Đại Bà-la-môn Bà-la-đột-la-xà. Khi ấy, Bà-la-môn rửa tay sạch sẽ, liền nhận lấy bát của Phật, đặt đầy thức ăn ngon, đem dâng cúng Thế Tôn. Ngày thứ hai, ngày thứ ba, Thế Tôn cũng lại đến nhà Bà-la-đột-la-xà khất thực. Bà-la-môn ấy liền nghĩ: "Hôm nay Sa-môn trọc đầu này lại đến khất thực nữa, giống như bạn cũ của ta vậy."

Bấy giờ, Đức Phật biết tâm niệm của Bà-la-môn, liền nói kệ:

---

[524] *No. 99:* Bạch Thế Tôn, tên con là Bất Hại, có xứng với sự thật không?

[525] Đây dịch theo *Tạp A-hàm.* Để bản: ... các tỳ-kheo sau khi nghe những lời Phật dạy, hoan hỷ phụng hành.

[526] Tương đương *No.* 99 (1157). Pāli, S. 7. 2.2. *Udaya.* Tham khảo *Tạp A-hàm,* Việt dịch, kinh 1057.

[527] *No. 99:* Vườn Trúc, Ca-lan-đà, thành Vương Xá.

"Trời thường thường đổ mưa
Ngũ cốc thường được mùa
Người tu thường khất thực
Đàn việt thường cúng dường.
Luôn luôn sanh cõi trời
Luôn luôn thọ quả báo
Phụ nữ luôn mang thai
Luôn sanh con nối dõi.
Nhiều lần lấy sữa bò
Nhiều lần được tô lạc
Nhiều lần thọ sự sanh
Nhiều lần tiêu diệt sạch
Nhiều lần đến chỗ chết
Nhiều lần buồn khổ não
Cũng lại nhiều lần thiêu
Nhiều lần chôn mồ mả.
Đoạn được dòng hậu hữu
Dừng lại không thường luôn
Nếu không nhiều lần sanh
Thì không nhiều lần chết
Không có nhiều lần sầu
Cũng không nhiều than khóc."

[401c01] Bấy giờ, Bà-la-môn nghe bài kệ này rồi, tâm phát sanh niềm tin tối thượng, phấn khởi, thật hoan hỷ, liền nhận lấy bát của Thế Tôn, đặt đầy những thức ăn, muốn đem dâng cúng Phật, Đức Phật không nhận. Vì sao Phật không nhận? Do nói bài kệ pháp.

Khi ấy, Bà-la-môn bạch Phật: "Bạch Đức Thế Tôn! Thức ăn hôm nay con đem dâng cúng Như Lai, Đức Thế Tôn không nhận, con nên đem cúng cho ai?"

Đức Phật nói: "Ta không thấy sa-môn, bà-la-môn, hoặc ma, phạm nào, ăn thức ăn này mà có thể như pháp được tiêu hóa."

Đức Phật lại nói: "Thức ăn này nên đem để trong nước không có trùng, hoặc trên cỏ không có trùng."

Khi ấy, Bà-la-môn vâng lời Phật dạy, liền đem thức ăn này, để trong nước không có trùng, tức thời lửa khói bốc lên cháy dữ dội, phát ra tiếng nổ lớn.[528] Bà-la-môn nói: "Thần túc của Sa-môn Cù-đàm, thật là hy hữu! Chỉ trong chút thức ăn này mà còn làm cho biến hiện như thế". Bà-la-môn thấy việc này rồi, liền đi đến chỗ Phật, đảnh lễ sát chân Phật, bạch Phật: "Cúi mong Thế Tôn cho phép con được xuất gia!"[529]

Đức Phật nói: "Hãy đến đây Tỳ-kheo!" tức thời râu tóc tự rơi rụng, thân mặc pháp y, liền thành sa-môn, được giới Cụ túc. Thiện gia nam tử này, sau khi chánh tín xuất gia tu đạo, sống không nhà, ngày đêm tinh cần, chánh niệm tỉnh giác, ngay trong hiện tại chí niệm bền vững, việc cần làm đã làm xong, Phạm hạnh đã lập, tự thân tác chứng, không còn thọ thân đời sau, thành bậc A-la-hán, tâm khéo giải thoát.

KINH 81. BÀ-TƯ-TRA[530]

Tôi nghe như vầy:

Một thời, Đức Phật ở tại vườn Cấp Cô Độc, rừng cây Kỳ-đà, nước Xá-vệ. Bấy giờ, trong thành Xá-vệ, có nữ Bà-la-môn tên Bà-tư-tra[531] tín tâm thanh tịnh đối với Phật, Pháp, Tăng, quy y Tam bảo, tâm không sinh nghi hoặc; đối với Khổ, Tập, Diệt, Đạo cũng không sanh nghi hoặc, thấy được Tứ đế, chứng quả thứ nhất, thấy pháp đồng đẳng[532].

---

[528] *No. 99:* Nước liền bốc khói, sôi thành tiếng xèo xèo.

[529] *No. 99:* Nay con có thể được xuất gia, thọ giới cụ túc, và tu Phạm hạnh ở trong Chánh pháp không?

[530] *Đại chánh,* quyển 42, kinh 1158. Pāli, S. 7. 1. 1. *Dhanañjānī. Tạp A-hàm, No. 99* (1158). Tham khảo bản dịch Việt, TỤNG VII. KỆ 34. Tương ưng Bà-la-môn, Kinh 1058. Bà-tứ-tra.

[531] Bà-tư-tra 婆私吒. *No. 99:* Bà-tứ-tra 婆肆吒. Pāli *Dhanañjānī.*

[532] *No. 99:* Thấy Thánh đế, đắc quả, được tuệ vô gián.

Chồng của bà là Bà-la-môn thuộc dòng họ Bà-la-đột-la-xà[533]. Trong khi làm việc cho chồng, bà trợt chân ngã xuống đất, từ đất đứng dậy, bà chấp tay hướng về phương Đức Phật đang ở mà nói thế này: "Nam mô Phật-đà, Như Lai, Chí Chân, Đẳng Chánh Giác[534], sắc thân như vàng ròng, sáng xa một tầm, thân thể tròn đầy như cây Ni-câu-đà, Bậc thuyết pháp đệ nhất, Bậc Tiên Thánh thứ bảy[535], Đấng giải thoát thế hùng, là Thế Tôn của con".

Bấy giờ, Bà-la-môn chồng bà nghe vợ nói lời này, rất tức giận, liền mắng nhiếc vợ: "Bà là **[402a01]** Chiên-đà-la điên cuồng. Ai là kẻ Chiên-đà-la si mê, hành đạo rồ dại mê hoặc người khác cũng không hạ tiện như bà. Bà đối với các đại đức Bà-la-môn tam minh không chịu cung kính, lại đi lễ kính một kẻ đầu trọc, xấu xí, đen điu. Sa-môn này cùng với kẻ Đoạn nhân chủng Gia-na-la-diên,[536] luôn tán thán nhau. Nếu bà là người tín kính thật sâu dày, thì hôm nay hãy thỉnh Thầy của bà đến cùng tranh luận với tôi?"[537]

Người vợ nói với chồng: "Tôi chưa từng thấy sa-môn, bà-la-môn, hoặc trời, ma, phạm nào có thể cùng tranh luận với Phật."

Người vợ lại nói: "Nam mô Phật-đà, Như Lai, Chí Chân, Đẳng Chánh Giác, sắc thân như vàng ròng, sáng xa một tầm, thân thể tròn đầy như cây Ni-câu-đà, Bậc thuyết pháp đệ nhất, Bậc Tiên Thánh thứ bảy[538], Đấng giải thoát thế hùng, là Thế Tôn của con. Ông hãy tự biết lấy.[539]"

---

[533] Bà-la-đột-la-xà 婆羅突邏闍. *No. 99*: Bà-la-đậu-bà-giá 婆羅豆婆遮. [Pāli] *Bhāradvājagotta.*

[534] *No. 99*: Nam mô Đa-đà-a-già-độ A-la-ha Tam-miệu-tam-phật-đà 南無多陀阿伽度阿羅呵三貌三佛陀. [Pāli] *Namo tassa Bhagavato Arahato Sammāsambuddhassa.*

[535] Đệ thất tiên thánh 第七仙聖. *No. 99*: Tiên nhân thượng thủ 仙人上首.

[536] Gia-na-la-diên đoạn nhân chủng giả 耶那邏延斷人種者.

[537] Bây giờ, tôi sẽ đến cùng tranh luận với Đại Sư của bà thì đủ biết ai hơn thua.

[538] Đệ thất tiên thánh 第七仙聖. *No. 99*: Tiên nhân thượng thủ 仙人上首.

[539] *No. 99*: Nhưng bây giờ bà-la-môn cứ đến đó, tự ông sẽ biết được. [Pāli] *Api ca tvaṃ, brāhmaṇa, gaccha, gantvā vijānissasī* " *ti*, này Bà-la-môn! Ông hãy đi, sau khi đi ông sẽ biết.

Bấy giờ, Bà-la-môn liền đi đến chỗ Phật, sau khi thăm hỏi, liền ngồi sang một bên, nói kệ hỏi rằng:

"Phá đổ vật gì được ngủ ngon?
Trừ bỏ pháp gì được không sầu?
Với một pháp nào diệt được chết?
Sa-môn Cù-đàm nói ta nghe!"

Bấy giờ, Đức Thế Tôn dùng kệ đáp:

"Phá đổ sân nhuế được ngủ an
Trừ diệt sân nhuế được không sầu
Sân nhuế giả người thân hại chết
Như vậy thiếu niên cần nên biết
Diệt trừ sân nhuế bậc thánh khen
Người hại sân nhuế được không sầu."

Bấy giờ, Đức Thế Tôn tùy thuận thuyết pháp cho Bà-la-môn, khai thị, chỉ giáo làm cho lợi ích vui mừng. Ngài theo thứ lớp nói về bố thí, trì giới, sanh thiên, dục là gốc rễ của bất tịnh khổ não, xuất ly dục thì được an vui; và khai thị rộng rãi các pháp thiện, bạch tịnh.

Lúc ấy, Bà-la-môn sau khi nghe những lời Phật dạy, tâm ý khai mở hiểu rõ, phấn chấn hoan hỷ. Đức Phật biết tâm ý của thiếu niên đã được điều thuận nhu nhuyến, phấn chấn hoan hỷ, tâm không còn hồ nghi, có thể kham nhận pháp khí, Ngài liền nói cho một pháp có thể kham nhận liễu ngộ, rồi theo các Phật pháp nói cho Tứ đế: Khổ, Tập, Diệt, Đạo..., đã nói pháp rộng rãi xong.

Bấy giờ, Bà-la-đột-la-xà sau khi nghe những lời Phật dạy, như tấm vải trắng trong sạch dễ bị nhuộm màu, ngay trên chỗ ngồi thấy Bốn chân đế, liễu đạt các pháp, đắc pháp chân tế, vượt qua mọi nghi hoặc, không tùy thuận người khác[540], được vô sở úy, liền từ chỗ ngồi đứng dậy, chắp tay hướng Phật bạch rằng: "Bạch Thế Tôn! Con đã xuất ly. Nay con muốn quy y Tam bảo Phật Pháp Tăng, trọn đời con nguyện làm ưu-bà-tắc, không sát sanh, không trộm cắp, không tà dâm, không vọng ngữ, không uống rượu." Ngay nơi chỗ Phật **[402b01]** được niềm

---

540 *No. 99:* Không do người khác độ.

tin bất hoại, ông đảnh lễ Phật rồi trở về nhà.

Người vợ vừa thấy chồng, cũng tán thán Phật như trước, và hỏi[541]: "Thầy tôi như vậy, ông có nói chuyện cùng Ngài không?"

Người chồng trả lời vợ: "Tôi không thấy trên thế gian này có sa-môn, bà-la-môn, hoặc là trời, ma, phạm nào có thể cùng với Phật luận nghị."

Ông lại nói với vợ: "Hãy đem y đến cho tôi."[542]

Người vợ liền đem y đến cho ông. Đã có y rồi, ông đi đến chỗ Phật, đảnh lễ sát chân Phật, rồi ngồi sang một bên, bạch Phật rằng: "Bạch Thế Tôn! Cúi xin Ngài cho con được xuất gia học đạo trong Giáo pháp của Phật!"

Đức Phật liền hứa khả, sai một tỳ-kheo độ cho ông xuất gia. Đã xuất gia rồi, ông xứng đáng với pháp xuất gia, một mình chuyên tâm tinh tấn, những điều còn lại nói chi tiết như trong "Kinh Bà-la-đột-la-xà", cho đến đắc A-la-hán, tâm khéo giải thoát.[543]

KINH 82. MA-KHƯ[544]

Tôi nghe như vầy:

Một thời, Đức Phật ở tại vườn Cấp Cô Độc, rừng cây Kỳ-đà, nước

---

[541] Kỳ phụ kiến phu như thượng tán Phật其婦見夫如上歎佛. *No. 99:* Ưu-bà-di, vợ ông từ xa trong thấy chồng về, vừa gặp, liền thưa.

[542] *No. 99:* Bây giờ, bà may cho tôi một pháp y tốt để tôi mang đến chỗ Thế Tôn xin xuất gia học đạo.

[543] Để bản còn câu này: "Đức Phật nói kinh này xong, các tỳ-kheo sau khi nghe những lời Phật dạy, hoan hỷ phụng hành."

[544] Tương đương *No. 99* (1159). Pāli, Kn. 3. 5. *Māgha-sutta.* Tham khảo *Tạp A-hàm,* Việt dịch, kinh 1059.

Xá-vệ. Bấy giờ, có một Bà-la-môn tên Ma-khư,[545] đi đến chỗ Phật. Sau khi thăm hỏi Phật, rồi ngồi sang một bên. Bấy giờ, Ma-khư bạch Phật rằng: "Bạch Thế Tôn! Nay ở nhà con, nếu có một người đến, hoặc ba người đến, đông nhiều người đến, con đều bố thí cho. Bạch Cù-đàm! Con hành bố thí như vậy có được phước nhiều không?"

Lúc ấy, Đức Phật đáp: "Có, thật được phước nhiều. Nếu thí cho một người, cho đến rất nhiều người thảy đều bố thí cho, sẽ được phước vô lượng A-tăng-kỳ."

Bà-la-môn Ma-khư liền nói kệ:

> "Nay con ưa thiết cúng
> Nhân vì thí và thí
> Vì mong cầu phước đức
> Nay con hỏi Mâu-ni
> Cúi mong Phật chỉ dạy.
> Con cho rằng Thế Tôn
> Cùng Phạm Thiên đồng đẳng
> Làm sao được giải thoát?
> Làm sao đến các thú?
> Làm sao lên Phạm Thiên?
> Thế nào làm đúng lễ
> Và người chủ tế hội?
> Được sanh lên Phạm thiên
> Thọ mạng lâu vô cùng."

Bấy giờ, Đức Thế Tôn nói kệ đáp:

> "Khi muốn thiết thí hội
> Hoan hỷ bố thí cho
> Làm thiện cả ba thời
> Duyên thiện tâm hoan hỷ
> Tùy họ an tâm thí
> Thảy đều lìa hoạn nạn

---

545 Ma-khư 摩佉. *No. 99:* Ma-cù 魔瞿. Pali *Māgha māṇava*, thiếu niên *Māgha.*

[402c01] *Khéo trừ bỏ tham dục*
Chánh đoạn dục, giải thoát.
Nếu tu vô lượng Từ
Đó gọi lễ cụ túc
Liền được tâm cụ túc
Được sanh về thiện thú.
Người tế tự như vậy
Đây gọi là đúng lễ
Được sanh lên Phạm thiên
Thọ mạng rất lâu dài."

Bấy giờ, Bà-la-môn Ma-khư sau khi nghe những lời Phật dạy, làm lễ rồi đi, hoan hỷ phụng hành.

KINH 83. SÁT-LỢI[546]

Tôi nghe như vầy:

Một thời, Đức Phật ở tại vườn Cấp Cô Độc, rừng cây Kỳ-đà, nước Xá-vệ. Bấy giờ, Bà-la-môn Sát-lợi Ba-la-tì-không[547] đi đến chỗ Phật, thăm hỏi Đức Thế Tôn rồi ngồi sang một bên, nói kệ:

"Sát-lợi lâu tu các pháp khổ
Cuối cùng không thể được thanh tịnh.
Bà-la-môn đọc Ba Vệ-đà[548]
Như vậy được gọi là thanh tịnh."

Bấy giờ, Thế Tôn dùng kệ đáp:

---

[546] Tương đương *No. 99* (1160). Pāli, *S. 7. 1. 7. Suddhika.* Tham khảo *Tạp A-hàm*, Việt dịch, kinh 1060.

[547] Sát-lợi Ba-la-tì-không 刹利波羅毘空. *No. 99:* Bà-la-môn dẫn tùy tùng, cầm lọng hoa, mang xá-lặc. Pāli *Suddhikabhāradvāja.*

[548] Bà-la-môn độc tam vi-đà 婆羅門讀三圍陀. *No. 99:* Tam điển bà-la-môn 三典婆羅門; chỉ Bà-la-môn tinh thông ba bộ Vệ-đà nguyên thủy.

"Ngươi cho là thanh tịnh
Kỳ thật là bất tịnh."[549]

Bà-la-môn hỏi Phật: "Ngài nói đạo thanh tịnh, cũng nói thanh tịnh vô thượng. Vậy thế nào là đạo thanh tịnh? Thế nào là thanh tịnh vô thượng?"

Đức Phật nói kệ:

"Cạn kiệt dục bùn đọng
Cũng cạn kiệt sân si
Đây gọi tịnh vô thượng.
Chánh kiến, chánh tư duy
Chánh ngữ và chánh nghiệp
Chánh mạng, chánh tinh tấn
Chánh niệm và chánh định
Bà-la-môn như vậy
Đây gọi đạo thanh tịnh.
Luôn tu tập chánh quán
Luôn luôn tu chánh định
Tăng trưởng rộng chánh định
Đoạn được mọi tham dục
Cũng đoạn sân nhuế si."

Bà-la-môn nói: "Ngài đã nói đạo thanh tịnh rồi, cũng nói thanh tịnh vô thượng. Con nay gia sự ràng buộc, xin phép được trở về."

Phật nói: "Bà-la-môn! Nên biết đúng thời!"

Bà-la-môn sau khi nghe những lời Đức Phật dạy, hoan hỷ làm lễ rồi đi.[550]

---

[549] *No. 99:* Không biết đạo thanh tịnh, và các tịnh vô thượng, ai tìm tịnh nơi khác, cuối cùng không được tịnh. [Pāli] *Bahumpi palapaṃ jappaṃ, na jaccā hoti brāhmaṇo; Antokasambu saṅkiliṭṭho, kuhanaṃ upanissito.*

[550] Hết quyển 4.

NHIẾP TỤNG

Đệ nhất, A-tu-la
Tỳ-nghi, hai sân mạ
Phản Lệ và Vô hại
La-xà, Bà-tư-tra
Ma-khư và Sát-lợi
Đây nói là mười kinh.

TỤNG PHẨM I (5)

KINH 84. TAM MINH PHÁP[551]

[40308] Tôi nghe như vầy:

Một thời, Đức Phật ở tại vườn Cấp Cô Độc, rừng cây Kỳ-đà, nước Xá-vệ. Bấy giờ, có một bà-la-môn đi đến chỗ Phật, thăm hỏi Phật rồi, đứng trước Phật mà nói kệ:

"Sao gọi giới đầy đủ,
Oai nghi không thiếu giảm?
Tu tập những nghiệp gì?
Thành tựu những pháp gì?[552]
Mới có thể được gọi
Bà-la-môn Ba minh?"[553]

Bấy giờ, Thế Tôn nói kệ đáp:

"Trí biết được túc mạng
Thấy trời và ác thú
Dứt sạch sanh tử hữu
Ba thông và Ba minh.[554]

---

[551] Tương đương *No. 99* (1161). Tham khảo *Tạp A-hàm*, Việt dịch, kinh 1061.

[552] *No. 99:* Thế nào là thi-la? Thế nào là oai nghi? Thế nào là công đức? Thế nào gọi là nghiệp?

[553] *No. 99:* La-hán bà-la-môn 羅漢婆羅門.

[554] *No. 99:* Mâu-ni minh quyết định 牟尼明決定, vị mâu-ni đã xác quyết Ba

Tâm được khéo giải thoát
Đoạn trừ tất cả dục
Đạt Ba minh tối thượng
Ta gọi là Tam minh."

Lúc ấy, Bà-la-môn sau khi nghe những lời Phật dạy, phấn chấn hoan hỷ, rời chỗ ngồi ra đi.

KINH 85. LÃO PHU THÊ[555]

Tôi nghe như vầy:

Một thời, Đức Phật ở tại vườn Cấp Cô Độc, rừng cây Kỳ-đà, nước Xá-vệ. Bấy giờ, vào buổi sáng sớm, Đức Thế Tôn đắp y ôm bát vào thành Xá-vệ, A-nan đi theo Phật.

Khi ấy, ở tại một hố rác[556] có hai vợ chồng tuổi đã cao, chống gậy run rẩy, giống như hai con chim hạc già. Đức Phật từ xa trông thấy, nói với A-nan: "Ngươi có thấy hai vợ chồng già yếu lụm khụm ở nơi hố rác kia không?"[557]

A-nan bạch Phật: "Dạ con đã thấy."

Phật nói với A-nan: "Hai người già này, vào thời niên thiếu,[558] có thể trở thành trưởng giả giàu nhất trong thành Xá-vệ. Nếu cạo bỏ

---

minh: túc mạng trí minh, sanh tử trí minh, lậu tận trí minh.

[555] Tương đương *No. 99* (1162). Tham khảo *Tạp A-hàm*, Việt dịch, kinh 1061.

[556] Ư phần tụ quật trung 於糞聚窟中. *No. 99*: Thiêu phần tảo xứ 燒糞掃處, chỗ đốt phân rác.

[557] *No. 99*: "Ngươi có thấy hai vợ chồng kia, tuổi đã cao, các căn đã suy yếu, lưng còng như móc câu, cùng ngồi chòm hỗm hơ lửa, giống như hai con hạc già nhìn nhau với tâm dục nhiễm chăng?"

[558] Nhược niên thiếu thời 若年少時. *No. 99*: thân thể tráng kiện, nếu siêng năng tìm cầu tài vật.

râu tóc, đắp mặc pháp y, có thể đắc quả A-la-hán. Nếu vào thời thiếu niên,[559] siêng tích tụ tiền tài, có thể trở thành trưởng giả giàu thứ hai trong thành Xá-vệ. Nếu xuất gia, cạo bỏ râu tóc, đắp mặc pháp y, có thể đắc quả A-na-hàm. Nếu vào giai đoạn thứ ba của cuộc đời[560], siêng tích tụ tiền tài, có thể trở thành **[403b01]** trưởng giả thứ ba trong thành Xá-vệ. Nếu cạo bỏ râu tóc, đắp mặc pháp y, có thể đắc quả Tu-đà-hoàn.[561] Ngày nay già suy, cũng không thể tích tụ tiền tài, không thể tinh cần, cũng không thể đắc pháp thượng nhân."

Bấy giờ, Thế Tôn liền nói kệ:

"Nhỏ không tu Phạm hạnh
Không tích góp tiền của
Giống như chim hạc già
Chờ dừng nghỉ đầm hoang.
Trẻ không tu Phạm hạnh
Không tích góp tiền của
Nghĩ cường tráng ham vui
Đứng nằm như cung cong."

Đức Phật nói kinh này xong, Tôn giả A-nan[562] sau khi nghe những lời Phật dạy, hoan hỷ phụng hành.

---

559 Nhược thiếu niên thời 若少年時. *No. 99:* 於第二分盛壯之身, vào giai đoạn thứ hai của thời niên thiếu, thân thể còn tráng kiện.

560 *No. 99:* 於第三分中年之身, vào giai đoạn thứ ba tuổi trung niên.

561 *No. 99:* Có thể đắc quả Tư-đà-hàm. Nếu ở giai đoạn thứ tư, thời kỳ lão niên, siêng năng tìm cầu tài vật cũng có thể là người giàu thứ tư trong thành Xá-vệ. Nếu họ cạo bỏ râu tóc mặc áo ca-sa, chánh tín xuất gia học đạo, không nhà, cũng có thể chứng được quả Tu-đà-hoàn.

562 Chư tỳ-kheo 諸比丘. *No. 99:* Tôn giả A-nan-đà 尊者阿難陀.

KINH 86. SANH LÃO TỬ[563]

Tôi nghe như vầy:

Một thời, Đức Phật ở tại vườn Cấp Cô Độc, rừng cây Kỳ-đà, nước Xá-vệ. Bấy giờ, có một lão bà-la-môn, tuổi cao, các căn suy yếu;[564] trước kia tạo nhiều việc ác, hết sức xấu xa tệ hại, hủy phạm điều cấm, không tin phước thiện, trước không tạo phước để khi lâm chung không chỗ nương tựa. Bà-la-môn ấy đi đến chỗ Phật, thăm hỏi Phật xong, ngồi sang một bên, bạch Phật: "Bạch Thế Tôn! Tôi trước kia tạo nhiều nghiệp ác, hết sức xấu xa tệ hại, hủy phạm điều cấm, không tu phước, cũng không tu thiện, trước đây lại không làm điều phước đức để khi lâm chung không có chỗ nương tựa."

Đức Phật nói: "Thật đúng như lời ông nói."

Lão Bà-la-môn nói: "Hay thay, Đức Cù-đàm! Xin Ngài nói pháp cho tôi để tôi đạt được sự an lạc lâu dài, đắc nghĩa, đắc lợi."

Phật bảo: "Đúng như lời ông nói, ông ngày trước thân, khẩu, ý nghiệp không làm việc thiện, hủy phạm cấm giới, không tu phước đức, trước không lo tạo phước để làm chỗ nương tựa cho lúc lâm chung. Ông ngày nay thật đã già suy, trước tạo các tội, làm việc thô ác, không tạo phước nghiệp, không tu thiện hành, trước không tạo phước để có chỗ quay về nương tựa lúc đáng kinh sợ. Thí như có người khi sắp chết, ý niệm mong muốn trốn tránh, đi vào trong ngôi nhà thiện để tự cứu hộ, những việc như vậy đều không thể có được. Vì thế, nay ông nên thân tu hành thiện; miệng, ý cũng như vậy. Nếu ba nghiệp đều thiện thì khi lâm chung, ngôi nhà này là chỗ có thể trốn tránh được."

Bấy giờ, Đức Thế Tôn liền nói kệ:

---

[563] Tương đương *No. 99* (1163). Pāli, A. 3. 51-52. *Jiṇṇa*. Tham khảo *Tạp A-hàm*, Việt dịch, kinh 1063.

[564] *No. 99*: Hai lão nam nữ... nội dung như bản kinh "Lão Nam Nữ", chỉ có bài kệ là khác.

"Đời người thọ mạng ngắn
Phó mặc chết xảy đến
[403c01] Khi tuổi già tấn công
Không có người cứu hộ.
Vì thế nên sợ chết
Chỉ có vào Phật pháp
Nếu người tu thiện pháp
Đây là chỗ quay về."

Đức Phật nói kinh này xong.[565]

(Kinh thứ hai không có sự khác biệt, chỉ khác hai câu cuối.)

Nên tìm chỗ quy y
Mọi người nên tu thiện.

Kinh thứ ba phần Trường hàng có sự khác biệt. Phần kệ tụng thì không đồng. Kệ nói:

"Cường tráng đến già suy
Ba thời đều đi qua
Mạng sống không còn bao
Thường bị hoạn suy già.
Gần đến gặp Diêm Vương
Bà-la-môn muốn sống
Hai đời không chỗ trụ
Tư lương ông đều không
Nên làm ngọn đèn nhỏ
Nương tựa nơi tinh cần
Trước diệt trừ các sử
Không còn sanh già chết."

---

[565] Đoạn này bị cắt ngang, đưa vào phần dưới giống như là phần chú thích ở ngay trong chánh văn của Kinh, thật là khó hiểu. Đệ nhị kinh và Đệ tam kinh ở đâu?

KINH 87. LÃO BỆNH TỬ⁵⁶⁶

Tôi nghe như vầy:

Một thời, Đức Phật ở tại vườn Cấp Cô Độc, rừng cây Kỳ-đà, nước Xá-vệ. Bấy giờ, có một lão bà-la-môn đi đến chỗ Phật, thăm hỏi Phật xong, ngồi sang một bên, bạch Phật: "Bạch Đức Thế Tôn! Ngày nay tôi đã già nua. Từ xưa đến nay tôi làm nhiều điều ác, chưa từng tạo phước, chưa từng tu thiện, lại có điều bất hạnh là xa lìa các pháp cứu hộ sợ hãi. Hay thay! Đức Cù-đàm! Cúi xin Ngài nói pháp cho tôi, để tôi có sự cứu hộ lúc mạng chung, có nhà cửa, có chỗ nương tựa, có nơi trốn lánh."

Đức Phật nói với bà-la-môn: "Thế gian bừng cháy. Thế nào là thế gian bừng/bốc cháy? Đó là già, bệnh, chết. Vì vậy cho nên, thân phải tu thiện; miệng, ý cũng như vậy. Ông hoàn toàn không tu thiện đối với thân, miệng, ý. Nay nếu ông có thể tu thiện đối với thân miệng ý, thì đây chính là chiếc thuyền cứu tế ông, cho đến lúc chết nó có thể cứu hộ ông, là ngôi nhà của ông, là nơi ông nương tựa, nơi ông trốn lánh."

Bấy giờ, Đức Thế Tôn liền nói kệ:

"Thí như lạc nhà lửa
Thiêu đốt sạch nhà cửa
Mau lấy tiền của ra
Đem để chỗ không lửa.
Lửa sanh già bệnh chết
Thiêu đốt các chúng sanh
Phải nên tu bố thí
Cứu giúp kẻ bần cùng
Thế gian vàng bạc quý
Vua, giặc, nước, lửa hại
Khi chết thảy xa lìa
Không có người đi theo.
[404a01] *Thí theo người không lìa*

---

⁵⁶⁶ Tương đương *No. 99* (1163). Pāli, A. 3. 51-52. *Jiṇṇa.* Tham khảo *Tạp A-hàm*, Việt dịch, kinh 1063.

Như kho tàng kiên cố
Vua, giặc, và nước, lửa
Không thể xâm đoạt được.
Xan tham không bố thí
Đây gọi thường ngủ mê
Tu thí cứu nghèo thiếu
Đây gọi là giác ngộ."

Đức Phật nói kinh này xong, lão bà-la-môn[567] sau khi nghe những lời Phật dạy, hoan hỷ phụng hành.

KINH 88. Ô-ĐÁP[568]

Tôi nghe như vầy:

Một thời, Đức Phật ở tại vườn Cấp Cô Độc, rừng cây Kỳ-đà, nước Xá-vệ. Bấy giờ, có thiếu niên tên Ô-đáp[569] đi đến chỗ Phật, thăm hỏi Đức Phật xong, ngồi sang một bên, nói thế này: "Bạch Cù-đàm! Con xin tiền đúng pháp, nuôi dưỡng cha mẹ. Lại dùng hợp lý khiến cho cha mẹ được an vui, cung cấp hợp lý như vậy có được phước lớn không?"[570]

---

[567] Chư tỳ-kheo 諸比丘, các tỳ-kheo.

[568] Tương đương *No. 99* (88). Pāli, S. 7. 2.9. *Mātuposaka*. Tham khảo *Tạp A-hàm*, Việt dịch, kinh 1064.

[569] Ô-đáp ma-nạp 烏答摩納. *No. 99:* 年少婆羅門名欝多羅, thiếu niên bà-la-môn tên Uất-đa-la. *Pāli Mātuposako brāhmaṇo*, bà-la-môn tên *Mātuposaka*.

[570] *No. 99:* Con thường đi xin như pháp, đem dùng nuôi dưỡng cha mẹ, khiến cho được an vui, xa lìa khổ. Bạch Thế Tôn, việc làm của con như vậy có được phước nhiều không? *Pāli dhammena bhikkhaṃ pariyesāmi, dhammena bhikkhaṃ pariyesitvā mātāpitaro posemi. Kaccāhaṃ, bho gotama, evaṃkārī kiccakārī homī " ti?* Con đi xin thức ăn đúng pháp, và khi có được thức ăn đúng pháp con đem nuôi

Đức Phật nói: "Nuôi dưỡng như vậy thật được phước lớn."

Đức Phật lại nói: "Này thiếu niên! Chẳng phải riêng ngươi, mà tất cả sự xin tiền đúng pháp, lại dùng nuôi dưỡng cha mẹ hợp lý, làm cho an lạc hợp lý, cung cấp hợp lý, đạt được vô lượng phước. Vì sao? Nên biết người này, Phạm Thiên ở ngay trong nhà họ. Nếu nuôi dưỡng cha mẹ hợp lý, thì A-xà-lê ở ngay trong nhà họ. Nếu có thể nuôi dưỡng cha mẹ hợp lý, khiến được an vui hợp lý, thì tất cả mọi người đều từ xa cung kính gia đình này. Nếu có thể nuôi dưỡng cha mẹ hợp lý, khiến được an vui hợp lý, cung cấp hợp lý, nên biết Đại Thiên ở ngay trong nhà họ. Nếu có thể nuôi dưỡng cha mẹ hợp lý, khiến được an vui, và cung cấp hợp lý, nên biết tất cả chư thiên ở ngay trong nhà họ. Vì sao? Phạm thiên vương do nuôi dưỡng cha mẹ đúng lý mà được sanh trời Phạm thế. Nếu muốn cúng dường A-xà-lê thì nuôi dưỡng cha mẹ chính là cúng dường A-xà-lê. Nếu muốn lễ bái, trước nên lễ bái cha mẹ. Nếu muốn thờ thần lửa, trước nên phụng dưỡng cha mẹ. Nếu muốn thờ Trời, trước nên phụng dưỡng cha mẹ, chính là cúng dường chư thiên."

Bấy giờ, Đức Thế Tôn liền nói kệ:

> "Phạm thiên và thần lửa
> A-xà-lê, chư thiên
> Nếu người cúng dường họ
> Nên phụng dưỡng song thân
> Đời này được danh dự
> Đời sau sanh Phạm thiên."[571]

---

dưỡng cha mẹ. Thưa Đức *Gotama!* Con làm như vậy có làm tròn nghĩa vụ không?

[571] *No. 99:* Phật nói kinh này xong. Thiếu niên Uất-đa-la hoan hỷ, tùy hỷ, làm lễ rồi đi. [Pali] *Evaṃ vutte, mātuposako brāhmaṇo bhagavantaṃ etadavoca – " abhikkantaṃ bho gotama, abhikkantaṃ, bho gotama... pe... upāsakaṃ maṃ bhavaṃ gotamo dhāretu ajjatagge pāṇupetaṃ saraṇaṃ gata " nti.* Sau khi nghe như vậy, Bà-la-môn *Mātuposaka* nói điều này với Thế Tôn: Thật vi diệu thay Đức *Gotama!*... Cúi xin Đức *Gotama* nhận con làm đệ tử ưu-bà-tắc, từ nay cho đến trọn đời con xin quy y.

KINH 89. ƯU-BẮC-GIÀ (1)⁵⁷²

Tôi nghe như vầy:

Một thời, Đức Phật ở tại vườn Cấp Cô Độc, rừng cây Kỳ-đà, nước Xá-vệ. Bấy giờ, có một thiếu niên tên Ưu-bắc-già,⁵⁷³ đi đến chỗ Phật, cúi đầu chào, thăm hỏi, rồi ngồi sang một bên, bạch Phật: "Bạch Đức Thế Tôn! Bà-la-môn **[404b01]** xin tiền như pháp, tích góp mở đại tế tự, dạy người thiết lập tế tự. Tế tự như vậy là tế tự nên làm hay không nên làm?"⁵⁷⁴

Bấy giờ, Thế Tôn nói kệ đáp:

> *"Mỡ ngựa và mỡ người*
> *Mỡ trâu, thức ăn ngon*
> *Hút gió, mở cửa cúng*
> *Sáu đây gọi Đại tế*
> *Tác nghiệp tuy rộng lớn*
> *Điều Tiên Thánh chê bai.*

---

⁵⁷² Tương đương *No. 99* (89). Pāli, A.iv. 39. *Ujjaya*. Tham khảo *Tạp A-hàm*, Việt dịch, kinh 1065.

⁵⁷³ Ưu-bắc-già 優北伽. *No. 99*: Ưu-ba-ca 優波迦. Pāli *Ujjaya*.

⁵⁷⁴ *No. 99*: Bạch Cù-đàm, các Bà-la-môn thường khen ngợi đại tế đàn. Còn Sa-môn Cù-đàm có khen ngợi đại tế đàn không? Phật đáp: ... có đại tế đàn Ta tán thán; cũng có đại tế đàn Ta không tán thán. Những tế đàn nào giết hại sinh vật, gây tai nạn lớn cho quần sanh, tế đàn ấy Ta không tán thán. Còn ngược lại, Ta tán thán. Pāli " *bhavampi no gotamo yaññaṃ vaṇṇetī* " ti? " *Na kho ahaṃ, brāhmaṇa, sabbaṃ yaññaṃ vaṇṇemi;... yaññe gāvo haññanti, ajeḷakā haññanti, kukkuṭasūkarā haññanti, vividhā pāṇā saṅghātaṃ āpajjanti; ...,*
sārambhaṃ yaññaṃ na vaṇṇemi... yaññe neva gāvo haññanti, na ajeḷakā haññanti, na kukkuṭasūkarā haññanti, na vividhā pāṇā saṅghātaṃ āpajjanti; ..., nirārambhaṃ yaññaṃ vaṇṇemi. Có phải Đức *Gotama* không tán thán tế đàn? Này Bà-la-môn, Ta không tán thán tất cả tế đàn... Trong tế đàn nào người ta giết bò, dê, gà, heo, những loại tế đàn liên hệ đến sát sanh... Ta không tán thán tế đàn có sự sát sanh... Ta thán tán tế đàn không sát sanh.

Dê đực và cừu đực

Ngưu vương, các bê con

Tất cả loại sát sanh

Không phải chánh cúng tế

Vậy là tà cúng tế

Các Thánh không đi qua.

Nếu thiết chánh cúng tế

Trọn không hại quần sanh

Không hại đến sanh mạng

Thiết cúng đoạn các hữu

Đây gọi chánh cúng tế.

Nếu thiết cúng như vậy

Đại tiên ắt đến đó

Đàn tràng thí và cúng

Nên thích hợp với kia.

Tâm thanh tịnh bố thí

Lúc thí, thí nơi nào?

Nên thí ruộng phước tốt.

Sao gọi ruộng phước tốt?

Đó là tu Phạm hạnh.

Nếu thí được như vậy

Gọi cúng tế rộng lớn.

Thiết cúng lớn như vậy

Như pháp tích tiền tài

Nước sạch tự tay trao

Nếu thí được như vậy

Chư thiên sanh kính tín

Đây lợi mình, lợi người

Ắt được quả báo lớn.

Thiết cúng lớn như vậy

Chỉ người trí làm được

Sanh khởi tín thuần tịnh

Cũng được tâm giải thoát

Não hại không gia tăng

Được các lạc thế gian

Được sanh xứ thù thắng.
Đây gọi là người trí
Thiết lập Đại tế tự."

Đức Phật nói kinh này xong, thiếu niên Ưu-bắc-già sau khi nghe những lời Phật dạy, hoan hỷ phụng hành.

KINH 90. ƯU-BẮC-GIÀ (2)[575]

Tôi nghe như vầy:

Một thời, Đức Phật ở tại vườn Cấp Cô Độc, rừng cây Kỳ-đà, nước Xá-vệ. Bấy giờ, có một thiếu niên tên Ưu-bắc-già, đi đến chỗ Phật, cúi đầu chào, thăm hỏi, rồi ngồi sang một bên, bạch Phật: "Bạch Đức Thế Tôn! Bà-la-môn xin tiền như pháp, **[404c01]** tích góp thiết Đại tế hội, dạy người thiết lập tế tự. Tế tự như vậy là tế tự nên làm hay không nên làm?"

Bấy giờ, Thế Tôn nói kệ đáp:

"Thi thiết đồ cúng tế
Không nhiễu hại chúng sanh
Nếu cúng tế như vậy
Việc làm đều thanh tịnh
Đây cúng tế thâm sâu
Bậc Phạm hạnh thọ nhận.
Hiện tại trong thế gian
Danh tiếng vang rất xa
Viễn ly sự tranh đấu
Cúng như vậy đáng khen
Chư Phật khen việc thiện.
Phương pháp cúng và tế

---

[575] Tương đương *No. 99* (90). Pāli, A.iv. 40. *Udāyī.* Tham khảo *Tạp A-hàm*, Việt dịch, kinh 1066.

Do bố thí thanh tịnh
Nên thí hợp cúng kia
Lúc thí, thí nơi nào?
Gọi cúng tế rộng lớn
Được chư thiên kính tín.
Tích tụ tài như pháp
Nước sạch tự tay trao
Nếu cúng được như vậy
Gọi lợi mình lợi người
Ắt được quả báo lớn.
Cúng tế lớn như vậy
Chỉ bậc trí làm được
Sanh niềm tin thanh tịnh
Cũng được tâm giải thoát
Não hại không gia tăng
Được lạc nhất thế gian
Được sanh xứ tối thắng
Gọi là bậc có trí."[576]

Đức Phật nói kinh này xong, Ưu-bắc-già sau khi nghe những lời Phật dạy, hoan hỷ ra đi.

KINH 91. PHẬT-DI[577]

Tôi nghe như vầy:

Một thời, Đức Phật ở tại vườn Cấp Cô Độc, rừng cây Kỳ-đà, nước Xá-Vệ. Bấy giờ, có một thiếu niên tên Phật-di[578], đi đến chỗ Phật, cúi đầu chào, hỏi thăm rồi ngồi sang một bên, bạch Phật: "Bạch Đức Thế

---

[576] Nội dung bài kệ này hơi khác với *Tạp A-hàm*.

[577] Tương đương *No. 99* (91). Pāli, A. viii. 55. *Ujjaya*. Tham khảo *Tạp A-hàm*, Việt dịch, kinh 1066.

[578] Phật-di 佛移. *No. 99*: Uất-xà-ca 鬱闍迦. Pāli *Ujjaya*.

Tôn! Có bao nhiêu pháp dạy cho người tại gia ở ngay trong gia đình được lợi ích hiện tại và được an lạc hiện tại?"⁵⁷⁹

Đức Phật nói với thiếu niên: "Có bốn pháp khiến người tại gia được quả báo hiện tại, được lợi ích và an lạc. Những gì là bốn? Đó là tinh cần, thủ hộ các căn, được gặp thiện tri thức, nuôi mạng hợp lý.⁵⁸⁰

"Thế nào là tinh cần? Tùy theo nghề nghiệp mình làm, sinh kế của gia đình. Hoặc làm vương thần, hoặc làm nông phu, hoặc làm người kinh doanh, hoặc làm người chăn nuôi, tùy theo việc làm của mình, không sợ lao nhọc, lạnh nóng gió mưa, đói khát no đủ, muỗi ruồi nhặng ong, vẫn chịu khó chịu khổ không bỏ nghề nghiệp, vì trở thành nghề nghiệp, trọn không dứt bỏ. Đây gọi là tinh cần.

[405a01] "Thế nào là thủ hộ các căn? Nếu người thiện nam tích tụ tiền của như pháp, thiết lập kế sách không để cho vua, giặc, nước, lửa tước đoạt, chỗ mà các oán tặc đều không xâm phạm được, không sanh ác tử. Đây gọi là thủ hộ.

"Thế nào là thân cận thiện hữu? Nếu thiện nam tử thân cận thiện hữu mà thiện hữu này với tư chất hiền lương, không gian xảo trộm cắp, cũng không buông lung, không uống rượu say sưa tán loạn, nói lời chân thật, không dối trá. Nếu cùng với người này kết thành thân hữu, thì ưu não chưa sanh khiến không sanh, ưu não đã sanh khiến trừ diệt, hỷ lạc chưa sanh khiến được sanh, hỷ lạc đã sanh khiến không mất. Đây gọi là thiện hữu.

---

579 *No. 99:* Người thế tục tại gia nên thực hành bao nhiêu pháp để được lợi ích hiện tại và an lạc ngay hiện tại? **Pāli** *... gotamo amhākaṃ tathā dhammaṃ desetu – ye amhākaṃ assu dhammā diṭṭhadhammahitāya, diṭṭhadhammasukhāya, samparāyahitāya, samparāyasukhāyā "* *ti* ... Xin Đức *Gotama* thuyết pháp cho những người như chúng con, những pháp nào có thể khiến chúng con được lợi ích ngay hiện tại, được an lạc ngay hiện tại, được lợi ích đời sau, được an lạc đời sau.

580 *No. 99:* Phương tiện đầy đủ, thủ hộ đầy đủ, thiện tri thức đầy đủ, chánh mạng đầy đủ. **Pāli** *uṭṭhānasampadā, ārakkhasampadā, kalyāṇamittatā, samajīvitā.* Thành tựu nghị lực, thành tựu phòng hộ, thiện hữu, chánh mạng.

"Thế nào là nuôi mạng hợp lý?[581] Nếu thiện nam tử biết rõ tài vật mình, định lượng nhiều ít, tiết kiệm tiền bạc vật dụng, nhập vào nhiều hơn xuất ra, không dùng một cách cẩu thả bừa bãi.[582] Thí như có người ăn trái Ưu-đàm. Khi mới ăn, trái trên cây rất nhiều. Ăn xong rồi, ngủ say bảy ngày, sau khi tỉnh dậy mới biết trái mất. Nên sử dụng hợp lý, giữa xa xỉ và tần tiện. Nếu có tiền bạc mà không dám ăn mặc, không biết bố thí, tự mình sử dụng rất tần tiện, mọi người đều nói 'Người này chết như con chó chết'[583]. Phải tự biết lượng định không xa xỉ, cũng không tần tiện. Đây gọi là nuôi mạng hợp lý."

Thiếu niên lại bạch Phật: "Tu những pháp nào để người tại gia có thể hiện tại được lợi ích, đời sau được phước?"[584]

Đức Phật nói với thiếu niên: "Có bốn pháp có thể đạt được phước báo. Những gì là bốn? Đó là tín, giới, thí, văn tuệ.[585] Thế nào là giới?[586]

---

[581] Chánh lý dưỡng mạng 正理養命. *No. 99*: Chánh mạng đầy đủ. [Pāli] *samajīvitā*.

[582] *No. 99*: nói về những hạng người biết và không biết chi thu cân đối, sử dụng hợp lý tiền của mình có được: Người thiện nam có tiền của lại biết chi thu cân đối, người không tiền của lại chi thu quá đáng, hoặc người dư dật lại keo kiệt không dám tiêu. Chánh mạng đầy đủ là người thiện nam biết chi thu cân đối, sử dụng hợp lý tiền của mình có được.

[583] *No. 99*: Người ngu si này như con chó chết đói. [Pāli] *ajeṭṭhamaraṇaṃvāyaṃ kulaputto marissatī ' ti*. Thiện nam tử này sẽ chết như người chết đói.

[584] *No. 99*: Người tại gia có bao nhiêu pháp để có thể làm cho lợi ích đời sau, an lạc đời sau? [Pāli] *Cattārome, brāhmaṇa, kulaputtassa dhammā samparāyahitāya saṃvattanti samparāyasukhāya*. Này Bà-la-môn, một thiện nam tử có bốn pháp đưa đến lợi ích tương lai, an lạc tương lai.

[585] Tín giới cập thí, văn, tuệ 信戒及施、聞、慧. *No. 99*: Tín đầy đủ, giới đầy đủ, thí đầy đủ, tuệ đầy đủ. [Pāli] *saddhāsampadā, sīlasampadā, cāgasampadā, paññāsampadā*, tín thành tựu, giới thành tựu, thí thành tựu, tuệ thành tựu.

[586] Để bản rớt mất đoạn định nghĩa về Tín. *Tạp A-hàm* định nghĩa về Tín rồi mới tới Giới: "Thế nào là tín đầy đủ? Đối với Như-lai, người thiện

Thực hành không sát sanh, cho đến không uống rượu. Thế nào là thí? Thí cho sa-môn, bà-la-môn, sư trưởng, cha mẹ, những người bần cùng, cấp cho y phục, thức ăn, giường nệm, ngọa cụ, y dược trị bệnh, nhiều thứ cần dùng, hết thảy đều đem thí cho, đó gọi là thí.[587] Thế nào là văn tuệ? Biết như thật về Khổ, biết như thật về Khổ đế; biết như thật về Tập, biết như thật về Tập đế; biết như thật về Đạo, biết như thật về Đạo đế; biết như thật về Diệt, biết như thật về Diệt đế. Đây gọi là văn tuệ cụ túc."[588]

Bấy giờ, Đức Thế Tôn liền nói kệ:

"Chuyên tâm tu sự nghiệp
Siêng giữ gìn không mất
Thân cận với bạn lành
Nuôi dưỡng mạng hợp lý.
Tín, giới, thí, văn tuệ
Đoạn trừ mọi xan tham

---

nam có tâm kính tín, gốc rễ tín vững chắc, mà chư thiên, ma, phạm cùng với loài người không thể phá hoại. Đây gọi là người thiện nam có đức tin đầy đủ." **Pāli** *Katama ca, brāhmaṇa, saddhāsampadā? Idha, brāhmaṇa, kulaputto saddho hoti, saddahati tathāgatassa bodhiṃ – 'itipi so bhagavā...pe... satthā devamanussānaṃ buddho bhagavā' ti. Ayaṃ vuccati, brāhmaṇa, saddhāsampadā.* "Thế nào là tín thành tựu? Ở đây, này Bà-la-môn, người thiện nam có niềm tin, tin tưởng vào sự giác ngộ của Đức Như Lai. 'Đây là Đức Thế Tôn..., bậc Thầy của trời người, Phật Thế Tôn.' Này Bà-la-môn, đây gọi là tín thành tựu."

[587] *No. 99:* Người thiện nam với tâm không vấy bẩn bởi sự keo kiệt, sống đời tại gia mà hành bố thí buông xả, thường tự tay mình cho, vui vẻ tu hạnh thí xả. **Pāli** *kulaputto vigatamalamaccherena cetasā agāraṃ ajjhāvasati muttacāgo payatapāṇi vossaggarato yācayogo dānasaṃvibhāgarato.*

[588] *No. 99:* "Thế nào là tuệ đầy đủ? Người thiện nam biết như thật về Khổ Thánh đế; biết như thật về Tập, Diệt, Đạo Thánh đế. Đây gọi là người thiện nam có Tuệ đầy đủ." **Pāli** *... kulaputto paññavā hoti...pe... sammā dukkhakkhayagāminiyā. Ayaṃ vuccati, brāhmaṇa, paññāsampadā...* người thiện nam có Tuệ, ... chân chánh thành tựu diệt tận khổ. Đây gọi là tuệ thành tựu.

Nếu người được như vậy
Mau đạt đạo thanh tịnh.
Thành tựu tám pháp này
Được lợi lạc hiện tại
[405b01] *Ở trong đời vị lai*
Được niềm vui cõi trời."

Đức Phật nói kinh này xong, thiếu niên Phật-di sau khi nghe những lời Phật dạy, hoan hỷ phụng hành.

KINH 92. BÀ-TƯ-TRA⁵⁸⁹

Tôi nghe như vầy:

Một thời, Đức Phật ở tại vườn Am-bà-la, nước Di-hi-la. Bấy giờ, có nữ Bà-la-môn tên Bà-tư-tra⁵⁹⁰ mới vừa mất đứa con thứ sáu⁵⁹¹. Vì mất con nên tâm ý thác loạn, bà phát cuồng, trần truồng chạy, chạy mãi không thôi⁵⁹², đến vườn Am-bà-la, nước Di-hi-la.

Bấy giờ, Thế Tôn đang thuyết pháp cho vô lượng đại chúng vây quanh. Khi ấy, nữ Bà-la-môn Bà-tư-tra từ xa trông thấy Thế Tôn, tâm được hồi tỉnh, xấu hổ ngồi xổm xuống đất. Đức Phật nói với A-nan: "Hãy đem Uất-đa-la-tăng của ngươi đến cho bà ấy để nghe Ta thuyết pháp."

A-nan vâng lời Phật dạy, liền đem Uất-đa-la-tăng đến cho nữ Bà-la-môn Bà-tư-tra. Sau khi nhận lấy y và mặc, bà đi đến chỗ Phật, cúi đầu lễ sát chân Phật. Bấy giờ, Đức Thế Tôn thuyết pháp cho nữ Bà-la-môn, khai thị, chỉ giáo, làm cho lợi ích, an lạc. Như Chư Phật xưa kia tuyên

---

589 Tương đương *No. 99* (1178). Pāli, Cf. *Theri.* 133. *Vāseṭṭhī.* Tham khảo *Tạp A-hàm,* Việt dịch, kinh 1079.

590 Bà-tư-tra 婆私吒. *No. 99;* Bà-tứ-tra 婆四吒. Pāli *Vāseṭṭhī.*

591 *No. 99:* Có sáu người con liên tiếp qua đời.

592 Xem *Tạp A-hàm* iii, **cht.110.**

thuyết Pháp yếu, nói về thí, giới, sanh thiên, dục là cội gốc của bất tịnh khổ não, xuất ly là an lạc.[593]

Bấy giờ, Đức Thế Tôn nói pháp rộng rãi, biết bà ấy chí tâm sắp lìa triền cái, Ngài nói cho pháp Tứ đế: Khổ, Tập, Diệt, Đạo. Bà-tư-tra nữ này thông minh hiểu biết, nghe pháp có thể thọ trì. Thí như tấm lụa trắng sạch dễ nhuộm màu, Bà-tư-tra nữ ngay trên chỗ ngồi, thấy Bốn chân đế, thấy pháp, đạt đến pháp, biết pháp, vượt qua bờ bên kia của nghi hoặc, tự mình chứng pháp, không theo lời dạy của người khác, niềm tin không thối chuyển, đối với pháp Phật dạy được vô sở úy, liền từ chỗ ngồi đứng dậy, chắp tay lễ Phật, bạch Phật: "Bạch Đức Thế Tôn! Con nay đã vượt qua được ba đường ác, con nguyện trọn đời quy y Tam bảo, làm ưu-bà-di, trọn đời không sát sanh, hướng đến niềm tin thanh tịnh, không trộm cắp, không tà dâm, không nói dối, không uống rượu cũng lại như vậy." Lúc ấy, Bà-la-môn nữ sau khi nghe Phật thuyết pháp, hoan hỷ, lễ Phật rồi đi.

Lại vào lúc khác, Bà-tư-tra mất đứa con thứ bảy, nhưng tâm không ưu sầu, không khổ não, cũng không nhớ con mà phát cuồng, trần truồng chạy. Bấy giờ, chồng bà là Bà-la-đột-la-xà dùng kệ hỏi:

"Khi xưa bà mất con
Nhớ thương thật thảm hại
Sầu nhớ quấn tâm can
Bao ngày không uống ăn
Nay đứa con thứ bảy
Gặp nạn lại mạng chung
Bà vốn là từ mẫu
Vì sao không thương nhớ?"

[405c01] Lúc ấy, Bà-tư-tra liền nói kệ đáp lời chồng:

"Vô lượng kiếp đến nay
Thọ thân không biên tế
Cũng chỉ vì ân ái

---

[593] *No. 99: Như thường lệ, Đức Phật thuyết pháp theo thứ lớp cho đến tín tâm thanh tịnh, thọ tam tự quy. Sau khi nghe Phật thuyết pháp, bà hoan hỷ, tùy hỷ, đảnh lễ rồi ra về.*

Con cháu không kể xiết.
Nơi nào cũng thọ thân
Mất mát không phải một
Trong đường rộng sanh tử
Thọ khổ không cùng tận.
Tôi hiểu rõ sống chết
Chỗ qua lại các thú
Vì thế nên ngày nay
Không còn buồn thương nữa."

Bà-la-môn chồng bà lại nói kệ:

"Như những điều bà nói
Từ xưa chưa từng có
Nhờ ai bà tỏ ngộ
Mà bỏ được ưu sầu?"

Khi ấy, Bà-tư-tra lại dùng kệ đáp:

"Bà-la-môn nên biết
Ngày trước Đức Phật-đà
Tại nước Di-hi-la
Trong vườn Am-bà-la
Nói đoạn tất cả khổ
Và con đường diệt khổ
Tu Bát Thánh đạo phần
An ổn được Niết-bàn."

Bà-la-môn lại nói kệ:

"Tôi nay cũng muốn đến
Trong vườn Am-bà-la
Thưa hỏi Đức Thế Tôn
Trừ khổ tôi nhớ con."

Bà-tư-tra lại nói kệ:

"Thân Phật màu vàng ròng
Hào quang khắp một tầm
Đoạn sạch các phiền não

Vượt thoát dòng sanh tử.
Đại Đạo sư như vậy
Điều phục được tất cả
Chúng sanh đều được độ
Nên hiệu Chân cứu tế.
Ông nay nên đến mau
Chỗ của Đức Thế Tôn."

Bà-la-môn sau khi nghe vợ nói, hoan hỷ phấn khởi, tức thời chuẩn bị xe cộ đi đến vườn Am-bà-la. Từ xa trông thấy Thế Tôn uy quang rực rỡ, càng thêm cung kính bội phần. Đến rồi, ông đảnh lễ Phật, ngồi sang một bên. Bấy giờ, Đức Thế Tôn bằng tha tâm trí quán sát tâm ông, biết được nỗi ưu sầu nặng nề trong ông, Ngài liền thuyết Khổ Tập Diệt Đạo và Bát chánh đạo, những pháp này có thể đưa đến Niết-bàn.

[406a01] Bà-la-môn sau khi nghe những pháp này, tỏ ngộ Bốn chân đế, đã thấy pháp, liền xin xuất gia. Đức Phật hứa khả. Sau khi xuất gia, tu tập không buông lung, trong ba đêm, ông chứng được Tam minh, Đức Phật thọ ký cho ông đắc A-la-hán, do đó còn gọi là Thiện Sanh.

Khi chứng được Tam minh, Đức Phật bảo ông nói với người đánh xe của mình, Bà-la-đề rằng: "Ngươi hãy cưỡi xe báu quay về nhà, nói với Bà-tư-tra, 'Bà có thể sanh tùy hỉ với những điều ta được. Vì sao? Hôm nay ta được Đức Phật nói cho pháp Tứ đế, lại được xuất gia, đạt được Tam minh, vì vậy nên khởi niềm tin thanh tịnh với ta.'"

Bấy giờ, Bà-la-đề cưỡi xe về nhà. Bà-tư-tra thấy xe đã về, liền hỏi người đánh xe: "Ông Bà-la-môn có gặp được Phật không?"

Người đánh xe thưa: "Bà-la-môn ở ngay trên chỗ ngồi thấy được Bốn chân đế. Đã thấy Bốn Thánh đế rồi, liền xin xuất gia, được Đức Phật cho xuất gia. Sau khi xuất gia, chỉ trong ba đêm, ông đắc được quả A-la-hán."

Lúc ấy, vợ ông ta nói với người đánh xe: "Nay ngươi đã truyền tin tốt lành này, ta sẽ ban cho ngươi ngựa và một nghìn đồng tiền vàng[594]."

---

594 *No. 99: Ta ban cho người chiếc xe ngựa này, cộng thêm một nghìn*

Người đánh xe thưa: "Nay tôi không cần ngựa và tiền vàng, tôi chỉ mong muốn đi đến chỗ Phật, nghe thọ Diệu pháp."

Bà-tư-tra nói: "Ngươi được như vậy, quả thật rất tốt. Nếu ngươi xuất gia, có thể mau chóng đắc quả A-la-hán." Bà-tư-tra nói với con gái mình: "Con hãy khéo lo liệu gia đình, hưởng thụ thú vui ngũ dục, mẹ muốn xuất gia."

Con gái Tôn-đà-lợi liền thưa mẹ: "Cha con còn có thể xả bỏ thú vui ngũ dục, xuất gia cầu đạo. Nay con cũng sẽ theo cha xuất gia, lìa tâm thương nhớ quyến luyến anh em, như voi lớn đi, voi nhỏ cũng đi theo⁵⁹⁵, con cũng như vậy, sẽ xuất gia theo, ôm bình bát đi khất thực. Con có thể tu theo pháp dễ nuôi, không làm kẻ khó nuôi."

Bà-tư-tra nói: "Điều con mong muốn thật là tốt đẹp, sở nguyện ắt thành. Nay mẹ thấy con chẳng bao lâu nữa sẽ dứt sạch các dục, lìa các kết sử."⁵⁹⁶

Bấy giờ, Bà-la-môn Bà-la-xà,⁵⁹⁷ Bà-tư-tra, và con gái Tôn-đà-lợi đều cùng nhau đi, cùng lúc xuất gia, đều đạt được sự diệt tận các khổ.

KINH 93. UẤT-TẤU-LA⁵⁹⁸

Tôi nghe như vầy:

Một thời, Đức Phật ở trong Đại Lâm, nước Tì-xá-li. Bấy giờ, Đức Như Lai đắp y ôm bát vào thành khất thực. Thọ thực xong, Ngài thâu cất y bát, rửa chân rồi đến ngồi dưới một gốc cây, an trụ ban ngày.

---

tiền vàng.

⁵⁹⁵ *No. 99*: Như con rồng lớn trong đồng trống lướt hư không mà đi. Những con rồng khác, rồng con trai, rồng con gái, thảy đều bay theo.

⁵⁹⁶ Trong *No. 99*, đoạn này người đánh xe thưa với Ưu-bà-di Bà-tứ-tra.

⁵⁹⁷ *No. 99*: Ông Bà-la-môn và người đánh xe của ông.

⁵⁹⁸ Tương đương *No. 99* (1179). Pāli, S. 7. 1.10. *Bahudhītara*. Tham khảo *Tạp A-hàm*, Việt dịch, kinh 1080.

Bấy giờ, có Bà-la-môn tên Uất-tấu-la Đột-la-xà[599], mất một con bò sữa, tìm kiếm khắp nơi, trải qua sáu ngày, không biết bò ở đâu. Lần lượt tìm kiếm, ông đi vào trong Đại Lâm. Từ xa trông thấy Đức Như Lai ngồi dưới gốc cây, dung mạo thù thắng đặc biệt, các căn tịch định, tâm ý vắng lặng, ý được điều phục tối thượng, giống như lầu vàng, uy quang sáng rực. Thấy việc này rồi, ông liền đi đến chỗ Phật, ở trước Phật nói kệ:

"Vì sao Tỳ-kheo ưa độc tĩnh
Tư duy như vậy được những gì?"

Bấy giờ, Thế Tôn nói kệ đáp:

"Ta đối những được mất
Đều không có ưu sầu
Ngươi chớ có bảo Ta
Cùng ngươi bằng không khác."

Bà-la-môn lại nói kệ:

"Trong đây đúng là nơi Phạm trụ
Thật như điều Tỳ-kheo đã nói
Tôi muốn bàn về việc nhà tôi
Mong Ngài nhín chút nghe tôi nói.
Sa-môn, Ngài giờ đây
Ngồi yên giữa rừng cây
Cũng không có mất bò
Và sáu ngày ưu khổ
Nên biết Sa-môn này
Thật đúng lạc vắng lặng.
Ngài không gieo trồng lúa
Lo gì việc tưới nước?
Cũng không lo bông lúa
Có đơm hạt hay không
Những ưu khổ như vậy

---

599 Uất-tấu-la đột-la-xà 欝湊羅突邏闍. *No. 99:* Tì-lê-da Bà-la-đậu-bà-giá 毘梨耶婆羅豆婆遮. Pali có một người bà-la-môn nọ thuộc dòng họ *Bhāradvāja.*

Ngài lìa bỏ lâu nay.
Cũng không gieo trồng mè
Không lo sợ cỏ dại
Như vậy Ngài cũng không
Khổ sở vì làm cỏ.
Nên biết Sa-môn này
Thật đúng lạc vắng lặng.
Nhà tôi lương thảo đủ
Kéo dài đến bảy tháng
Trong có các độc trùng
Mọt ăn sinh khổ sở
Ngài không có việc này
Sa-môn được khoái lạc.
Ngài không có bảy con
Nghểnh ngãng khó dạy dỗ
Cho vay, mắc nợ người
Ngài không có việc này
Sa-môn được khoái lạc.
Ngài không bảy con gái
Có đứa sinh một con
Hoặc có đứa không con
Mất chồng quay về nhà
Ngài không có việc này.
[406c01] Nên biết Sa-môn lạc
Không có các chủ nợ
Sáng sớm đến cửa nhà
Đòi nợ vật mắc nợ
Ngài không có việc này
Sa-môn được khoái lạc.
Ngài không có nhà mục
Khắp trong các đồ trống
Chuột nhắt đùa bên trong
Xúc chạm phát ra tiếng
Quấy nhiễu tôi mất ngủ
Suốt đêm không chợp mắt.

Ngài không có vợ xấu
Xấu xí mắt vàng khè
Nửa đêm lôi dựng dậy
Ngày đêm thường chửi mắng
Hoặc than nhà nghèo khổ
Hoặc bảo mắc nợ người
Sa-môn không việc này
Nên biết được khoái lạc."

Bấy giờ, Đức Thế Tôn lại nói kệ:

"Bà-la-môn nên biết
Lời ngươi nói chân thật
Ta không bị trộm bò
Kiếm tìm suốt sáu ngày
Không có những việc này
Đúng thật là an lạc.
Ta thật không ruộng lúa
Mà lo nghĩ thiếu nước
Cũng chẳng lo bông lúa
Có đơm hạt hay không
Ta không có khổ này
Nên biết được an lạc.
Ta không có ruộng mè
Cỏ mọc và cỏ hoang
Ta không có việc này
Đúng thật là an lạc.
Ta thật không lương thảo
Trải qua hơn bảy tháng
Cũng không sinh độc trùng
Mọt ăn gia quyến khổ
Ta không có việc này
Đúng thật là an lạc.
Ta không có bảy con
Nghễnh ngãng khó dạy dỗ
Mỗi người lại mắc nợ
Bị người khác bức bách.

Ta không bảy con gái
Sinh con hay không sinh
Mất chồng quay về nhà
Ta không có khổ này.
Cũng không có chủ nợ
Sáng sớm đến gõ cửa
Đòi lấy đồ vật nợ
Cũng không có nhà mục
Đầy trong các đồ trống
Chuột nhắt đùa trong đó
[407a01] Xúc chạm phát ra tiếng
Quấy nhiễu phá Ta ngủ
Suốt đêm không chợp mắt
Cũng không có vợ xấu
Mắt vàng và xấu xí
Nửa đêm lôi dựng dậy
Ngày đêm thường chửi mắng
Hoặc than nhà nghèo khổ
Hoặc bảo mắc nợ người
Không có các khổ này
Đúng thật là khoái lạc.
Bà-la-môn nên biết
Ngươi không đoạn thương ghét
Không tránh được khổ này
Đoạn dục lìa các ái
Về sau được an lạc.”

Bấy giờ, Đức Thế Tôn thuyết nhiều pháp cho bà-la-môn, khai thị, chỉ giáo, lợi ích, an vui, nói chi tiết như trên, *cho đến ...* dứt các hữu kết, không thọ thân hậu hữu. Lúc ấy, Tôn giả Uất-tấu-la Đột-la-xà đắc A-la-hán, được niềm vui giải thoát, phấn khởi, hoan hỷ mà nói kệ:

“Nay con thật vui mừng
Được Đại tiên thuyết pháp
Nghe pháp được liễu ngộ
Các thủ xả đều không

Không uống gặp Thế Tôn
Gặp Phật được đạo quả."

KINH 94. TRÍ GIẢ[600]

Tôi nghe như vầy:

Một thời, Đức Phật ở tại tụ lạc Sa-la Bà-la-môn.[601] Bấy giờ, Đức Thế Tôn vào buổi sáng sớm, đắp y ôm bát, muốn vào tụ lạc Sa-la[602] khất thực. Có mây nổi lên bất thường, trời đổ mưa xuống. Như Lai đi đến tụ lạc kia để tránh mưa. Khi ấy, trong tụ lạc, các bà-la-môn, trưởng giả cùng tập hợp tại hội trường luận bàn[603], từ xa trông thấy Phật đến, họ đều nói: "Đạo nhân cạo tóc này biết những pháp gì?" Đức Phật nghe lời ấy rồi, liền bảo họ[604]: "Trong dòng bà-la-môn của các ngươi có người biết pháp, có người không biết pháp. Trong dòng sát-lợi, cư sĩ cũng lại như vậy."

Bấy giờ, Thế Tôn liền nói kệ:

"Không lấn lướt bạn thân
Khiến họ sinh khuất phục
Vương giả cũng không dùng

---

[600] Tương đương *No. 99* (1180). Pāli, S. 7. 2. 12. *Khomadussa*. Tham khảo *Tạp A-hàm*, Việt dịch, kinh 1081.

[601] Sa-la Bà-la-môn tụ lạc 娑羅婆羅門聚落. *No. 99*: ở trong rừng cây Sa-la, tại tụ lạc Bà-la-môn. [Pāli] *bhagavā sakkesu viharati khomadussaṃ nāmaṃ sakyānaṃ nigamo*, Đức Thế Tôn sống giữa những người họ Thích, tại tụ lạc *Khomadussa* của họ Thích.

[602] *No. 99*: tụ lạc Bà-la-môn. [Pāli] *khomadussaṃ nigamaṃ*, tụ lạc *Khomadussa*.

[603] Luận xứ 論處, nơi hội họp, luận bàn; hội trường. *No. 99*: đại hội đường 大會堂, nhà hội lớn. [Pāli] *sabhāyaṃ sannipatitā*, ... đã tập họp tại hội trường.

[604] *No. 99*: Các bà-la-môn, trưởng giả trong tụ lạc Bà-la kia.

Kẻ phục không đáng phục.
Vợ không cầu chồng phục
Cha mẹ đến già suy
Con cái nên kính dưỡng
Không nên sinh trái nghịch.
Không chỗ tụ hội nào
Mà không người hiền lương
Không có người tốt nào
Lại không nói pháp ngữ.
[407b01] Đoạn trừ tham sân si
Sở thuyết đều như pháp."[605]

Bấy giờ, các bà-la-môn nói: "Ngài khéo biết pháp của Bà-la-môn, đi vào trong chúng này." Ngay lập tức, họ trải tòa, thỉnh mời Phật ngồi, thưa: "Xin Ngài thuyết pháp cho chúng tôi, chúng tôi thích thú nghe!"

Bấy giờ, Thế Tôn đi vào trong chúng này, ngồi lên tòa, bằng nhiều cách thuyết pháp cho họ, khai thị, chỉ giáo, lợi ích, an vui, rồi nói kệ:

"Nếu im lặng không nói
Chẳng biết ngu hay trí
Phải nhân nơi lời nói
Vậy sau mới biết rõ.
Nếu người nói Diệu pháp
Nói pháp hướng Niết-bàn
Do đó cần lời nói
Đốt bừng ngọn đèn pháp.
Đã dựng cờ Tiên Thánh
Đều do nơi lời nói

---

[605] No. 99: 'Không có hội chúng nào không có người trí, không có người trí nào không nói pháp. Tham sân si đều đoạn trừ, đây gọi là người trí.' Pali *"Nesā sabhā yattha na santi santo, Santo nu te ye na vadanti dhammaṃ; Rāgañca dosañca pahāya mohaṃ, Dhammaṃ vadantā ca bhavanti santo" ti.*

Lời nói tức cờ Thánh
Vì vậy không nên im."[606]

Đức Phật nói kinh này xong, từ tòa đứng dậy ra đi.

KINH 95. THIÊN KÍNH[607]

Tôi nghe như vầy:

Một thời, Đức Phật du hóa ở nước Câu-tát-la[608]. Bấy giờ, trong nước này có Bà-la-môn tên Thiên kính[609]. Trong tụ lạc của ông ấy có một khách xá dừng chân[610]. Khi ấy, Tôn giả Ưu-ba-ma-na[611] làm thị giả Phật, dừng nghỉ trong khách xá này. Như Lai lúc ấy bị trúng gió nhẹ, đau lưng[612]. Tôn giả Ưu-ba-ma-na đắp y ôm bát đi đến nhà Bà-la-môn Thiên Kính. Lúc ấy, Thiên Kính đang ngồi cạo râu trước cửa, Bà-la-môn ấy từ xa trông thấy Tôn giả liền nói kệ:

"Cạo tóc mặc pháp y
Trong tay cầm ứng khí[613]

---

[606] *No. 99*: Người thuyết nêu Chánh pháp, kiến lập cờ Đại tiên, khéo nói là cờ Tiên, Pháp là cờ La-hán.

[607] Tương đương *No. 99* (1181). Pāli, S. 7. 2.3. *Devahita*. Tham khảo *Tạp A-hàm*, Việt dịch, kinh 1082.

[608] *No. 99*: Phật ở Câu-tát-la, du hành trong nhân gian. Rồi đến tụ lạc Phù-lê, trú trong vườn xoài của Bà-la-môn Thiên Tác.

[609] Thiên Kính 天敬. *No. 99*: Thiên Tác Bà-la-môn 天作婆羅門. Pāli *Devahito brāhmaṇo*.

[610] Chỉ khách xá 止客舍, ngôi nhà dành cho những người khách đi đường dừng chân, nghỉ đêm.

[611] Ưu-ba-ma-na 優波摩那. *No. 99*: Ưu-ba-ma 優波摩. Pāli *Upavāṇa*.

[612] Trong *No. 99*, Đức Phật đau lưng, bảo Ưu-ba-ma đến nhà Bà-la-môn Thiên Tác.

[613] Ứng khí 應器, bình bát. *No. 99*: Tăng-già-lê 僧迦梨, y Tăng-già-lê để đắp khi lạnh, như cái mền ngày nay.

Đứng trước cửa nhà tôi
Muốn cầu xin thứ gì?"

Khi ấy, Tôn giả Ưu-ba-ma-na nói kệ đáp:

"Đại Thiện Thệ La-hán
Mâu-ni bị đau lưng
Cần chút ít nước nóng[614]
Cho nên đến ông xin."

Lúc ấy, Bà-la-môn liền lấy bát đựng đầy bơ lỏng, dầu, một hộp đường đen, một bình nước nóng và đưa cho Tôn giả.[615] Có được những thứ này rồi, Tôn giả mang về chỗ Phật, lấy dầu xoa lên thân Phật, dùng nước nóng rửa đi. Sau đó, Thế Tôn uống nước đường đen [và bơ lỏng], thì bệnh đau lưng khỏi.

Sáng sớm hôm sau, Bà-la-môn Thiên Kính đi đến chỗ Phật, thăm hỏi Đức Thế Tôn, rồi ngồi sang một bên. Bấy giờ, **[407c01]** Thế Tôn dùng kệ hỏi Bà-la-môn:

"Thế nào Bà-la-môn
Hành pháp Bà-la-môn
Thí đâu được quả lớn?
Thế nào thí đúng thời?
Ở nơi ruộng phước nào
Được quả báo thù thắng?"

Khi ấy, Bà-la-môn dùng kệ đáp:

"Có học giả biết nhiều
Đa văn được tổng trì
Cha mẹ tịnh chánh chân
Dung nhan thảy đoan nghiêm
Như thế được gọi là

---

[614] Noãn dược thủy 煖藥水, nước nóng làm thuốc. *No. 99:* An lạc thủy 安樂 水. Pāli *uṇhodakaṃ*, nước nóng. Xem *Tạp* iii. **Cht.127.**

[615] *No. 99:* Bà-la-môn Thiên Tác lấy ra một bát đầy bơ lỏng, một bình dầu, một bình mật mía, cùng bình nước nóng, rồi sai người bưng đi, theo Tôn giả Ưu-ba-ma đến chỗ Thế Tôn.

> *Bà-la-môn tam minh.*
> *Nếu thí những nơi này*
> *Sẽ được quả báo lớn*
> *Tùy thời thí y thực*
> *Đây ruộng phước thù thắng."*

Bà-la-môn lại dùng kệ hỏi Phật:

> *"Cù-đàm nói hạng nào*
> *Gọi là Bà-la-môn?*
> *Thế nào là Tam minh?*
> *Thí nào được quả lớn?*
> *Thế nào thí đúng thời?*
> *Ruộng phước nào thù thắng?"*

Bấy giờ, Thế Tôn dùng kệ đáp:

> *"Biết rõ cả ba đời*
> *Thấy người, trời, ác thú*
> *Được dứt sạch sanh tử*
> *Đạt được các thần thông*
> *Tâm trí được giải thoát*
> *Đây gọi là Tam minh.*
> *Thí kia được quả lớn*
> *Đây ruộng phước thù thắng."*

Khi ấy, Bà-la-môn Thiên Kính sau khi nghe những lời Phật dạy, hoan hỷ ra về.

KINH 96. ĐIỀN NGHIỆP[616]

Tôi nghe như vầy:

---

[616] Tương đương *No. 99* (1182). Pāli, S. 7. 2.7. *Navakammika*. Tham khảo *Tạp A-hàm*, Việt dịch, kinh 1083.

Một thời, Đức Phật du hóa tại nước Câu-tát-la, dừng chân nghỉ đêm trong rừng Sa-la. Bấy giờ, có một Bà-la-môn cày cấy gần rừng, từ sáng sớm đã đi ra ruộng, theo đó đi đến chỗ Phật[617], bạch Phật: "Bạch Thế Tôn! Tôi cày ở gần rừng, cho nên ưa thích rừng này. Nay Ngài cũng thích rừng Sa-la này, không phải muốn cày cấy trong đây chứ?"

Khi ấy, Bà-la-môn liền nói kệ:

> "Ngài mong muốn gieo trồng
> Nên thích rừng này chăng?
> Không bạn, vui tịch tĩnh
> Do đây thích rừng chăng?"

Bấy giờ, Thế Tôn dùng kệ đáp:

> "Ta ở trong rừng này
> Việc làm đều không có
> [408a01] Gốc rễ đã nhổ bỏ
> Phá hoại sạch tất cả
> Ở rừng mà không rừng
> Đã được ra khỏi rừng
> Ta dứt hẳn ưa thích
> Thiền định đoạn nhiễm trước."

Lúc ấy, Bà-la-môn lại nói kệ:

> "Ngài đúng là Phật-đà
> Tôn kính trong thế gian
> Khéo diệt trừ các kết
> Xa lìa các tích chứa.
> Đấng tối thượng thế gian
> Dứt sạch khổ hậu hữu
> Dốc đổ cờ hoa dục
> Nên hiệu là Thế Tôn."

Bà-la-môn nói kệ này xong, hoan hỷ ra về.

---

617 *No. 99*: Sáng sớm thức dậy, ông vào trong rừng Sa-la, từ xa trông thấy Thế Tôn đang ngồi dưới một bóng cây, tướng mạo oai nghi xinh đẹp, các căn thanh tịnh,... Thấy vậy, ông đến chỗ Ngài, bạch rằng.

KINH 97. THÁI TÂN[618]

Tôi nghe như vầy:

Một thời, Đức Phật du hóa tại nước Câu-tát-la, trong rừng Sa-la. Bấy giờ, có một bà-la-môn ở cách rừng không xa, cùng năm trăm thiếu niên theo ông thọ học.

Khi ấy, bà-la-môn kia thường nghĩ khi nào Đức Thế Tôn Như Lai du hành đến rừng này, ta sẽ đến thăm hỏi, xin Ngài giải trừ những nghi ngờ, vướng mắc của ta. Khi ấy, bà-la-môn sai các thiếu niên đi vào rừng lấy củi, muốn dùng để tế thần lửa. Khi các thiếu niên đến rừng, nhìn thấy Đức Như Lai đang ngồi dưới một gốc cây, đoan chánh đẹp đẽ, dung mạo hài hòa rạng rỡ như lầu vàng, ánh sáng rực rỡ.

Các thiếu niên thấy Đức Như Lai rồi, sau đó vác củi về, thưa với Thầy rằng: "Ngày trước Sư phụ thường mong gặp Phật. Hôm nay Đức Như Lai đang ở gần, trong rừng này. Nếu Thầy muốn gặp, xin biết đúng thời."

Bà-la-môn nghe lời này rồi, liền đi đến chỗ Phật, thăm hỏi xong rồi, ngồi sang một bên, liền nói kệ:

> "Rừng sâu rất rậm rạp
> Trong ấy thật đáng sợ
> Vì sao ngồi một mình
> Tu thiền tâm không sợ?
> Lại chẳng có âm nhạc
> Để tiêu khiển tự thân
> Vì sao thích nhàn cư?
> Thật là chưa từng có.
> Ngài cầu làm Đại Phạm
> Chủ Tự Tại thế giới?
> Hay cầu làm Đế Thích
> Chúa trời Tam thập tam?

---

[618] Tương đương *No. 99* (1183). Pāli, S. 7. 18. *Kaṭṭhahāra*. Tham khảo *Tạp A-hàm*, Việt dịch, kinh 1084.

Vì sao thích chỗ vắng
Trong rừng sâu đáng sợ?
Thường tu các khổ hạnh
Muốn cầu xin điều gì?"

Bấy giờ, Thế Tôn nói kệ đáp:

[408b01] *"Người dính mắc các dục*
Ôm nhiều những nghi hoặc
Trong vô số cảnh giới
Đều sanh khởi nhiễm trước.
Tất cả các kết sử
Đều do vô trí khởi
Ta đoạn rễ vô trí
Nhổ sạch bùn kết dục.
Đoạn sạch chí mong cầu
Cũng không các siểm khúc
Ở trong các thiện pháp
Chứng biết được thanh tịnh
Chánh đắc đạo vô thượng
Người tu thiền ly dục."

Bấy giờ, bà-la-môn lại nói kệ:

"Con nay cúi đầu lễ
Quy y Đức Mâu-ni
Tự tại trong các thiền
Liễu ngộ vô lượng giác.
Tôn kính trong trời người
Đủ ba mươi hai tướng
Đoan chánh không ai bằng
Giống như vua núi Tuyết.
Nơi rừng được giải thoát
Nhưng không dính mắc rừng
Người thanh tịnh giải thoát
Nhổ tên độc, vô sanh.
Pháp Đức Như Lai thuyết
Tối thượng trong các luận

Ngôn thuyết tối đệ nhất.
Sư tử hống cõi người
Diễn bày Bốn chân đế
Rộng độ khắp tất cả
Tự xa lìa đại khổ
Cũng độ các quần sanh
Đều khiến được an lạc
Mong Ngài nói pháp này
Con nay quy mạng lễ
Được vượt qua bờ kia.
Người lìa mọi kinh sợ
Khéo đến trú rừng này.
Nay con được diện kiến
Đại đạo sư trời người
Diệt trừ hết tất cả
Khổ não của chúng sanh.”

Bấy giờ, bà-la-môn nói kệ này rồi, hoan hỷ ra về.

KINH 98. TÔN-ĐÀ-LỊ (1)[619]

Tôi nghe như vầy:

Một thời, Đức Phật du hóa ở nước Câu-tát-la. Bấy giờ, Đức Thế Tôn dừng nghỉ bên bờ sông Tôn-đà-lị[620]. Lúc ấy bên bờ sông có một bà-la-môn đang cư ngụ, ông đi đến chỗ Phật, thăm hỏi xong, ngồi sang một bên, bạch Phật:

“Ngài có muốn xuống sông này tắm không?”

---

[619] Tương đương *No. 99* (1185). Pāli, M. 7. *Vatthasutta (Vatthūpama-sutta).* Tham khảo *Tạp A-hàm*, Việt dịch, kinh 1086.

[620] Tôn-đà-lợi hà 孫陀利河. *Pāli: Sundarikā nadī.*

Phật hỏi: "Xuống sông này tắm có lợi ích gì?"[621]

Bà-la-môn đáp: "Sông này ngày nay là nơi chư tiên cứu độ khi xưa. Nếu xuống tắm rửa, **[408c01]** có thể trừ được những điều ác, thanh tịnh tinh khiết, gọi là đại cát."[622]

Đức Phật nghe xong, liền nói kệ:

> *"Chẳng phải Tôn-đà-lợi*
> *Được nghe và Hằng hà*
> *Kiệt-xà, Bà-bát-đề*
> *Vào tắm những sông này*
> *Không thể tẩy trừ được*
> *Những ác nghiệp đã làm.*[623]
> *Đại lực Bát-kiền-đề*
> *Cùng kẻ ngu thấp hèn*
> *Nếu cùng tắm trong đó*
> *Cho đến trăm nghìn năm*
> *Không thể trừ điều ác,*

---

[621] *No. 99:* Ngài có đến sông Tôn-đà-lị tắm rửa không? Phật bảo Bà-la-môn: "Đến sông Tôn-đà-lị tắm rửa để làm gì?"
  [Pali] *gacchati pana bhavaṃ gotamo bāhukaṃ nadiṃ sināyitu " nti?*
  " Kiṃ, brāhmaṇa, bāhukāya nadiyā? Kiṃ bāhukā nadī karissatī " ti?
  Đức *Gotama* có đến sông *Bāhuka* để tắm không? Thế Tôn hỏi: "Này Bà-la-môn, tắm sông *Bāhuka* để làm gì? Sông *Bāhuka* làm lợi ích gì?"

[622] *No. 99:* Sông Tôn-đà-lị được gọi là cứu độ, là an lành, là thanh tịnh. Nếu ai tắm rửa ở đó, có thể trừ hết mọi điều ác. [Pali] *mokkhasammatā hi, bho gotama, bāhukā nadī bahujanassa, puññasammatā hi, ... bāhukāya pana nadiyā bahujano pāpakammaṃ kataṃ pavāhetī " ti.* Thưa Đức *Gotama!* Sông *Bāhuka* được nhiều người cho là có thể đưa đến giải thoát, ... đưa đến công đức, ... tại sông *Bāhuka* này nhiều người đã gội sạch ác nghiệp.

[623] [Pali] *Bāhukaṃ adhikakkañca, gayaṃ sundarikaṃ mapi, sundarikaṃ mahiṃ; Sarassatiṃ payāgañca, atho bāhumatiṃ nadiṃ; Niccampi bālo pakkhando, kaṇhakammo na sujjhati.* Sông *Būhukā, Adhikakkā, Gayā, Sundarikā, Sarassatī, Payāgā, Bāhumatī,* kẻ ngu thường vào tắm, ác nghiệp không rửa sạch.

Những phiền não cấu bẩn.
Nếu người tâm chân tịnh
Đủ giới thường Bố-tát
Tu tập các tịnh nghiệp
Thường đắc giới Cụ-túc.
Không sát, không trộm cắp
Không dâm, không nói dối
Người tin có tội phước
Trọn không ganh ghét người
Nước pháp rửa cáu bẩn
Nên rửa ở nơi này.
Tuy sông Tôn-đà-lợi
Và các sông Kiệt-xà...
Đều là nước thế gian
Để uống và tắm rửa
Không thể trừ cấu uế
Loại bỏ những ác nghiệp
Dùng gì để uống tắm?
Thật ngữ và điều thuận
Bỏ sân, không hại vật
Đây là nước thuần tịnh.
Nếu vào sông Tịnh giới
Tẩy trừ các trần lao
Tuy không trừ uế ngoài
Trừ được cấu bên trong.
Kẻ hung hiểm tàn hại
Trẻ ngu tạo điều ác
Như thế đồng bất tịnh
Kẻ ô uế cấu ác
Nước chánh rửa thân dơ
Không thể trừ ác này."[624]

Bấy giờ, bà-la-môn sau khi nghe những lời Phật dạy, khen rằng:

---

[624] *No. 99:* Kẻ thấp hèn, nông phu; thân thể nhiều cấu bẩn; dùng nước rửa bụi ngoài, không thể sạch bên trong.

"Hay thay! Tốt thay! Thật đúng như lời Ngài nói. Phàm tắm rửa chỉ có thể tẩy trừ thân dơ, không thể tẩy trừ ác nghiệp."

KINH 99. TÔN-ĐÀ-LỊ (2) [625]

Tôi nghe như vầy:

Một thời Đức Phật du hóa ở nước Câu-tát-la, bên bờ sông Tôn-đà-lợi. Bấy giờ, Thế Tôn mới cạo bỏ râu tóc, nghỉ đêm bên bờ sông này. Vào cuối đêm dậy sớm, Thế Tôn lấy y phủ lên đầu, ngồi ngay thẳng, buộc niệm hiện tiền. Lúc ấy, bên bờ sông này có **[409a01]** bà-la-môn thờ lửa đang cúng tế theo pháp thờ lửa [626]. Những cúng phẩm còn lại sẽ đem thí cho các bà-la-môn. Khi trời sắp sáng, ông liền đem những cúng phẩm còn lại ấy, tìm các bà-la-môn để cúng dường.

Bấy giờ, Đức Thế Tôn nghe tiếng ông đi đến, liền giở y trùm đầu ra, đằng hắng ra tiếng. Bà-la-môn này thấy Phật liền nói thế này: "Đây không phải bà-la-môn, chính là Đạo nhân cạo tóc". Ông định quay đi, liền chợt nghĩ: "Người cạo tóc không hẳn là sa-môn. Trong bà-la-môn cũng có người cạo tóc. Ta hãy đến đó hỏi nhân duyên, chỗ sanh, dòng họ của vị này? [627]"

Bấy giờ, bà-la-môn liền đi đến chỗ Phật, thưa hỏi rằng: "Ngài sanh ra nơi nào? Thuộc dòng họ nào?" [628]

---

[625] Tương đương *No. 99* (1184). Pāli, S. 7. 9. *Sundarika*. Tham khảo *Tạp A-hàm*, Việt dịch, kinh 1085.

[626] Pāli *sundarikabhāradvājo brāhmaṇo sundarikāya nadiyā tīre aggiṃ juhati, aggihuttaṃ paricarati*. Bà-la-môn *Sundarika Bhāradvāja* cúng tế lửa trên bờ sông *Sundarikā*, ông ta thực hiện lễ cúng phẩm vật cho thần lửa.

[627] *No. 99*: Ta hãy đến đó hỏi chỗ sanh của vị này. Pāli *yamnūnāhaṃ taṃ upasaṅkamitvā jātiṃ puccheyya 'nti*.

[628] Nhữ sanh hà xứ, vi tánh hà đẳng 汝生何處,為姓何等? *No. 99*: Ngài sinh ra trong dòng họ nào? Pāli *'kiṃjacco bhava 'nti?*

Bấy giờ, Thế Tôn dùng kệ đáp rằng:

"Không nên hỏi sanh xứ
Hãy nên hỏi sở hành
Cây nhỏ phát sanh lửa
Thấp hèn sinh hiền đức.[629]
Lại sống khéo điều phục
Tàm quý với hành thiện.
Tinh cần tự điều thuận
Đạt Vi-đà bờ kia.[630]
Ý định thu nhiếp tâm
Tu Phạm hạnh đầy đủ
Sáng sớm nên thí cúng
Phần tế tự dư tàn.
Nay ông, Bà-la-môn
Nếu muốn tu phước đức
Nên mau đến dâng cúng
Thiện trượng phu như vậy."

Bấy giờ, Bà-la-môn nói kệ đáp:

"Nay tôi gặp dịp tốt
Cúng thần lửa chốn này
Nay tôi quan sát Ngài
Thật đạt bến Vi-đà.
Xưa nay cúng tế còn
Thường thí cho người khác
Chưa từng được như Ngài
Nơi thắng diệu đáng cúng."

---

[629] *No. 99:* Ông chớ hỏi chỗ sanh, chỉ nên hỏi chỗ hành, khắc cây dùi lấy lửa, cũng có thể sanh lửa; trong dòng họ hạ tiện, sinh mâu-ni chắc thật. **Pāli** *mā jātiṃ puccha caraṇañca puccha, kaṭṭhā have jāyati jātavedo; nīcākulīnopi muni dhitimā, ājānīyo hoti,* chớ hỏi dòng dõi, nên hỏi chỗ hành; quả thật, theo củi lửa phát sinh, tuy dòng họ thấp hèn, sinh mâu-ni dũng khí, gọi là chỗ sinh tốt.

[630] Độ Vi-đà bỉ ngạn 度韋陀彼岸. **Pāli** *Vedantagū,* người thông hiểu *Veda.*

Bà-la-môn liền đem thực phẩm này dâng lên Thế Tôn. Thế Tôn không nhận, liền nói kệ:

"Trước không có ý cúng
Thuyết pháp sau mới cúng
Những thức uống ăn này
Sẽ không được tiếp nhận.
Thường pháp vốn như vậy
Thế Ta không nên ăn
Sở dĩ không thọ nhận
Vì dùng kệ thuyết pháp.
Hiện tại các đại nhân
Diệt sạch mọi phiền não
[409b01] *Nên đem đồ uống ăn*
Đủ loại cúng dường họ.
Muốn cầu xin phước điền
Nơi này nên thí cúng
Nếu muốn được làm phước
Ta chính là ruộng phước."

Bấy giờ, Bà-la-môn lại bạch Phật: "Vậy nay thức ăn này tôi nên thí cho ai?"

Phật đáp: "Ta không thấy trên thế gian này, hoặc sa-môn, bà-la-môn, hoặc thiên, hoặc ma, hoặc phạm nào có thể thọ nhận thức ăn này, theo lẽ mà tiêu hóa, không có điều này."

Đức Phật nói: "Ngươi nên đem thức ăn này để vào trong nước không có trùng."

Bà-la-môn vâng lời Phật dạy, liền đem thức ăn kia để vào trong nước không có trùng, thì khói lửa bốc lên, tạo nên tiếng nổ lớn. Bà-la-môn thấy vậy, vô cùng kinh hãi, lông trên thân dựng đứng. Vì kinh sợ, ông liền gom lấy củi để tế thần lửa.[631] Bấy giờ, Đức Thế Tôn đi đến chỗ ông, nói kệ:

---

[631] No. 99: Cho là tai biến, vội chạy lên bờ gom củi khô lại cúng dường đền thờ Lửa để dứt trừ tai quái.

"Ngươi xếp củi đốt lửa
Cho là được thanh tịnh
Người bạc phước vô trí
Mới đốt lửa bên ngoài.
Bà-la-môn nên phải
Dẹp bỏ lửa ngươi đốt
Nên tu lửa trong tâm
Đốt cháy mãi không dừng.
Thêm lớn lửa như vậy
Đây gọi chân tế tự
Luôn luôn tín tâm cúng
Ngươi nên cúng như vậy.
Ngươi kiêu mạn sâu nặng
Xe không thể chở được
Sân độc giống như khói
Cũng như lửa thêm dầu
Lưỡi bốc lời nói ác
Tâm là hầm ủ lửa
Không thể tự điều thuận
Thế nào gọi trượng phu?
Nếu dùng tín làm sông
Giới làm bờ tế độ
Như vậy nước trong sạch
Bậc thiện nhân tán thán.
Vào tín giới tắm gội
Chính ngươi, chú tì-đà⁶³²
Diệt trừ các tướng ác
Được vượt qua bờ kia.
Dùng pháp làm ao hồ
Cù-đàm chân tế độ
Nước trong sạch tinh khiết
Thiện trượng phu quý trọng.

---

⁶³² Tì-đà chú 毘陀咒. [Pāli] vedaguna, người đã đạt được kiến thức cao, người trí. No. 99: 人中淨天德, Bậc tịnh trong loài người, đức trong loài trời.

Những người thường tắm gội
Bậc công đức tì-đà[633]
Thân thể không dính dơ
Được vượt qua bờ kia.
[409c01] Lời thật, căn điều phục
Ẩn chứa nơi ba nghiệp
Tu tập đủ Phạm hạnh
Nhẫn, tàm quý tối thượng.
Tin nhắm người chất trực
Đây là pháp tắm gội
Vì thế ngày nay ngươi
Phải nên biết như vậy."

Bấy giờ[634], Bà-la-môn sau khi nghe Phật dạy, dẹp bỏ tất cả dụng cụ thờ lửa, liền đảnh lễ Phật, chắp tay bạch: "Cúi xin Đức Thế Tôn cho con ở trong Giáo pháp của Phật xuất gia thọ Cụ-túc, được làm tỳ-kheo, vào trong Phật pháp, tu tập Phạm hạnh."

Đức Phật liền hứa khả, cho vị ấy xuất gia, thọ giới Cụ-túc. Khi ấy, tôn giả kia siêng năng tu tập điều phục chính mình, chuyên tinh độc nhất, ưa chỗ nhàn tĩnh, lìa nơi buông lung, không thích thân cận xuất gia, tại gia. Vì sao? Thiện nam tử này cạo bỏ râu tóc, thân mặc pháp y, chánh tín xuất gia, vì tu Phạm hạnh vô thượng, tri kiến hiện tiền, tự thân tác chứng. Bấy giờ, tỳ-kheo này tu tập định tuệ, đắc quả A-la-hán, sạch các hữu lậu, Phạm hạnh đã vững, việc cần làm đã làm xong, không còn thọ thân đời sau.

---

[633] Tì-đà công đức nhân 毘陀功德人, bậc công đức, bậc thông hiểu. *No. 99:* nhân trung thiên tịnh đức 人中天淨德.

[634] *No. 99:* Chỉ có đoạn này "Bà-la-môn bên sông Tôn-đà-lị sau khi nghe Phật dạy, hoan hỷ, tùy hỷ, từ chỗ ngồi đứng dậy ra đi." Không có đoạn sau.

KINH 100. KẾ PHÁT[635]

Tôi nghe như vầy:

Một thời, Đức Phật ở tại vườn Cấp Cô Độc, rừng cây Kỳ-đà, nước Xá-vệ.[636] Bấy giờ, có một Bà-la-môn búi tóc Bà-la-đột-la-xà[637] đi đến chỗ Phật, thăm hỏi xong, ngồi sang một bên, nói kệ:

"Ngoại đều bị kết phược[638]
Nội có kết phược không?
Triền phược ở thế gian
Ai có thể trừ được?"[639]

Bấy giờ, Thế Tôn liền nói kệ:

"Bậc minh trí trụ giới
Tâm tu tập trí tuệ
Chuyên tinh siêng năng học
Thiếu niên trừ triền phược[640]."
Bà-la-môn lại nói kệ
"Ngoại đều bị kết phược
Nội có kết phược không?

---

635 Tương đương *No. 99* (1186). Pāli, S. 7. 6. *Jaṭā*. Tham khảo *Tạp A-hàm*, Việt dịch, kinh 1087-1088.

636 *No. 99*: tại vườn Ni-câu-luật, nước Ca-tỳ-la-vệ.

637 Bà-la-đột-la-xà 婆羅突邏闍. *No. 99*: Bà-la-đậu-bà-giá 婆羅豆婆遮. Pāli *jaṭābhāradvājo brāhmaṇo*, Bà-la-môn bện tóc dòng họ *Bhāradvāja*.

638 Kết phát: xem các chú thích của kinh 173, ở dưới.

639 *No. 99*: Người bị ngoại kết, đó chỉ gọi kết phược. Người bị nội kết trong tâm là chúng sanh trói buộc. Pāli *Antojaṭā bahijaṭā, jaṭāya jaṭitā pajā; taṃ taṃ gotama pucchāmi, ko imaṃ vijaṭaye jaṭa " nti*, nội triền và ngoại triền, chúng sanh bị triền trói; con hỏi Gotama, ai lìa được triền này.

640 *No. 99*: Chuyên tinh cần phương tiện, thì gỡ được búi tóc. Pāli *... cittaṃ paññañca bhāvayaṃ; Ātāpī nipako bhikkhu, so imaṃ vijaṭaye jaṭaṃ*, ... tu tập tâm và tuệ; nhiệt tâm và khôn khéo, tỳ-kheo lìa triền này.

Triền phược ở thế gian
Ai có thể trừ được?"

Bấy giờ, Thế Tôn lại nói kệ:

"Nhãn, nhĩ, tỷ, thiệt, thân
Và cùng với ý pháp
Danh sắc đều không còn
Tâm ý đã diệt sạch
Nếu người được như vậy
Đoạn trừ được triền phược."[641]

NHIẾP TỤNG

Chiên-đà, Bà-tư-tra
Thất ngưu, tập giảng đường
[410a01] *Thiên Kính, rừng Sa-la*
Thái tân, hai Tôn-đà
Và búi tóc là mười.

KINH 101. TÔN TRỌNG[642]

Tôi nghe như vầy:

---

[641] *No. 99:* ... ý nhập xứ, đối với danh sắc kia, diệt sạch khiến không còn. Các thức diệt vĩnh viễn, nơi ấy đoạn kết phược. [Pāli] " *Yattha nāmañca rūpañca, asesaṃ uparujjhati; paṭighaṃ rūpasaññā ca, etthesā chijjate jaṭā* " *ti*, nơi nào danh và sắc, đoạn trừ không còn sót; và chướng ngại sắc tưởng đoạn tận, nơi ấy triền được đoạn. **Xem các cht. của kinh 173.**

[642] Tương đương *No. 99* (1188). Pāli, S. 6. 2. *Gārava;* Cf. A. 4. 21. *Uruvelā.* Tham khảo *Tạp A-hàm,* Việt dịch, kinh 1089.

Một thời, Đức Phật ở dưới cây Bồ-đề, bên bờ sông Ni-liên-thiền, tại tụ lạc Ưu-lâu-tần-loa, thành đạo chưa bao lâu[643]. Bấy giờ, Đức Thế Tôn ngồi một mình tư duy, suy nghĩ thế này: "Phàm là người không có tâm cung kính, thì không thể cung kính thuận tùng đối với các bậc Tôn trưởng của mình, không tiếp nhận sự giáo huấn, không kiêng sợ ai, mặc tình phóng túng, vĩnh viễn đánh mất nghĩa lợi[644]. Người như vậy sẽ bị các khổ tập khởi đoanh vây. Người nào hiếu thuận phụng thờ các bậc Tôn trưởng, kính dưỡng kiêng sợ, tùy thuận không trái nghịch, sở nguyện đầy đủ, được đại nghĩa lợi. Người như vậy sẽ gặp sự an vui."[645]

Thế Tôn lại nghĩ: "Tất cả thế gian, hoặc trời, hoặc người, hoặc thế giới chư thiên, hoặc thế giới loài người, hoặc thế giới ma, thế giới phạm, sa-môn, bà-la-môn, tất cả chúng sanh trong thế gian, nếu ai có giới, định, tuệ, giải thoát, giải thoát tri kiến thù thắng hơn Ta, Ta sẽ thân cận, y chỉ họ, và cúng dường cung kính[646]. Sau khi quán sát khắp, đều không thấy ai trong tất cả thế gian hoặc người, trời, ma, phạm, sa-môn, bà-la-môn có giới, định, tuệ, giải thoát và giải thoát tri kiến

---

[643] [Pāli] *Bhagavā uruvelāyaṃ viharati najjā nerañjarāya tīre ajapālanigrodhamūle paṭhamābhisambuddho*, Thế Tôn ở dưới gốc cây *Ajapāla-nigrodha*, trên bờ sông *Nerañjarā*, tại *Uruvela*, lúc mới thành đạo.

[644] Nghĩa lợi, đại nghĩa lợi 義利, 大義利, được hiểu là mục đích hay lợi ích to lớn.

[645] *No. 99*: Ai không có cung kính, không có thứ lớp thì thật là đại khổ. Người nào không kiêng sợ người tự tại khác thì sẽ bị tổn thất đối với đại nghĩa lợi.. Ngược lại thì người ấy được sống an lạc, và đại nghĩa lợi đầy đủ. [Pāli] "*dukkhaṃ kho agāravo viharati appatisso, kaṃ nu khvāhaṃ samaṇaṃ vā brāhmaṇaṃ vā sakkatvā garuṃ katvā upanissāya vihareyya*" *nti*? Thật khổ thay, người nào sống không cung kính, không thuận tùng. Vậy ta nên cung kính, tôn trọng, y chỉ và an trụ sa-môn, bà-la-môn nào?

[646] *No. 99*: ... ai có thể thành tựu hơn Ta về giới, tam-muội, trí tuệ, giải thoát, và giải thoát tri kiến, Ta sẽ cung kính tôn trọng, phụng sự cúng dường, nương vào người đó mà an trụ.

hơn Ta để Ta y chỉ."[647]

Thế Tôn lại nghĩ: "Pháp được Ta giác ngộ, nay Ta nên thân cận, cúng dường, cung kính, thành tâm, tôn trọng.[648] Vì sao? Tất cả chư Phật quá khứ đều thân cận, y chỉ, cúng dường, cung kính, tôn trọng pháp này. Tất cả chư Phật vị lai, hiện tại cũng lại thân cận, y chỉ pháp này, cúng dường, cung kính, sanh tâm tôn trọng. Ta nay cũng nên như chư Phật quá khứ, vị lai, hiện tại, thân cận, y chỉ, cúng dường, cung kính, tôn trọng pháp này."

Bấy giờ, Phạm chủ Thiên vương,[649] từ xa biết Thế Tôn đang ở dưới cây Bồ-đề, bên bờ sông Ni-liên-thiền, tại tụ lạc Ưu-lâu-tần-loa, suy nghĩ: "Quán sát tất cả chúng sanh trong thế gian, hoặc trời, hoặc người, hoặc ma, hoặc phạm, sa-môn, bà-la-môn, nếu ai có giới, định, tuệ, giải thoát và giải thoát tri kiến thù thắng hơn Ta, Ta sẽ y chỉ, nhưng đều không thấy có người nào hơn Ta. Lại quán sát chư Phật quá khứ, vị lai, hiện tại thảy đều thân cận, y chỉ nơi Pháp, cúng dường, cung kính, sanh tâm tôn trọng. Ta nay cũng nên theo chỗ của chư Phật trong ba thời, nên thân cận, y chỉ, cúng dường, cung kính và

---

[647] **Pāḷi** *... Na kho panāhaṃ passāmi sadevake loke...pe...*
attanā sīlasampannataraṃ ... samādhisampannataraṃ...
paññāsampannataraṃ... vimuttisampannataraṃ...
vimuttiñāṇadassanasampannataraṃ aññaṃ samaṇaṃ vā
brāhmaṇaṃ vā, yamahaṃ sakkatvā garuṃ katvā upanissāya
vihareyyaṃ. Ta không thấy ai trong thế giới chư thiên, ... hoặc sa-môn, bà-la-môn nào thành tựu giới, định, tuệ, giải thoát, giải thoát tri kiến hơn Ta để Ta cung kính, tôn trọng, y chỉ, và an trụ.

[648] *No. 99:* Duy chỉ có Chánh pháp khiến Ta tự giác ngộ, thành tựu Bồ-đề. Ta hãy cung kính tôn trọng, phụng sự, cúng dường pháp ấy, nương vào đó mà an trụ. **Pāḷi** *Yaṃnūnāhaṃ yvāyaṃ dhammo mayā abhisambuddho tameva dhammaṃ sakkatvā garuṃ katvā upanissāya vihareyya " nti.* Pháp mà được Ta giác ngộ, Ta nên cung kính, tôn trọng, y chỉ và an trụ chính pháp này.

[649] Phạm chủ thiên vương 梵主天王, Thiên vương, Chủ cõi trời Phạm. *No. 99:* 娑婆世界主梵天王, Phạm Thiên vương, Chủ của thế giới Ta-bà. **Pāḷi** *Brahmā sahampati.*

tôn trọng Pháp."

Khi ấy, Phạm chủ Thiên vương lại nghĩ: "Ta nên từ chỗ này biến mất, đi đến **[410b01]** chỗ Phật." Ngay lúc ấy, Phạm chủ Thiên vương thí như một tráng sĩ co duỗi cánh tay, trong khoảnh khắc đã đi đến chỗ Phật, bạch Phật: "Bạch Đức Thế Tôn! Thật đúng như Ngài nghĩ, thật đúng như Ngài nghĩ." liền nói kệ:

> "Quá khứ, hiện tại chư Như Lai
> Trong thời vị lai tất cả Phật
> Là bậc Chánh giác trừ phiền não
> Tất cả đều nương Pháp làm Thầy.
> Thân cận, y chỉ, an trụ Pháp
> Đây pháp chư Phật trong ba đời
> Thế nên người muốn tôn trọng mình
> Trước phải tôn trọng, cung kính Pháp.
> Nên phải ghi nhớ lời Phật dạy
> Tôn trọng cúng dường Pháp vô thượng."

Bấy giờ, Phạm vương tán thán Đức Thế Tôn, phát sanh tùy hỷ sâu sắc, làm lễ rồi đi.

KINH 102. NHẤT ĐẠO[650]

Tôi nghe như vầy:

Một thời, Đức Phật ở dưới cây Bồ-đề, bên bờ sông Ni-liên-thiền, tại tụ lạc Ưu-lâu-tần-loa, thành đạo chưa bao lâu. Bấy giờ, Đức Phật ngồi một mình dưới gốc cây tư duy, khởi lên suy nghĩ: "Chỉ có con đường độc nhất một lối đi[651] có thể làm cho chúng sanh thanh tịnh, khiến

---

[650] Tương đương *No. 99* (1189). Pāli, S. 47. 18. *Brahma.* Tham khảo *Tạp A-hàm*, Việt dịch, kinh 1090.

[651] Nhất đạo 一道. *No. 99*: Nhất thừa đạo 一乘道; Pāli *ekāyano ayaṃ maggo*, con đường này có một lối đi duy nhất.

xa lìa khổ não, cũng có thể diệt trừ nghiệp ác bất thiện, đạt được lợi ích của Pháp[652]. Pháp đó chính là Tứ niệm xứ. Thế nào gọi là Tứ niệm xứ? Quán thân niệm xứ, quán thọ niệm xứ, quán tâm niệm xứ, quán pháp niệm xứ.[653] Nếu người nào không tu Bốn niệm xứ này, thì sẽ lìa xa pháp của bậc Thánh, lìa xa Thánh đạo. Nếu lìa xa Thánh đạo chính là lìa xa pháp cam lộ. Nếu lìa xa pháp cam lộ thì không thoát khỏi sanh, già, bệnh, chết, lo buồn khổ não. Những người như vậy, ta nói rốt cuộc không thể viễn ly tất cả khổ.[654] Nếu tu Bốn niệm xứ tức là gần gũi pháp bậc Thánh. Nếu gần gũi pháp bậc Thánh tức gần gũi Thánh đạo. Nếu gần gũi Thánh đạo tức gần gũi pháp cam lộ. Nếu gần gũi pháp cam lộ thì có thể thoát khỏi sanh già bệnh chết, lo buồn khổ não. Nếu thoát khỏi sanh, già, bệnh, chết, lo buồn khổ não, Ta nói những người này viễn ly tất cả khổ."

Bấy giờ, Phạm chủ Thiên vương từ xa biết tâm niệm của Như Lai, liền nghĩ như vầy: "Nay ta nên đi đến chỗ Phật, tùy hỷ khuyến thiện". Sau khi tư duy, Phạm thiên vương như một lực sĩ co duỗi cánh tay,

---

[652] *No. 99:* ... thoát mọi ưu bi, diệt trừ khổ não, được pháp chân như.
Pāli ... *sokaparidevānaṃ samatikkamāya dukkhadomanassānaṃ atthaṅgamāya ñāyassa adhigamāya nibbānassa sacchikiriyāya,* ... để vượt qua những ưu bi, để diệt trừ mọi khổ não, để đạt đến Chánh lý, để chứng ngộ Niết-bàn.

[653] *No. 99:* Niệm xứ quán thân trên thân, niệm xứ quán thọ, tâm, pháp trên ... pháp. Pāli *kāye vā bhikkhu kāyānupassī vihareyya ātāpī sampajāno satimā, vineyya loke abhijjhādomanassaṃ; vedanāsu vā bhikkhu... pe... citte vā bhikkhu...pe... dhammesu vā bhikkhu dhammānupassī vihareyya ātāpī sampajāno satimā, vineyya loke abhijjhādomanassaṃ,* Tỳ-kheo hãy an trụ nơi thân, quán sát thân, nhiệt tâm, tỉnh giác, chánh niệm, loại trừ mọi tham ưu ở đời; Tỳ-kheo hãy an trú nơi các thọ, nơi tâm, nơi các pháp..., loại trừ mọi tham ưu ở đời.

[654] *No. 99:* Nếu người nào không thích bốn niệm xứ thì sẽ không thích như Thánh pháp. Không thích như Thánh pháp thì sẽ không thích như Thánh đạo. Không thích như Thánh đạo thì sẽ không thích pháp cam lộ. Không thích pháp cam lộ thì không giải thoát khỏi sanh, già, bệnh, chết, ưu, bi, não, khổ. Nếu ngược lại thì thoát khỏi sanh, già, bệnh, chết, ưu, bi, não, khổ.

trong khoảnh khắc đã đi đến chỗ Phật, đảnh lễ sát chân Phật, đứng sang một bên, bạch Phật: "Bạch Đức Thế Tôn! Qủa đúng như tâm Ngài nghĩ. Chỉ có con đường độc nhất một lối đi này có thể làm cho chúng sanh thanh tịnh, cho đến thoát được lo buồn khổ não."

Khi ấy, Phạm chủ Thiên vương liền nói kệ:

> *"Chỉ đường này xuất yếu*
> *Nơi đây nên tinh cần*
> *[410c01] Muốn cầu viễn ly khổ*
> *Duy đường độc nhất này.*
> *Nếu ai đi đường này*
> *Như hạc bay qua không*
> *Thích-ca Mâu-ni Tôn*
> *Chứng đắc được Phật đạo.*
> *Tất cả Chánh Đạo sư*
> *Sẽ bằng đường giác này*
> *Hiển bày cho chúng sanh*
> *Thường phải luôn luôn nói*
> *Khiến cho tất cả biết*
> *Biên tế của sanh hữu*
> *Xin nói đường độc nhất*
> *Thương cứu các chúng sanh.*
> *Tất cả Phật quá khứ*
> *Từ đường này vượt qua*
> *Phật vị lai, hiện tại*
> *Cũng qua từ đường này.*
> *Thế nào gọi vượt qua?*
> *Vượt qua dòng thác lũ*
> *Rốt ráo không bờ mé*[655]
> *Điều phục được thanh tịnh.*
> *Thế gian đều sanh tử*
> *Hiểu biết tất cả cõi*
> *Chỉ có bậc Cụ nhãn*

---

[655] No. 99: Nương đây vượt biển cả, rốt ráo mé sanh tử. *Pali* ye ca taranti ogha " nti.

Tuyên rõ như đường này.
Thí như sông Hằng kia
Nước chảy về biển lớn
Thánh đạo cũng như vậy
Được Đức Phật hiển bày
Đạo này như sông kia
Hướng đến biển cam lộ.
Xưa nay chưa từng nghe
Âm thanh chuyển Diệu pháp
Mong Đấng thiên nhân tôn
Độ kẻ già bệnh chết
Tất cả đều quy mạng
Vì được chuyển Pháp luân."

Bấy giờ, Phạm chủ Thiên vương đảnh lễ sát chân Phật rồi biến mất.

KINH 103. PHẠM CHỦ[656]

Tôi nghe như vầy:

Một thời, Đức Phật ở tại vườn Cấp Cô Độc, rừng cây Kỳ-đà, nước Xá-vệ[657]. Bấy giờ, Phạm chủ thiên, vào lúc nửa đêm, với ánh sáng gấp bội bình thường[658], đi đến chỗ Phật, đảnh lễ sát chân Phật rồi ngồi sang một bên. Uy quang của Phạm chủ chiếu vào hội chúng, sáng ngời rực rỡ, ngay trên chỗ ngồi nói kệ:

---

[656] Tương đương *No. 99* (1190). Pāli, S. 6. 2.1. *Sanaṅkumāra.* Tham khảo *Tạp A-hàm*, Việt dịch, kinh 1091.

[657] *No. 99*: Ở dưới cây Bồ-đề, bên sông Ni-liên-thiền, tại tụ lạc Uất-tì-la, thành đạo chưa bao lâu. **Pāli** *rājagahe viharati sappinītīre*, trú tại Vương-xá, trên bờ sông Sappinī.

[658] *No. 99*: Với sắc thân tuyệt diệu. **Pāli** *abhikkantavaṇṇo kevalakappaṃ sappinītīraṃ obhāsetvā*, với dung sắc thù thắng, sáng chói khắp cả bờ sông *Sappinī.*

"Sát-lợi tôn quý nhất
Người chủng tánh chân chánh
Đầy đủ Minh và Hành
Tối thắng trong trời người."[659]

Đức Phật nói với Phạm chủ: "Thật đúng như vậy, thật đúng như vậy! Sát-lợi tôn quý nhất trong loài hai chân, người nào chủng tánh chân chánh, đầy đủ Minh và Hành, thì tối thắng trong loài trời và người."

Lúc ấy, Phạm chủ thiên sau khi nghe những lời Phật dạy, phấn khởi hoan hỷ, đảnh lễ sát chân Phật, **[411a01]** ngay nơi chỗ ngồi biến mất, trở về lại thiên cung.

KINH 104. A-LAN-NHÃ[660]

Tôi nghe như vầy:

Một thời, Đức Phật du hóa tại nước Câu-tát-la. Trong nước ấy có một trú xứ a-lan-nhã[661]. Bấy giờ, Thế Tôn cùng đại chúng Tỳ-kheo Tăng nghỉ đêm tại đó. Lúc ấy, Thế Tôn tán thán trú xứ này, và nói pháp về trú xứ a-lan-nhã[662]. Lúc ấy, Phạm chủ thiên vương biết Như Lai đang du hóa ở nước Câu-tát-la, cùng với đại chúng Tỳ-kheo nghỉ

---

[659] *No. 99:* Ở trong các chủng tánh, Sát-lợi tôn quý nhất.. trời người. ᴾᵃˡⁱ *"Khattiyo seṭṭho janetasmiṃ, ye gottapaṭisārino; Vijjācaraṇasampanno, so seṭṭho devamānuse "* ti. Sát-đế-lị tối thắng trong loài người, ai thuộc chủng tánh chân chánh, thành tựu Minh và Hành, vị ấy tối thắng trong trời và người.

[660] Tương đương *No. 99* (1191). *Pāli,* S. 6. 2.3. *Andhakavinda.* Tham khảo *Tạp A-hàm,* Việt dịch, kinh 1092.

[661] A-lan-nhã 阿蘭若; ᴾᵃˡⁱ *araññā. No. 99:* Không nhàn vô tụ lạc xứ 空閑無聚落處, nơi hoang vắng không có tụ lạc. ᴾᵃˡⁱ *māgadhesu viharati andhakavinde,* trú tại xứ *Andhakavinda,* trong dân chúng *Māghada.*

[662] *No. 99:* Thế Tôn nói pháp tùy thuận A-lan-nhã cho các tỳ-kheo.

đêm tại trú xứ a-lan-nhã, tán thán trú xứ a-lan-nhã, và nói pháp về trú xứ a-lan-nhã. Phạm chủ thiên vương suy nghĩ: "Nay ta nên đến chỗ Phật, tán thán tùy hỷ." Khi ấy, Phạm chủ thiên vương liền biến mất tại đó, thí như lực sĩ co duỗi cánh tay, trong khoảnh khắc đã đến chỗ Phật, đảnh lễ sát chân Phật, ngồi sang một bên, nói kệ:

> "Chỗ vắng trải tòa ngồi
> Nên đoạn trừ kết phược
> Nếu không thấy thích thú
> Nên về trụ trong Tăng[663].
> Thường nên giữ chánh niệm
> Điều căn, đi khất thực
> Người đầy đủ cấm giới
> Nên đến nơi rừng vắng.
> Buông bỏ mọi sợ hãi
> Trụ vững nơi vô úy
> Người đoạn trừ kiêu mạn
> Tâm trụ vững nơi ấy.
> Tôi được nghe như vậy
> Không nên ôm nghi hoặc
> Một nghìn A-la-hán
> Đoạn sanh tử nơi này.
> Hai, năm trăm học giả
> Nghìn, một trăm Tu-đà
> Theo dòng tu chánh đạo
> Mãi không lạc nẻo tà.
> Không thể nói hết được
> Những người được đạo quả
> Sở dĩ không thể nói
> Sợ người không kính tin."

Khi ấy, Phạm chủ thiên vương nói kệ này rồi, đảnh lễ sát chân Phật, trở về thiên cung.

---

663 *No. 99: Nếu không thích rừng vắng, nhập chúng tự phòng hộ.*

KINH 105. TẬP HỘI[664]

Tôi nghe như vầy:

Một thời, Đức Phật ở tại rừng Thích-sí Ca-tỳ-la-vệ[665], cùng với năm trăm vị đại Tỳ-kheo, đều là bậc A-la-hán, các lậu đã tận, việc cần làm đã làm xong, buông bỏ gánh nặng, đạt được mục đích của mình[666], dứt sạch hậu hữu, không còn kết sử, chánh trí giải thoát.

Lại có chư thiên đại oai đức từ mười phương thế giới, đi đến chỗ Phật, thăm hỏi Phật và Tăng chúng. Bấy giờ, Thế Tôn nói pháp tùy thuận Niết-bàn[667]. Có bốn Phạm thiên[668] đều nghĩ: [411b01] "Hôm nay Đức Phật đang ở trong rừng Thích-sí Ca-tỳ-la-vệ, cùng với năm trăm vị Tỳ-kheo tăng, đều là Đại A-la-hán, các lậu đã tận, việc cần làm đã làm xong, buông bỏ gánh nặng, đạt được mục đích của mình, dứt sạch hậu hữu, không còn kết sử, chánh trí giải thoát. Lại có chư thiên đại oai đức từ mười phương thế giới, đi đến chỗ Phật, thăm hỏi Phật và Tăng chúng, Thế Tôn nói pháp tùy thuận Niết-bàn cho họ. Nay ta sẽ đi đến chỗ Đức Phật Thế Tôn này."

Các Phạm thiên sau khi suy nghĩ như vậy, liền biến mất tại chỗ ấy, thí như vị lực sĩ co duỗi cánh tay, trong khoảnh khắc đã đi đến chỗ Phật, đảnh lễ sát chân Phật, rồi đứng sang một bên. Khi ấy, Phạm thiên thứ nhất nói kệ:

> *"Nay ở trong rừng này*
> *Tập hợp các đại chúng*

---

664 Tương đương *No. 99* (1192). Pāli, S. 1. 37. *Samaya.* Tham khảo *Tạp A-hàm*, Việt dịch, kinh 1093.

665 Thích-sí Ca-tỳ-la-vệ lâm 釋翅迦毗羅衛林. *No. 99*: Ca-tỳ-la-vệ Ca-tỳ-la-vệ lâm 迦毗羅衛迦毗羅衛林. Pāli *Sakkesu viharati kapilavatthusmiṃ mahāvane,* ở trong rừng Đại lâm, tại *Kaplilavatthu,* giữa những người Thích-ca.

666 Đãi đắc kỷ lợi 逮得已利.

667 *No. 99*: Nói pháp tương ưng Niết-bàn cho các đại chúng.

668 *No. 99*: Các Phạm thiên vương ở tại Phạm thế. Pāli *catunnaṃ suddhāvāsakāyikānaṃ devatānaṃ,* Bốn vị thiên thuộc trời Tịnh Cư.

Vì thế chúng tôi đến
Chính muốn xem chúng tăng
Không vì tâm bất thiện
Phá hoại Tăng hòa hợp.[669]*"*

Phạm thiên thứ hai nói kệ:

"Tỳ-kheo tâm thành thật
Nên phải chuyên tinh cần
Như người đánh xe giỏi
 Chế ngựa khiến điều thuận
Tỳ-kheo cũng như vậy
Nên chế ngự các căn."

Phạm thiên thứ ba nói kệ:

"Thí như ngựa hoang bị trói buộc
Nhổ trụ, đạp hào ra an ổn
Các vị tỳ-kheo cũng như vậy
Nhổ trụ tam độc, đoạn dục hào
Được Thế Tôn Đạo Sư điều phục
Ra khỏi tức bằng Đại long tượng."

Phạm thiên thứ tư nói kệ:

"Những ai đã quy y Đức Phật
Bỏ thân loài người được thân trời."

Bấy giờ, bốn Phạm thiên đều nói kệ xong, ở giữa Tăng, tâm kính sợ, đảnh lễ rồi đi.

---

[669] *No. 99:* Từ xa con đảnh lễ, Tăng nan phục tối thắng. Pāli *dakkhitāye aparājitasaṅgha " nti.* Để gặp Tăng bất bại.

KINH 106. CÙ-CA-LÊ[670]

Tôi nghe như vầy:

Một thời, Đức Phật ở tại vườn Trúc, Ca-lan-đà, thành Vương Xá. Lúc ấy, Phạm chủ thiên vương, vào lúc nửa đêm, uy quang sáng rực, đi đến chỗ Đức Phật. Bấy giờ, Thế Tôn nhập Hỏa quang tam-muội. Phạm chủ thiên tâm nghĩ thế này: "Bây giờ Như lai đang nhập định, ta đi đến đó thật không phải lúc."

Đương lúc ấy, Tỳ-kheo Cù-ca-lê, bạn thân của Đề-bà-đạt-đa đang hủy báng Xá-lợi-phất và Đại Mục-kiền-liên. Phạm chủ thiên liền đi đến chỗ ấy, **[411c01]** gõ cửa gọi Cù-ca-lê rằng: "Cù-ca-lê! Cù-ca-lê! Người nên sanh tâm tịnh tín đối với Xá-lợi-phất và Mục-kiền-liên. Hai Tôn giả này thân tâm thanh tịnh nhu nhuyến, Phạm hạnh đầy đủ. Nếu người hủy báng như vậy, về sau sẽ chịu các khổ lâu dài."

Cù-ca-lê liền hỏi: "Ông là ai?"

Phạm chủ đáp: "Ta là Phạm chủ thiên."

Cù-ca-lê nói: "Phật thọ ký[671] cho ông đắc A-na-hàm phải không?"

Phạm chủ đáp: "Đúng vậy!"

Cù-ca-lê nói: "A-na-hàm gọi là Bất hoàn, vì sao ông trở lại?"[672]

Phạm chủ thiên lại nghĩ: "Hạng người như đây không thể cùng nói chuyện."[673] Liền nói kệ:

> *"Muốn lường pháp không lường*[674]
> *Với bậc trí không nên,*

---

[670] Tương đương *No. 99* (1193). Pāli, S. 6. 1.7-9. *Kokālika*. Tham khảo *Tạp A-hàm*, Việt dịch, kinh 1094.

[671] Phật ký 佛記. *No. 99*: Thế Tôn bất ký 世尊不記, Thế Tôn không thọ ký...?

[672] *No. 99*: "Cớ gì ông đến đây?"

[673] *No. 99*: "Người này không thể trị."

[674] *No. 99*: Ở nơi bậc vô lượng, sanh tâm muốn ước lượng.

Nếu lường pháp không lường
Tất sẽ bị nhiễu hại."

Khi ấy, Phạm chủ thiên nói kệ này rồi, liền đi đến chỗ Phật, đảnh lễ sát chân Phật rồi ngồi sang một bên, đem nhân duyên nói chuyện với Cù-ca-lê bạch đầy đủ lên Thế Tôn. Phật nói với Phạm chủ: "Thật vậy, thật vậy! Muốn lường pháp không lường, phàm phu bị nhiễu hại."

Bấy giờ, Thế Tôn liền nói kệ:

"Phàm người ở đời
Búa ở trong miệng
Do lời nói ác
Tự chặt thân mình.
Chê điều đáng khen
Khen điều đáng chê
Người ác như đây
Trọn không thấy lạc.
Ca-lê hủy báng
Phật và Thánh Tăng[675]
Ca-lê tội nặng.
Ngục có trăm nghìn
Thời A-phù-đà[676]
Ngục hủy báng Phật[677]
Vì miệng ý ác
Vào địa ngục này."[678]

Khi ấy, Phạm chủ thiên vương sau khi nghe kệ này, liền lễ Phật lui ra.[679]

---

[675] *No. 99:* Ác tâm đối Thiện Thệ.

[676] A-phù-đà 阿浮陀. Pali *abbuda. No. 99:*

[677] *No. 99:* Địa ngục có trăm nghìn, tên Ni-la-phù-đà, ba nghìn sáu trăm ngục, và năm A-phù-đà, đều là ngục hủy báng Phật.

[678] *No. 99:* Bài kệ này bị rơi vào kinh 1194 kế tiếp, Việt dịch kinh 1095. Phạm Thiên.

[679] Hết quyển 5.

KINH 107. PHẠM THIÊN[680]

[412a05] Tôi nghe như vầy:

Một thời, Đức Phật ở tại vườn Cấp Cô Độc, rừng cây Kỳ-đà, nước Xá-vệ[681]. Lúc ấy có hai vị thiên tên Tiểu Thắng Thiện Bế Phạm, và Tiểu Thắng Quang Phạm[682], muốn đi đến chỗ Phật. Bấy giờ, Bà-ca Phạm[683] thấy hai Phạm thiên này, liền hỏi: "Qúy vị muốn đến đâu?"

Hai Phạm thiên đáp: "Chúng tôi muốn đi đến chỗ Thế Tôn, thăm hỏi lễ kính."

Khi ấy, Bà-ca Phạm liền nói kệ:

> "Bốn Quán tước trời Phạm[684]
> Ba chim Kim[685] trời Phạm
> Năm trăm bảy mươi hai
> Nói những vị tu thiền.[686]
> Ngươi xem sắc vàng ta
> Rực rỡ và sáng chói
> Uy quang ta tỏa rạng
> Sáng bừng khắp Phạm thiên
> Sao không ngắm nhìn ta
> Lại muốn đến chỗ Phật?"

---

[680] Tương đương *No. 99* (1194). Pāli, *S. 6. 1.6. Pamāda (Brahmaloka)*. Tham khảo *Tạp A-hàm*, Việt dịch, kinh 1095.

[681] *No. 99*: Vườn Trúc, Ca-lan-đà, thành Vương Xá.

[682] *No. 99*: Đại Phạm thiên vương, và các Biệt Phạm thiên, như Thiện-tí Biệt Phạm thiên; [Pāli] *subrahmā ca paccekabrahmā suddhāvāso ca paccekabrahmā*, Biệt Phạm thiên *Subrahmā*, và Biệt Phạm thiên *Suddhāvāsa*.

[683] Bà-ca Phạm 婆迦梵. *No. 99*: Bà-cú Phạm thiên 婆句梵天. [Pāli] *Bako Brahmā*.

[684] *No. 99*: Bốn loại ngỗng trời. [Pāli] *caturo haṃsā*, bốn thiên nga.

[685] *No. 99*: Ba cung điện sắc vàng. [Pāli] *tayo supaṇṇā*, ba kim sí điểu.

[686] Danh viết vi dư-tì 名曰為餘毘. *No. 99*: Người tu hành thiền tư; [Pāli] *vyagghīnisā pañcasatā ca jhāyino*.

Bấy giờ, hai vị Phạm thiên dùng kệ đáp:

"Ông ánh sáng hiếm có
Chiếu soi khắp Phạm thiên
Nên biết sắc sáng này
Đều có các họa hoạn[687]
Bậc trí đắc giải thoát
Không thích sắc sáng này."

Lúc ấy, hai vị Phạm thiên nói kệ này xong, đi đến chỗ Phật, đảnh lễ sát chân Phật rồi ngồi sang một bên, hai Phạm thiên bạch Phật: "Bạch Thế Tôn! Chúng con muốn đến gặp Phật. Lúc ấy, Phạm thiên Bà-ca mới hỏi chúng con rằng: 'Muốn đi đến đâu?' Chúng con đáp: 'Muốn đến chỗ Phật.' Khi ấy, Phạm thiên Bà-ca nói kệ này:

"'Bốn Quán tước trời Phạm
Ba chim Kim trời Phạm
Năm trăm bảy mươi hai
Gọi những vị tu thiền.
Ngươi xem sắc vàng ta
Rực rỡ và sáng chói
Uy quang ta tỏa rạng
Sáng bừng khắp Phạm thiên
Sao không ngắm nhìn ta
Lại muốn đến chỗ Phật?'"

Chúng con liền nói kệ đáp:

"'Ông ánh sáng hiếm có
Chiếu soi khắp Phạm thiên
Nên biết sắc sáng này
[412b01] *Đều có các họa hoạn*
Bậc trí đắc giải thoát
Không thích sắc sáng này.'"[688]

---

[687] No. 99: Có phiền não. **Pāli** *rūpe raṇaṃ disvā sadā pavedhitaṃ*. Thấy nguy hiểm trong sắc, luôn luôn bị biến hoại.

[688] No. 99: Khi ấy, những vị Phạm thiên kia vì Tỳ-kheo Ca-tra-vụ-đà-đê-sa mà nói kệ: "Người sanh ở thế gian, búa bén nằm trong miệng,... do

Đức Phật nói: "Này Phạm thiên ! Đúng vậy, đúng vậy. Phạm thiên kia tuy là sắc sáng hiếm có, chiếu soi khắp cõi Phạm thiên, nên biết sắc sáng này đều có các họa hoạn, người trí hiểu rõ, nên không ưa thích sắc sáng này." Đức Phật bằng nhiều cách thuyết pháp cho hai Phạm thiên này, khai thị, giáo hóa, lợi ích, an vui. Hai Phạm thiên này sau khi nghe pháp, hoan hỷ, đảnh lễ Phật, rồi trở về thiên cung.

KINH 108. BÀ-CA PHẠM[689]

Tôi nghe như vầy:

Một thời, Đức Phật ở tại vườn Cấp Cô Độc, rừng cây Kỳ-đà, nước Xá-vệ[690]. Bấy giờ, Bà-ca Phạm[691] sanh khởi tà kiến, nói rằng: "Chỗ này là thường hằng, chắc thật, không biến hoại, không còn sanh tử đến đi; nếu có nơi nào hơn nơi này không đến đi, không có trường hợp này."[692]

Bấy giờ, Thế Tôn biết tâm niệm của Bà-ca Phạm, Như Lai khi ấy như lực sĩ co duỗi cánh tay, trong khoảnh khắc, liền đến cung của Bà-ca Phạm. Lúc ấy, Bà-ca Phạm nói với Phật: "Đại tiên! Chỗ này là thường hằng, chắc thật, không biến hoại, hoàn toàn không có đến đi;

ác nguyện miệng, ý." Bài kệ này thích hợp với nội dung bản kinh trên, có lẽ chép nhầm sang kinh này.

[689] Tương đương *No. 99* (1195). Pāli, S. 6. 1.4. *Bakabrahma*. Tham khảo *Tạp A-hàm*, Việt dịch, kinh 1096.

[690] *No. 99*: Vườn Trúc, Ca-lan-đà, tại thành Vương Xá. 🔲 *sāvatthiyaṃ viharati jetavane anāthapiṇḍikassa ārāme.*

[691] Bà-ca Phạm 婆迦梵. *No. 99*: Bà-cú Phạm thiên 婆句梵天. 🔲 *Bako Brahmā.*

[692] *No. 99*: Chỗ này thường hằng, không phải là pháp biến dịch, là nơi thuần nhất, là chỗ xuất ly. 🔲 *idaṃ niccaṃ, idaṃ dhuvaṃ, idaṃ sassataṃ, idaṃ kevalaṃ, idaṃ acavanadhammaṃ, idañhi na jāyati na jīyati na mīyati na cavati na upapajjati, ito ca panaññaṃ uttariṃ nissaraṇaṃ natthī " ti.*

nếu có nơi nào hơn nơi này không đến đi, không có trường hợp này."

Đức Phật nói với Phạm thiên: "Chỗ này vô thường, nay ngươi vì sao sanh khởi tưởng là thường hằng? Chỗ này là bại hoại, ngươi lại sanh khởi tưởng không bại hoại? Chỗ này bất định, lại sanh khởi tưởng cố định. Chỗ này có đến đi, nay ngươi lại sanh khởi tưởng không đến đi. Còn có chỗ thù thắng hơn, hoàn toàn không đến đi, ngươi lại sanh khởi tưởng không còn chỗ nào thù thắng hơn."

Lúc ấy, Bà-ca Phạm liền nói kệ:

> *"Phạm thiên tạo bảy hai thắng phước*[693]
> *Thảy đều ở chỗ này chết đi*
> *Tất cả Phạm thiên đều biết ta*
> *Chỉ ta ở đây không chìm mất."*

Bấy giờ, Thế Tôn liền nói kệ:

> *"Ngươi cho rằng sống lâu*
> *Kỳ thật sống ngắn ngủi*
> *Ta biết thọ mạng ngươi*
> *Ni-la-phù trăm nghìn."*[694]

Lúc ấy, Ba-ca Phạm nói kệ đáp:

> *"Thế Tôn, Bà-già-bà*[695]
> *Trí Ngài thật vô tận*
> *Vượt qua sanh, già, bệnh*
> *Được Bậc Cụ nhãn nói*
> *Tôi trước tạo nghiệp gì*
> *Tu những giới hạnh nào*
> *Trên cõi Phạm thiên này*
> *Thọ mạng được lâu dài?"*

---

[693] Xem *Tạp A-hàm*, tập iii, cht.34.

[694] Ni-la-phù 尼羅浮. *Nirabbuda*. No. 99: Ngục Ni-la-phù-đa, tuổi thọ trăm nghìn năm.

[695] Bà-già-bà 婆伽婆. *Bhagavā*, Bà-già-bà hay Bạc-già-phạm, một trong mười danh hiệu Phật.

Bấy giờ, Thế Tôn liền nói kệ:

[412c01] *"Thuở xưa có bọn giặc*
Cướp bóc phá thôn làng
Bóc lột trói buộc người
Đoạt lấy nhiều tài vật
Ngươi đương lúc bấy giờ
Đầy đủ đại dũng lực
Giải cứu cho mọi người
Lại càng không gia hại.
Liền cùng những người kia
Tu thiện trong một kiếp
Nhân từ, ưa bố thí
Lại nghiêm trì giới hạnh.
Ngươi với việc làm xưa
Nên nhớ như ngủ thức.[696]
Lại có người đi thuyền
Trong sông Hằng hà kia
Rồng ác bắt thuyền nhân
Rất muốn gia độc hại
Khi ấy ngươi thần tiên
Cứu giúp sinh mạng họ.
Đó là ngươi khi xưa
Đạt được nhờ tu giới."

Bấy giờ, Bà-ca Phạm liền nói kệ:

"Quả thật Ngài biết tôi
Thọ mạng dài hay ngắn
Lại còn những việc khác
Ngài cũng biết hết thảy.
Hào quang Ngài sáng chói
Che khắp các Phạm thiên

---

[696] *No. 99:* Ta nhớ nhân duyên này, xa gần như ngủ thức.
Pāli: *suttappabuddhova anussarāmi.*

Không gì không liễu đạt
Nên gọi Bà-già-bà."

Bấy giờ, Thế Tôn bằng nhiều cách thuyết pháp cho Bà-ca Phạm, khai thị, chỉ dạy, lợi ích, vui mừng, ngay nơi ấy Ngài biến mất, trở về Tinh xá Kỳ-hoàn.[697]

KINH 109. TÀ KIẾN[698]

Tôi nghe như vầy:

Một thời, Đức Phật ở tại vườn Cấp Cô Độc, rừng cây Kỳ-đà, nước Xá-vệ. Khi ấy, có một Phạm thiên khởi đại tà kiến, nói thế này: "Cõi này của ta chưa từng thấy có ai sanh vào cung của ta, huống lại có người vượt lên trên ta."[699]

Bấy giờ, Thế Tôn[700] nhập tam-muội, biến mất khỏi Diêm-phù-đề, hiện ngồi ở giữa hư không trên đảnh của Phạm thiên kia.

Khi ấy, Tôn giả Kiều Trần Như[701] bằng thiên nhãn thanh tịnh quán xem Thế Tôn đang đến chỗ nào, liền biết Như Lai đang ngồi giữa hư không, trên đảnh của Phạm thiên. Kiều Trần Như cũng nhập định này, biến mất nơi đây, hiện ra trên đảnh của Phạm thiên, ở phía Đông, bên

---

[697] *No. 99:* Biến khỏi cõi Phạm thiên, trở về thành Vương Xá.

[698] Tương đương *No. 99* (1196). Pāli, S. 6. 1.5. *Aparā diṭṭhi* (*Aññatarabrahma*). Tham khảo *Tạp A-hàm*, Việt dịch, kinh 1097.

[699] *No. 99:* Cõi này thường hằng, không biến dịch, thuần nhất, xuất ly. Chưa từng thấy có ai đến cõi này, huống là có người vượt lên trên cõi này. Pāli: *"natthi so samaṇo vā brāhmaṇo vā yo idha āgaccheyyā "* ti.

[700] *No. 99:* Biết tâm niệm của Phạm thiên kia, liền nhập tam muội... Pāli: *tassa brahmuno cetasā cetoparivitakkamaññāya.*

[701] Kiều Trần Như 憍陳如; Pāli: *Añña-koṇḍañña. No. 99:* A-nhã-câu-lân 阿若俱隣. Pāli: *Mahāmoggallāna,* Đại Mục-kiền-liên.

dưới Đức Như Lai[702].

Khi ấy, Tôn giả Ma-ha Ca-diếp bằng thiên nhãn thanh tịnh quán xem Thế Tôn đang đến chỗ nào, lại biết Thế Tôn đang ở trên đảnh của Phạm thiên, cũng nhập định này, biến mất ở đây, hiện ra trên đảnh Phạm thiên, ở phía Nam, bên dưới Đức Như Lai.

[413a01] Khi ấy, Tôn giả Mục-liên[703] bằng thiên nhãn thanh tịnh quán xem Thế Tôn đang đến chỗ nào, lại biết Thế Tôn đang ở trên đảnh của Phạm thiên, liền nhập định này, biến mất ở đây, hiện ra trên đảnh Phạm thiên, ở phía Tây, bên dưới Đức Như Lai.

Khi ấy, Tôn giả A-na-luật[704] lại bằng thiên nhãn thanh tịnh quán xem Thế Tôn đang đến chỗ nào, lại biết Thế Tôn đang ở trên đảnh của Phạm thiên, cũng nhập định này, biến mất ở đây, hiện ra trên đảnh của Phạm thiên, ở phía Bắc, bên dưới Đức Như Lai.

Bấy giờ, Thế Tôn nói với Phạm Thiên: "Sở kiến xưa nay của ông được buông bỏ chưa?"

Ngài lại bảo Phạm thiên: "Tâm ông vốn nghĩ: 'Ta chưa từng thấy ai có thể sanh vào cung ta, huống là có thể vượt qua khỏi ta chăng?' Nay ông hãy thử xem thân của những vị trời này, dung mạo sáng chói có thù thắng hơn ông không?"

Khi ấy, Phạm thiên bạch Phật: "Dạ thưa, con đã thấy! Nhưng những vị con thấy hôm nay, hào quang của họ, xưa nay chưa từng thấy, mà nay thấy đó. Hào quang của những vị này thật là thù thắng. Từ nay về sau con sẽ không bao giờ dám nói, chỗ này là thường hằng, không có biến hoại."

Phật bảo Phạm thiên: "Chỗ này là vô thường, rỗng không, không tự tại." Đức Phật bằng nhiều cách thuyết pháp cho Phạm thiên, khai thị, chỉ dạy, lợi ích, vui mừng, sau đó Ngài nhập tam-muội, biến mất khỏi

---

702 *No. 99: Ở phía đông, quay mặt về hướng tây, hướng đến Phật.* Pāli *tassa brahmuno upari vehāsaṃ pallaṅkena nisīdi tejodhātuṃ samāpajjitvā nīcataraṃ bhagavato.*

703 *No. 99: Xá-lợi-phất.* Pāli *Mahākappinassa, Ma-ha Kiếp-tân-na.*

704 *No. 99: Đại Mục-kiền-liên.* Pāli *Anuruddha, A-na-luật-đà.*

cõi Phạm thiên kia, trở về tinh xá Kỳ-hoàn.

Tôn giả Kiều Trần Như, Ma-ha Ca-diếp, A-na-luật, v.v... cũng bằng nhiều cách thuyết pháp cho Phạm thiên kia, khai thị, chỉ dạy, lợi ích, vui mừng, lại nhập định này, biến mất khỏi cõi Phạm thiên kia, trở về tinh xá Kỳ-hoàn; duy chỉ Tôn giả Đại Mục-kiền-liên còn ngồi lại ở đó. Bấy giờ, Phạm thiên ấy hỏi ngài Mục-liên: "Đệ tử Thế Tôn phải chăng còn có vị có đại oai đức, đại thần túc như Ngài?"[705]

Mục-liên đáp: "Các vị Thanh Văn khác cũng có oai đức và thần túc như vậy." Tôn giả Mục-liên liền nói kệ:

"Đệ tử Mâu-ni, đại La-hán
Có đại oai đức, đủ Ba minh
Dứt sạch các lậu, biết tâm người
Hiện thần biến, giáo hóa chúng sanh
Thanh Văn như vậy rất đông nhiều
Vì vậy, nay ông nên cung kính."

Khi ấy, Tôn giả Mục-kiền-liên nói kệ này rồi, bằng nhiều cách thuyết pháp, khai thị, chỉ dạy, lợi ích, vui mừng, lại nhập định này, biến mất khỏi cõi Phạm thiên kia, trở về tinh xá Kỳ-hoàn.

KINH 110. NHẬP DIỆT[706]

Tôi nghe như vầy:

---

[705] *No. 99:* Những đệ tử khác của Thế Tôn đều có đại oai đức, đại thần lực như vậy không? *aññepi tassa bhagavato sāvakā evaṃmahiddhikā evaṃmahānubhāvā; seyyathāpi bhavaṃ moggallāno kassapo kappino anuruddho " ti?*

[706] Tương đương *No. 99* (1197). Pāli, S. 6. 2.5 *Parinibbāna.* Tham khảo *Tạp A-hàm,* Việt dịch, kinh 1098.

Một thời, Đức Phật ở trong rừng Sa-la[707], sinh địa của Lực sĩ[708], tại nước Câu-thi-na-kiệt[709]. Bấy giờ, Như Lai sắp đến giờ Niết-bàn, bảo A-nan rằng: "Ngươi hãy trải tòa[710] cho ta, đầu xoay về hướng Bắc, ở giữa hai cây Sa-la."

Khi ấy, [413b01] A-nan vâng lời Phật dạy, trải tòa giữa hai cây Sa-la, đầu xoay về hướng Bắc. Trải tòa xong, Ngài đi đến chỗ Phật, đảnh lễ sát chân Phật, ngồi sang một bên, bạch Phật: "Bạch Thế Tôn! Con đã trải tòa giữa hai cây Sa-la, đầu xoay về hướng Bắc xong rồi."

Bấy giờ, Thế Tôn từ chỗ ngồi đứng dậy, đến nằm trên tòa được đặt giữa hai cây Sa-la, nghiêng hông bên phải, đầu xoay về hướng Bắc, hai chân xếp chồng lên nhau, buộc tâm vào tướng ánh sáng, khởi niệm giác tưởng Niết-bàn trước tiên.[711]

Bấy giờ, ở nước Câu-thi-na-kiệt, có một Phạm chí tên Tu-bạt-đà-la,[712] tổ tiên sống ở nước này, ông ấy già nua, một trăm hai mươi tuổi. Bấy giờ, các lực sĩ trong nước này đều cúng dường cung kính, tôn trọng tán thán ông cho là A-la-hán. Khi ấy, Tu-bạt-đà-la nghe mọi người lan truyền rằng, Đức Bà-già-bà ngay trong đêm nay sẽ nhập Niết-bàn, liền nghĩ: "Ta ở trong pháp tu tập có điều nghi hoặc, duy chỉ Cù-đàm chắc chắn có thể giải thích, quyết điều nghi hoặc cho ta". Nghĩ xong, ông liền ra khỏi thành Câu-thi-la-kiệt, đi đến rừng Sa-la. Khi ấy, Tôn giả A-nan đang đi kinh hành bên ngoài. Thấy A-nan, Tu-bạt-đà-la liền đi đến, bạch với A-nan: "Tôi nghe người ta nói, Sa-môn Cù-đàm vào giữa đêm nay sẽ nhập Vô dư Niết-bàn. Bây giờ tôi muốn gặp Ngài

---

[707] Sa-la lâm 娑羅林. *No. 99:* 堅固雙樹林, kiên cố Song thọ lâm. Pali *sālavana*, rừng Sa-la.

[708] Lực sĩ 力士. Pali *malla*, bộ tộc Malla, bộ tộc lực sĩ.

[709] Câu-thi-na-kiệt 拘尸那竭. Pali *Kusinārā*, Câu-thi-na-la.

[710] *No. 99:* Thằng sàng 繩床, giường dây.

[711] *Tạp A-hàm* không có đoạn nói về Phạm chí Tu-bạt-đà-la mà mô tả thẳng bối cảnh Thế Tôn Niết-bàn, "Bấy giờ là lúc nửa đêm, Thế Tôn ở trong Vô dư Niết-bàn giới mà Bát-niết-bàn. Sau khi Phật Bát-niết-bàn, rừng cây song thọ liền trổ hoa, rơi xuống chung quanh cúng dường Thế Tôn. Khi ấy, có tỳ-kheo nói kệ..."

[712] Tu-bạt-đà-la 須跋陀羅. Pali *Subhadda*.

để giải quyết điều nghi hoặc."

A-nan đáp: "Thưa Phạm chí! Thân Phật đang mệt mỏi, ông không nên quấy nhiễu."

Tu-bạt-đà-la bạch A-nan: "Tôi nghe Như Lai ngay trong đêm nay sẽ nhập Vô dư Niết-bàn. Trước đây tôi từng nghe các vị Tiên nhân túc cựu nói: 'Nếu Đức Như Lai, Chí Chân, Đẳng Chánh Giác xuất hiện ở đời, như hoa Ưu-đàm-bát, khó có thể gặp được.' Tôi có chút nghi ngờ, mong được giải quyết, cúi xin Ngài cho phép tôi gặp."

Thỉnh như vậy ba lần, A-nan đáp: "Xin đừng quấy nhiễu Đức Phật!"

Bấy giờ, Đức Thế Tôn bằng thiên nhĩ thanh tịnh, xa nghe A-nan ngăn cản Tu-bạt-đà-la, không cho đi tới. Đức Phật bảo A-nan: "Đừng ngăn cản ông ấy, hãy cho ông ấy đi tới, tùy ý vấn nạn."

Khi ấy, Tu-bạt-đà-la nghe Phật xót thương, cho phép đi tới, vui mừng phấn khởi, liền đến chỗ Phật. Sau khi thăm hỏi xong, ngồi sang một bên, bạch Phật: "Bạch Đức Thế Tôn! Con có chút nghi hoặc, Ngài cho phép con hỏi không?"

Đức Phật nói: "Tùy ý ông hỏi."

Được Đức Phật hứa khả, Tu-bạt-đà-la bạch Phật: "Bạch Thế Tôn! Lục sư ngoại đạo có nhiều quan điểm dị biệt, như Phú-lan-na Ca-diếp, Mạt-già-lê Câu-xa-lê tử, A-xà-da Tì-la-đê tử, A-xà-đa Sí-xá-khâm-bà-la, Ca-ni-đà Ca-chiên-diên, **[413c01]** Ni-kiền-đà Xà-đề-tử. Sáu đạo sư này, mỗi vị đều tự xưng mình là Thế Tôn, nhưng thật sự họ có được Nhất Thiết Trí không?"

Bấy giờ, Đức Thế Tôn liền nói kệ:

> *"Ba mốt tuổi xuất gia*
> *Đến nay hơn năm mươi*
> *Tìm cầu các thiện pháp*
> *Hành giới định, đạt tuệ.*
> *Tất cả người thế gian*
> *Chẳng biết nơi chốn thật*
> *Huống chi biết pháp thật?*
> *Nếu tu Bát chánh đạo*

> *Có thể được Sơ quả*
> *Cho đến quả thứ tư;*
> *Nếu không tu Bát chánh*
> *Sơ quả còn không biết*
> *Huống chi quả thứ tư?*
> *Ta ở trong Đại chúng*
> *Thuyết pháp Sư tử hống*
> *Nếu ngoài Chánh pháp này*
> *Cũng không có sa-môn*
> *Cùng với bà-la-môn."*

Phật nói đúng lúc, Tu-bạt-đà-la xa lìa trần cấu, đắc Pháp nhãn tịnh. Khi ấy, Tu-bạt-đà-la sửa lại Uất-đa-la-tăng, chắp tay hướng Phật, bạch Phật: "Bạch Thế Tôn! Con nay đã được vượt qua ba đường ác."

Lúc ấy, Tu-bạt-đà-la bạch với A-nan: "Hay thay! Tôn giả A-nan! Ngài được lợi ích lớn, làm đệ tử thị giả đệ nhất của Phật. Tôi hôm nay cũng được thiện lợi, nguyện được xuất gia trong Giáo pháp Phật."

A-nan chắp tay bạch Phật: "Tu-bạt-đà-la xin được xuất gia trong Giáo pháp của Phật."

Bấy giờ, Thế Tôn liền bảo Tu-bạt-đà-la: "Thiện lai Tỳ-kheo!" râu tóc tự rụng, thân mặc pháp y, liền được giới Cụ túc. Sau khi được giới Cụ túc, liền thành A-la-hán. Tu-bạt-đà-la bèn nghĩ: "Đêm nay ta không thể kham nhẫn chứng kiến Thế Tôn nhập Niết-bàn, ta nên nhập Niết-bàn trước." Tu-bạt-đà-la, ngay tức thì nhập Niết-bàn trước. Như Lai sau đó cũng nhập Niết-bàn.

Bấy giờ, trong chúng có một tỳ-kheo nói kệ:

> *"Song thọ nhập Niết-bàn*
> *Cành nhánh rũ bốn bên*
> *Trên dưới rải mưa hoa*
> *Rơi trên Phật rực rỡ.*
> *Sở dĩ rải mưa hoa*
> *Thế Tôn Bát-niết-bàn."*

Thích Đề-hoàn Nhân lại nói kệ:

"Các hành vô thường
Là pháp sanh diệt
Sanh diệt tịch diệt
[414a01] *Mới gọi Niết-bàn."*[713]

Khi ấy, Phạm chủ thiên lại nói kệ:

"Mọi sinh vật ở đời
Chung quy đều bỏ thân
Hôm nay Đại Thánh Tôn
Đầy đủ cả mười lực
Thế Tôn không ai bằng
Nay nhập vào Niết-bàn."

Bấy giờ, Tôn giả A-na-luật lại nói kệ:

"Ý pháp Chủ dừng trụ
Thở ra vào đã dứt
Điều Như Lai thành tựu
Hành, lực thảy đầy đủ.
Nay nhập vào Niết-bàn
Tâm không còn sợ hãi
Xả bỏ hết các thọ
Như dầu hết đèn tắt.
Diệt Hữu, nhập Niết-bàn
Tâm ý được giải thoát."

Khi ấy, Đại chúng nhìn thấy rồi, lông trên thân đều dựng đứng. Đức Phật nhập Niết-bàn trải qua bảy ngày, bấy giờ A-nan làm lễ trà tỳ Như Lai, nhiễu quanh bên hữu,[714] nói kệ:

---

[713] *No. 99: ... sanh rồi lại đến diệt, tịch diệt đây thì an lạc.* Pali *"Aniccā vata saṅkhārā, uppādavayadhammino; Uppajjitvā nirujjhanti, tesaṃ vūpasamo sukho " ti.* Các hành đích thật vô thường, là pháp sanh diệt, chúng sanh rồi diệt, tịch diệt chúng thì an lạc.

[714] *No. 99: Tôn giả A-nan đi đến chỗ Chi-đề. Chi-đề* 枝提. Pali *cetiya,* tháp miếu.

"Đại bi Phạm Thế Tôn!
Thể đồng chơn tịnh bảo[715]
Có đại thần thông lực
Tự phát lửa đốt thân
Nghìn lụa dùng quấn thân
Tấm trong ngoài không cháy.[716]*"*

---

[715] *No. 99:* Đạo sư thân báu này, đi lên cõi Phạm thiên.

[716] Nội ngoại nhị bất thiêu 內外二不燒, hai tấm trong và ngoài không cháy.
No. 99: Chỉ hai tấm không cháy.

TỤNG PHẨM II (1)

KINH 111. NHẬP DIỆT[717]

Tôi nghe như vầy:[718]

Một thời, Đức Phật ở tại vườn Trúc, Ca-lan-đà, thành Vương Xá. Bấy giờ, Thế Tôn nói với các tỳ-kheo: "Các ông đều phải siêng năng tu tập thiện hạnh, tăng trưởng dần dần như mặt trăng mới mọc."[719]

Khi ấy, có tỳ-kheo vừa mới thọ giới, từng bước tu tập tàm quý, khéo giữ gìn oai nghi, tới lui trong nhân gian đều nhu hòa kính thuận, không gây tội lỗi, chế ngự được thân tâm, như người mắt sáng tránh xa giếng hố sâu và vách núi cao. Tỳ-kheo cũng vậy, như mặt trăng mới mọc, lớn lên dần dần, thiện hạnh mỗi ngày một đổi mới.

Đức Phật lại bảo các tỳ-kheo: "Nay trong hội chúng này, Tỳ-kheo Ca-diếp siêng năng tu thiện hạnh, như mặt trăng mới mọc, lớn lên dần dần; từng bước tu tập tàm quý, tới lui trong nhân gian, chế ngự được thân tâm, nhu hòa kính thuận, trọn không gây tội, như người mắt sáng, tránh được giếng hố sâu và vách núi cao. Ca-diếp Tỳ-kheo

---

[717] Tương đương *No.* 99 (1136). Pāli, S. 16. 3. *Candūpama*. Tham khảo *Tạp A-hàm*, Việt dịch, kinh 1277.

[718] Để bản bị rớt câu này. Đây dịch theo *No.* 99.

[719] *No.* 99: Tỳ-kheo hãy sống như mặt trăng, khi đi vào nhà người với tàm quý, khiêm hạ, thúc liễm thân tâm như người mới học. Pāli *candūpamā, bhikkhave, kulāni upasaṅkamatha – apakasseva kāyaṃ, apakassa cittaṃ, niccanavakā kulesu appagabbhā.*

cũng lại như vậy."

Đức Phật nói với các tỳ-kheo: "Tỳ-kheo phải tương ưng với pháp như thế nào mới có thể đến nhà người?"[720]

Các tỳ-kheo bạch Phật: "Bạch Thế Tôn! Như Lai là gốc của các pháp, dẫn đạo các pháp[721], **[414b01]** chỗ nương tựa của các pháp. Hay thay! Bạch Thế Tôn! Cúi xin Ngài diễn bày nghĩa lý này cho chúng con. Sau khi nghe, chúng con sẽ chí tâm thọ trì."

Đức Phật lại bảo các tỳ-kheo: "Hãy lắng nghe! Hãy lắng nghe! Chí tâm ghi nhớ. Nếu có tỳ-kheo không bị nhiễm trước, không bị ràng buộc với gia đình, không sanh tăng giảm, tâm không hiềm hận, cũng không tật đố[722]. Thấy người khác được lợi dưỡng, tâm sanh hoan hỷ. Thấy người khác được người kia hiến cúng cũng không phẫn hận. Đối với người tu phước thảy đều tùy hỷ. Lại không tự khen mình có đức hạnh, điều gì được nói ra đều vì tất cả mọi người. Thấy tỳ-kheo khác cùng đến nhà người, không hề chê bai, hủy báng, với mình và người không có tâm cao thấp. Nếu các tỳ-kheo tu tập thiện tâm như đã nói trên mới gọi là tùy thuận, xoay chuyển như pháp, qua lại trong nhân gian."

Bấy giờ, Thế Tôn đưa tay vào trong hư không nói với các tỳ-kheo: "Bây giờ tay này của ta, không bị dính, không trói bởi hư không, không có hiềm khích, cũng không sân nhuế. Tay này lẽ nào lại có sự trói buộc, dính mắc, hay tăng giảm?"

Các tỳ-kheo liền bạch Phật: "Bạch Thế Tôn! Tay này ở trong hư không không bị trói, không bị dính, không có tăng giảm."

Phật bảo các tỳ-kheo: "Đúng vậy, đúng vậy! Nếu tỳ-kheo nào tâm

---

[720] *No. 99:* Tỳ-kheo phải như thế nào mới có thể vào nhà người? Pāli *kathaṃrūpo bhikkhu arahati kulāni upasaṅkamituṃ" nti?*

[721] Chư pháp chi đạo 諸法之導. *No. 99:* Nhãn pháp 法眼, con mắt của pháp. Pāli *dhammā bhagavaṃnettikā.*

[722] *No. 99:* Tỳ-kheo vào nhà người mà tâm không bị dính mắc, không bị trói buộc, không tham đắm dục lạc. Pāli *yassa kassaci bhikkhuno kulāni upasaṅkamato kulesu cittaṃ na sajjati na gayhati na bajjhati.*

không bị trói, bị dính, như tay di chuyển trong hư không, mới có thể ra vào, tới lui nhà người mà không sanh tăng giảm, không sanh ưu não, cũng không ganh ghét đố kỵ. Thấy người khác được lợi dưỡng, tâm sanh hoan hỷ. Thấy người khác được cúng dường mà không cúng cho mình cũng không phẫn hận. Thấy người tu phước thảy đều tùy hỷ, *cho đến...* không có tâm cao thấp."

Đức Phật bảo các tỳ-kheo: "Tỳ-kheo Ca-diếp cũng lại như vậy. Tới lui trong nhân gian mà tâm không hề bị dính, bị trói, *cho đến...* không có tâm cao thấp."

Đức Phật lại đưa tay vào hư không lần thứ hai, và nói với các tỳ-kheo: "Được nói như trên, *cho đến...* Tỳ-kheo Ca-diếp cũng lại như vậy."

Phật hỏi các tỳ-kheo: "Thế nào là tỳ-kheo ra vào nhà người, thuyết pháp cho người? Thế nào được gọi là thuyết pháp thanh tịnh? Thế nào gọi là thuyết pháp không thanh tịnh?"

Khi ấy, các tỳ-kheo bạch Phật: "Bạch Thế Tôn! Như Lai là gốc của các pháp, dẫn đạo các pháp[723], chỗ nương tựa của các pháp. Hay thay! Bạch Thế Tôn! Cúi xin Ngài diễn bày nghĩa lý này cho chúng con. Sau khi nghe, chúng con sẽ chí tâm thọ trì."

Phật bảo các tỳ-kheo: "Hãy lắng nghe! Hãy lắng nghe! Chí tâm ghi nhớ. Nếu có tỳ-kheo nào thuyết pháp cho người mà nghĩ thế này: 'Ta thuyết pháp cho người kia, sẽ khiến cho người ấy tín kính ta, cúng cho ta nhiều thứ uống ăn, y phục, thuốc men trị bệnh gầy.' Nếu người thuyết pháp như vậy, đây gọi là không thanh tịnh. Nếu có tỳ-kheo thuyết pháp cho người, muốn khiến cho người nghe **[414c01]** chứng hiểu Phật pháp, trừ bỏ khổ hiện tại, lìa các nhiệt não, không đợi thời tiết, dẫn dắt, chỉ bày thiện thú, vì họ hiển hiện, cho đến khiến thành người trí tự mình hiểu biết, không do người khác chỉ dạy, xa lìa sanh lão bệnh tử ưu bi khổ não. Những điều người ấy nói có thể khiến cho người nghe như pháp tu hành. Vì khiến cho người nghe ở trong đêm

---

[723] Chư pháp chi đạo 諸法之導. *No. 99:* Nhãn pháp 法眼, con mắt của pháp. Pāli *dhammā bhagavaṃnettikā.*

dài sanh tử đắc pháp, đắc nghĩa, đắc lợi, đắc an lạc. Người thuyết như vậy được gọi là thuyết từ bi thanh tịnh. Vì lòng thương xót và lợi ích, muốn khiến cho Chánh pháp được tồn tại lâu dài. Thuyết pháp như vậy gọi là thanh tịnh. Thế nên, các tỳ-kheo phải nghĩ như vậy; thuyết pháp cho người nên học như vậy.

"Đức Phật lại đưa tay vào hư không lần thứ ba, cũng được nói như trên, Tỳ-kheo Ca-diếp có thể thuyết như vậy, vì khiến cho người nghe chứng hiểu Phật pháp, *cho đến*... vì muốn khiến cho Chánh pháp được tồn tại lâu dài, thương xót và lợi ích nên nói như vậy. Đây gọi là thanh tịnh, xứng hợp với Phật pháp."

Bấy giờ, các tỳ-kheo sau khi nghe những lời Phật dạy, hoan hỷ phụng hành.

KINH 112. THÍ DỮ[724]

Tôi nghe như vầy:

Một thời, Đức Phật ở tại vườn Cấp Cô Độc, rừng cây Kỳ-đà, nước Xá-vệ. Bấy giờ, Đức Phật nói với các tỳ-kheo: "Nếu có tỳ-kheo sắp muốn đi đến nhà đàn-việt, trước nghĩ như vầy: 'Nếu có bố thí thì nên mau cho ta, chứ đừng chậm trễ. Thành tâm thí cho ta, chứ đừng không chí thành. Mong cho được nhiều, đừng khiến quá ít. Hãy thí cho ta vật ngon, chứ đừng vật dở.' Nếu nghĩ như vậy, ý quyết định đi đến nhà đàn-việt. Tuy đàn-việt cho nhưng không thành tâm thí, không cung kính. Tuy thí thức ăn thức uống nhưng không sung túc, cho họ vật dở, chứ không cho vật ngon. Nếu có thí cho thì chậm trễ chứ không mau lẹ. Vì không vừa ý nên tỳ-kheo này hổ thẹn lo buồn, tâm sanh tổn giảm.[725]

---

[724] Tương đương *No. 99* (1137). Pāli, S. 16. 4. *Kulūpaka*. Tham khảo *Tạp A-hàm*, Việt dịch, kinh 1278.

[725] *No. 99*: Tâm của tỳ-kheo này sẽ bị khuất nhục. Vì lý do ấy nên tâm của tỳ-kheo này thối thất, tự sanh chướng ngại.

"Nhưng tỳ-kheo này nên nghĩ như vầy: 'Đến nhà đàn-việt, đó chẳng phải là nhà của ta, làm thế nào mà được xứng hợp với tâm mình? Hà cớ gì phải suy nghĩ, muốn khiến cho đàn-việt thí mau chứ không chậm, cho đến vật ngon, chứ không phải dở.' Nếu nghĩ như vậy, giả sử không được gì, tâm cũng không hối hận, lìa sự tăng giảm, không có oán hiềm. Giả sử đàn-việt kia có bố thí ít, không thành tâm cho, chậm trễ chứ không mau lẹ, cho đến cho vật dở, không cho vật ngon, như vậy tâm tỳ-kheo cũng không hiềm hận, không hổ thẹn, tâm không tăng giảm.

"Tỳ-kheo Ca-diếp khởi tâm như vầy, đến chỗ đàn-việt, đây không phải nhà của mình, làm thế nào mà ý người có thể xứng hợp với mình. Mong họ thành tâm, thí nhanh chứ không chậm, cho đến vật ngon, chứ đừng có dở. Tỳ-kheo Ca-diếp suy nghĩ như vậy khi đến nhà đàn-việt, tuy không được thí, [415a01] cũng không có hổ thẹn, tâm không bị tổn giảm.

"Thế nên các tỳ-kheo! Hãy khởi tâm như vậy khi đến nhà người khác, không nên khởi niệm thí mau cho tôi, *cho đến...* vật ngon. Vì vậy, các ngươi nên học như vậy, như Tỳ-kheo Ca-diếp đến nhà đàn-việt."

Bấy giờ, các tỳ-kheo sau khi nghe những lời Phật dạy, hoan hỷ phụng hành.

KINH 113. THẮNG PHỤ[726]

Tôi nghe như vầy:

Một thời, Đức Phật ở tại vườn Cấp Cô Độc, rừng cây Kỳ-đà, nước Xá-vệ. Bấy giờ, Tôn giả Ma-ha Ca-diếp ở tại giảng đường Tỳ-xá-khư

---

[726] Tương đương *No. 99* (1138). Pāli, *S.* 16. 6. *Ovāda*. Tham khảo *Tạp A-hàm*, Việt dịch, kinh 1279.

trong Cựu Viên lâm,[727] nước Xá-vệ. Khi ấy, vào ban đêm[728], Tôn giả Ma-ha Ca-diếp từ thiền định dậy. Sau khi từ thiền định dậy, đi đến chỗ Phật, đảnh lễ sát chân Phật rồi ngồi sang một bên.

Phật bảo Ca-diếp: "Thầy nên giáo thọ cho các tỳ-kheo, chỉ dạy, hướng dẫn phương pháp thiền định, và nói pháp yếu[729]. Vì sao? Ta thường giáo thọ cho các tỳ-kheo, Thầy cũng nên như vậy. Ta thường thuyết pháp yếu cho các tỳ-kheo, Thầy cũng nên như vậy."

Ca-diếp bạch Phật: "Các tỳ-kheo này không chịu nghe nói, khó có thể giáo thọ."

Phật hỏi Ca-diếp: "Ngày nay, vì nhân duyên gì Thầy không chịu thuyết pháp?"

Ca-diếp lại bạch Phật: "Nay có hai Tỳ-kheo, một là Nan-đồ[730], đệ tử cộng hành của A-nan; hai là A-tì-phù[731], đệ tử của Mục-liên. Hai người đệ tử này luôn tranh cãi hơn thua với nhau, họ đều tự xưng rằng: 'Tri kiến của tôi hơn, sở thuyết của tôi hơn.' dẫn đến cùng nhau muốn giải quyết tri kiến và ngôn thuyết, rằng: 'Thuyết của tôi vi diệu hay thuyết của Thầy vi diệu? Cú nghĩa của tôi đầy đủ hay cú nghĩa của Thầy đầy đủ?'"[732]

Bấy giờ, A-nan đang cầm quạt quạt, hầu bên Thế Tôn. A-nan nói với Ca-diếp: "Thôi! Thôi! Tôn giả! Cho tôi xin sám hối. Hai tỳ-kheo này mới vào trong Phật pháp, ngu si vô trí, chưa có hiểu biết."

Tôn giả Ca-diếp nói với A-nan: "Dừng lại thôi, A-nan! Ông chớ có ở

---

727 *No. 99:* Ở trong giảng đường Lộc Tử Mẫu, tại vườn phía Đông...

728 Ư kỳ dạ 於其夜. *No. 99:* Bô thời 晡時, buổi chiều.

729 *No. 99:* Thầy nên thuyết pháp, giáo giới, giáo thọ cho các tỳ-kheo.

730 Nan-đồ 難茶. *No. 99:* Bàn-trù 槃稠. Pāli *Bhaṇḍa.*

731 A-tì-phù 阿毘浮. *No. 99:* A-phù-tì 阿浮毘. Pāli *Abhiñjika.*

732 *No. 99:* Hai người này tranh luận về đa văn. Họ nói với nhau, 'Ngươi đến đây để cùng nhau bàn luận, xem ai có sở tri nhiều, và sở tri của ai hơn.' Pāli *'ehi, bhikkhu, ko bahutaraṃ bhāsissati, ko sundarataraṃ bhāsissati, ko ciratataraṃ bhāsissatī '' ti.* Hãy đến đây, này tỳ-kheo! Ai sẽ nói nhiều hơn? Ai sẽ nói tốt đẹp hơn? Ai sẽ nói lâu dài hơn?

trong Tăng mà nói lời thiên vị."⁷³³

Bấy giờ, Đức Thế Tôn bảo một tỳ-kheo: "Ngươi hãy đi gọi hai tỳ-kheo kia đến đây."

Khi ấy, tỳ-kheo này vâng lời dạy, đến gọi hai tỳ-kheo kia và nói: "Thế Tôn cho gọi hai Thầy."

Hai tỳ-kheo thừa mệnh Phật, liền đến chỗ Phật, đảnh lễ sát chân Phật rồi đứng sang một bên.

Bấy giờ, Thế Tôn hỏi hai tỳ-kheo: "Hai ngươi thật có nói như vầy: 'Tôi đọc tụng nhiều, tôi hiểu biết nhiều, thuyết ngôn cú kệ của tôi không thiếu sót, muốn quyết định thắng thua'. Có việc như vậy không?"

Hai tỳ-kheo bạch Phật: "Thật vậy, Bạch Thế Tôn!"

Phật lại hỏi: "Nếu các ngươi hiểu những pháp ta nói như Tu-đa-la, [415b01] Kỳ-dạ, Thọ Ký, Thuyết kệ, Ưu-đà-na, Ni-đà-na, Y-đế Mục-đa-dà, Bản Sanh, Tì-phật-lược, Vị tằng hữu, Ưu-ba-đề-xá, Bản sự. Nếu các ngươi đọc tụng mười hai thể loại này khiến cho thông lợi, thì trong những kinh này có nói đến việc thắng thua hay không?"

Hai tỳ-kheo bạch Phật: "Bạch Thế Tôn! Trong mười hai thể loại này, thật không có nói điều này."

Phật lại hỏi hai tỳ-kheo: "Ta nói mười hai thể loại kinh là vì muốn diệt trừ sự tranh cãi hơn thua. Vì sao hôm nay các ngươi lại làm điều này? Các ngươi là người ngu si, hiểu biết như vậy, Ta có nói như vậy sao? Nếu sanh khởi tranh cãi, đây không phải là Phật pháp, lại còn không phải pháp của người xuất gia. Trong Phật pháp của Ta hoàn toàn không có việc 'ta hơn ngươi thua' như thế này, *cho đến...* 'pháp ta thuyết/nói cú nghĩa đầy đủ, pháp ngươi nói/thuyết cú nghĩa không đầy đủ'. Sự tranh cãi như vậy, quả thật không phải Ta nói. Tỳ-kheo hai ngươi! Việc như vậy, hai ngươi có nên làm không?"

Khi ấy, hai tỳ-kheo liền đảnh lễ sát chân Phật, bạch Phật: "Chúng

---

⁷³³ *No. 99:* Thầy hãy im lặng, chớ khiến ta ở giữa Tăng hỏi việc Thầy. Xem thêm kinh 1279. THẮNG.

con nghe Đức Phật dạy, tự biết mình có tội. Chúng con thật là trẻ con ngu si, không hiểu biết gì, làm việc không nên làm, làm điều bất thiện, mới cùng nhau xác quyết những việc hơn thua, thật có tội lỗi này. Cúi mong Đức Thế Tôn thương xót chúng con, chấp nhận cho chúng con được sám hối."[734]

Đức Phật dạy: "Ta biết các ngươi thành tâm khẩn thiết sám hối. Các ngươi thật là trẻ con ngu si, không hiểu biết gì, làm điều bất thiện, không vâng lời Phật dạy, không phải pháp xuất gia, mới tranh cãi hơn thua, mỗi người đều nói mình biết nhiều hơn, *cho đến..* ngôn thuyết cú nghĩa của tôi đầy đủ hơn, của ngươi không đầy đủ. Việc tranh cãi hơn thua như vậy, thực sự không nên làm. Ta nay nhận sự thành tâm sám hối của các ngươi, để cho các ngươi thiện pháp được tăng trưởng, không còn thối thất. Vì sao? Nếu có thể thành tâm, thật biết có tội, sau đó mới sám hối, về sau không còn tái phạm. Người sám hối như vậy thì thiện pháp được tăng trưởng, không còn thối thất.[735]"

Hai tỳ-kheo này sau khi nghe Phật dạy, hoan hỷ đảnh lễ rồi ra về.

KINH 114. BẤT TÍN[736]

Tôi nghe như vầy:

Một thời, Đức Phật ở tại vườn Cấp Cô Độc, rừng cây Kỳ-đà, nước Xá-vệ. Bấy giờ, Tôn giả Ma-ha Ca-diếp đang ở trong giảng đường Tỳ-xá-khư, tại Cựu viên lâm. Khi ấy, vào lúc mặt trời lặn, Tôn giả Ca-diếp từ thiền định dậy, đi đến chỗ Phật, đảnh lễ sát chân Phật rồi ngồi sang một bên.

---

[734] *No. 99:* Chúng con xin sám hối Thế Tôn! Xin sám hối Thiện Thệ! Chúng con ngu si bất thiện, không phân biệt, nên tranh luận nhau.

[735] *No. 99:* Vì nếu có người tự biết tội, tự thấy tội, tự biết hối lỗi, giới luật nghi sẽ phát sanh ở đời vị lai, không bao giờ thối giảm.

[736] Tương đương *No. 99* (1139). Pāli, S. 16.7. *Ovāda.* Tham khảo *Tạp A-hàm,* Việt dịch, kinh 1280.

Phật nói với Ca-diếp: "Thầy nên giáo thọ, thuyết pháp cho các tỳ-kheo[737]. Vì sao? Ta thường giáo thọ, Thầy cũng nên như vậy. Ta thường thuyết pháp cho các tỳ-kheo, Thầy cũng nên như vậy."

Ca-diếp bạch Phật: "Các tỳ-kheo này khó có thể giáo thọ, vì không chịu nghe nói."[738]

Phật hỏi Ca-diếp: "Nay Thầy thấy nhân duyên gì mà không chịu thuyết pháp?"

[415c01] Ca-diếp đáp: "Nếu có kẻ bất tín, thối thất đối với thiện pháp, thì sanh giải đãi, không có tàm quý, ngu si vô trí, tham đắm tài vật của người, có tâm nhuế hại, bị thùy miên cái che trùm, vọng động không dừng, nghi ngờ đối với pháp, chấp chặt ngã kiến, tâm đầy phiền não cấu uế, mừng, giận, thất niệm, không tạm an định. Có những pháp ác bất thiện như vậy, người này quyết định câu hữu. Những người như đây, còn không có một chút thiện, huống chi là tăng trưởng thiện pháp, không có sự thối thất.[739]

Nếu lại có người, tín tâm đầy đủ, thiện pháp bất thối chuyển, tinh tấn không mệt mỏi, tu tập tàm quý. Có người trí, thật hành thiện pháp đầy đủ, không có tưởng về tham, xa lìa sân hận, trừ bỏ thụy miên cái, tâm không vọng động, không có nghi hoặc, không chấp trước thân kiến, tâm thanh tịnh không cấu nhiễm, không có mừng giận, trụ tâm chánh niệm, đầy đủ thiền định, thiện pháp bất thối chuyển. Nếu người có đầy đủ những thiện pháp như trên, con còn không nói

---

[737] *No. 99:* Thầy hãy thuyết pháp, giáo giới, giáo thọ cho các tỳ-kheo. Pāli *ovada, kassapa, bhikkhū; karohi, kassapa, bhikkhūnaṃ dhammiṃ kathaṃ.* Này Ca-diếp! Thầy hãy giáo giới cho các tỳ-kheo, hãy thuyết pháp cho các tỳ-kheo.

[738] *No. 99:* "Tỳ-kheo bây giờ khó có thể thuyết pháp cho. Nếu có thuyết pháp, sẽ có tỳ-kheo không nhẫn, không hoan hỷ."

[739] *No. 99:* Tỳ-kheo không có tâm tín kính đối với thiện pháp, nếu nghe thuyết pháp, họ có thể thối chuyển; hoặc người trí ác đối với thiện pháp, không có tinh tấn, tàm quý, trí tuệ...; hoặc người có tham dục... vô trí ... những hạng người này khiến tâm họ an trụ trong thiện pháp còn không thể được, huống là tăng trưởng...

đến sự an trụ thiện pháp của người ấy, huống chi là tăng trưởng[740]? Những người như đây, thiện pháp tăng trưởng suốt ngày đêm."

Đức Phật nói với Ca-diếp: "Đúng vậy đúng vậy! Như lời ông nói, nếu người bất tín, thối thất đối với thiện pháp, *cho đến...* những người như đây còn không có chút thiện nào, huống chi là tăng trưởng? Nếu lại có người tín tâm đầy đủ, bất thối chuyển đối với thiện pháp, *cho đến...* con còn không nói đến sự an trụ thiện pháp của người ấy, huống chi là tăng trưởng?"

Bấy giờ, Tôn giả Ma-ha Ca-diếp sau khi nghe những lời Phật dạy, hoan hỷ, tùy hỷ, từ chỗ ngồi đứng dậy đảnh lễ, rồi ra về.[741]

KINH 115. PHẬT CĂN BẢN[742]

Tôi nghe như vầy:

Một thời, Đức Phật ở tại vườn Cấp Cô Độc, rừng cây Kỳ-đà, nước Xá-vệ. Bấy giờ, Tôn giả Ma-ha Ca-diếp đang ở trong giảng đường Tỳ-xá-khư, tại Cựu viên lâm. Khi ấy, vào lúc mặt trời lặn, Tôn giả Ca-diếp từ thiền định dậy, đi đến chỗ Phật, đảnh lễ sát chân Phật rồi ngồi sang một bên.

---

[740] Huống bất tăng trưởng 況不增長? chữ 'bất' ở đây bị thừa. *No. 99:* Người như vậy, đối với các thiện pháp, ngày càng tăng trưởng, huống chi tâm lại an trú. Người này ngày đêm thường cầu tăng tiến, không bao giờ thối thất. *Pāli tassa yā ratti vā divaso vā āgacchati, vuddhiyeva pāṭikaṅkhā kusalesu dhammesu, no parihāni,* dù ngày hay đêm, sự mong chờ đối với thiện pháp của vị ấy chỉ tăng trưởng, chứ không thối chuyển.

[741] Đây dịch theo *Tạp A-hàm.* Để bản: Các tỳ-kheo sau khi nghe những lời Phật dạy, hoan hỷ phụng hành.

[742] Tương đương *No. 99* (1140). Pāli, S. 16.8. *Ovāda.* Tham khảo *Tạp A-hàm,* Việt dịch, kinh 1281.

Đức Phật nói với Ca-diếp: "Thầy nên giáo thọ, thuyết pháp cho các tỳ-kheo. Vì sao? Ta thường giáo thọ, Thầy cũng nên như vậy. Ta thường thuyết pháp yếu cho họ, Thầy cũng nên như vậy."

Ca-diếp bạch Phật: "Bạch Thế Tôn! Các tỳ-kheo này không chịu nghe nói, khó có thể giáo thọ."

Phật hỏi Ca-diếp: "Thầy vì cớ gì mà không chịu giáo thọ, không thuyết pháp cho họ?"

Ca-diếp đáp: "Thế Tôn là gốc pháp, là dẫn đạo pháp, chỗ nương tựa của pháp. Hay thay! Bạch Thế Tôn! Cúi xin Ngài phân tích diễn bày cho chúng con. Sau khi nghe, chúng con sẽ chí tâm thọ trì."

Đức Phật bảo Ca-diếp: "Hôm nay Thầy hãy khéo lắng nghe, ghi nhớ thọ trì. Ta sẽ phân biệt, giảng giải cho Thầy."

Ca-diếp bạch Phật: "Kính vâng Thế Tôn, con mong muốn được nghe."

[416a01] Phật nói với Ca-diếp: "Khi xưa, có tỳ-kheo tự tu hạnh A-luyện-nhã, khen ngợi người tu hạnh A-luyện-nhã.[743] Tỳ-kheo tự đi khất thực, mặc y phấn tảo, khen ngợi người đi khất thực, mặc y phấn tảo. Tỳ-kheo thiểu dục tri túc, thường ưa chỗ hoang vắng tịch tĩnh, siêng tu tinh tấn, tâm không trì trệ tán loạn, thường ưa thiền định, tự mình dứt sạch các lậu, khen ngợi người dứt sạch các lậu. Vì thế nên, tất cả tỳ-kheo đều đến thân cận, thăm hỏi những vị ấy. Vả lại, những người đến nói với tỳ-kheo này rằng: 'Hoan nghênh Tỳ-kheo! Hãy ngồi vào chỗ này! Thầy tên gì, đệ tử của ai? Mà tu hành hiền lương, ứng hợp pháp sa-môn như vậy.[744] Phàm người xuất gia, phải nên làm sa-môn như Thầy. Nếu người nào gặp Thầy, học theo hạnh Thầy làm, không bao lâu chắc chắn sẽ đạt được sự lợi mình.'

---

743 *No. 99:* Tỳ-kheo A-luyện-nhã sống ở chỗ Tỳ-kheo A-luyện-nhã, khen ngợi pháp A-luyện-nhã.

744 *No. 99:* Nếu gặp những vị như vậy thì nên tiếp chuyện, tùy nghi thăm hỏi, chào đón: 'Ngài tên gì? Đệ tử của ai?' Nhường chỗ mời ngồi và tán thán sự hiền thiện của họ, như pháp sở hành của họ, có nghĩa sa-môn, có sở dục sa-môn, khen ngợi như vậy.

Tân học tỳ-kheo thấy việc này rồi, nghĩ như vầy: 'Nơi ấy có tỳ-kheo, mọi người đều cung kính. Nay ta cũng nên tập học hạnh của vị ấy, người tự tu hạnh A-luyện-nhã, khen ngợi người tu hạnh A-luyện-nhã; người tự đi khất thực, mặc y phấn tảo, khen ngợi người đi khất thực, mặc y phấn tảo; người thiểu dục tri túc, thường ưa chỗ hoang vắng tịch tĩnh, siêng tu tinh tấn, tâm không trì trệ tán loạn, thường ưa thiền định, tự mình dứt sạch các lậu, khen ngợi người dứt sạch các lậu. Vì vậy, tất cả tỳ-kheo đều đến thân cận, an ủi, thăm hỏi những vị ấy. Vả lại, những người đi đến nói với tỳ-kheo này rằng: 'Hoan nghênh Tỳ-kheo! Hãy ngồi vào chỗ này. Thầy tên gì? Đệ tử ai? Mà tu hành hiền lương, ứng hợp pháp sa-môn như vậy. Phàm người xuất gia, phải nên làm sa-môn như Thầy. Nếu người nào gặp Thầy, học theo hạnh Thầy làm, chẳng bao lâu chắc chắn sẽ đạt được sự lợi mình.' Những vị tân học nếu khởi lên ý nghĩ như vậy sẽ được lợi ích lâu dài, đắc nghĩa, đắc lạc, gọi là tự cứu vớt mình, có khả năng làm cho Chánh pháp được trụ thế lâu dài. Người này chỉ tiến tới, hoàn toàn không thối đọa."

Phật nói với Ca-diếp: "Hoặc có tỳ-kheo vừa sinh ra liền có phước, vừa mới xuất gia liền được nhiều lợi dưỡng, y phục, thuốc thang, sàng tòa, ngọa cụ, tứ sự sung túc. Lại có tỳ-kheo gặp tỳ-kheo này, gần gũi nói chuyện, an ủi, thăm hỏi. Khi ấy, tỳ-kheo kia nói với tỳ-kheo này rằng: 'Thầy tên gì? Đệ tử ai? Vừa sanh ra liền có phước, vừa mới xuất gia liền được nhiều lợi dưỡng, y phục, thuốc thang, sàng tòa, ngọa cụ, tứ sự sung túc. Nếu tỳ-kheo nào gần gũi Thầy, tứ sự sẽ không thiếu.'

Nếu có tân học tỳ-kheo thấy việc này rồi, suy nghĩ như vầy: 'Nơi ấy có tỳ-kheo có phước từ khi sinh, mọi người đều cung kính. Ta nay cũng nên [416b01] tu hạnh như vậy, để y phục, ngọa cụ, ẩm thực, thuốc thang, tứ sự cúng dường, cũng thường sung túc.' Nếu tân học tỳ-kheo tác ý như vậy, học những việc như vậy, đây gọi là đêm dài suy hao, đều không có lợi ích. Và vì mục đích lợi lạc, không phải pháp sa-môn, sẽ thọ các khổ não, gọi là tự khinh hủy mình; Phạm hạnh không lập, chìm trong bùn bẩy, bị kẻ ác lừa dối, đủ các kết sử, thường thọ các hữu, sanh các nhiệt não, hoạch đắc khổ báo, chắc chắn sẽ chịu sanh lão bệnh tử.[745]"

---

[745] *No. 99:* Cho nên, Ca-diếp! phải tu học như vầy: Hãy xưng danh tán thán

Bấy giờ, Đại Ca-diếp và các tỳ-kheo sau khi nghe những lời Phật dạy, hoan hỷ phụng hành.

KINH 116. SUY MẠI[746]

Tôi nghe như vầy:

Một thời, Đức Phật ở tại vườn Cấp Cô Độc, rừng cây Kỳ-đà, nước Xá-vệ. Bấy giờ, Tôn giả Ma-ha Ca-diếp đang ở trong giảng đường Tỳ-xá-khư, tại Cựu viên lâm. Khi ấy, vào lúc mặt trời lặn, Đại Ca-diếp từ thiền định dậy, đi đến chỗ Phật, đảnh lễ sát chân Phật rồi ngồi sang một bên.

Bấy giờ, Thế Tôn nói với Ca-diếp: "Thầy nay già rồi, tuổi đã suy yếu, mặc nạp y, phấn tảo, vải gai thô xấu[747] này, cáu bẩn, nặng nề. Nay Thầy hãy về lại trong Tăng, ăn thức ăn của Tăng, mặc y hoại sắc được cắt may, do đàn-việt cúng."[748]

Ca-diếp bạch Phật: "Bạch Thế Tôn! Chiếc nạp y[749] này con mặc

---

những vị A-luyện-nhã sống ở A-luyện-nhã; xưng danh tán thán vị mặc y phấn tảo, khất thực, thiểu dục tri túc, tu hạnh viễn ly, tinh cần phương tiện, chánh niệm, chánh định, chánh trí lậu tận, tự thân tác chứng.

[746] Tương đương *No. 99* (1141). Pāli, S. 16. 5. *Jiṇṇaṃ*. Tham khảo *Tạp A-hàm*, Việt dịch, kinh 1282.

[747] Thương-na phấn tảo nạp y 商那糞掃納衣. *No. 99:* phấn tảo y 糞掃衣. Thương-na 商那. Pāli *sāṇa*, vải làm bằng chỉ gai thô.

[748] *No. 99:* Y phấn tảo thì nặng. Y của Ta nhẹ tốt. Nay Thầy có thể ở trong chúng mặc y nhẹ hoại sắc do cư sỹ cúng." Pāli *"garukāni ca te imāni sāṇāni paṃsukūlāni nibbasanāni. Tasmātiha tvaṃ, kassapa, gahapatāni ceva cīvarāni dhārehi, nimantanāni ca bhuñjāhi, mama ca santike viharāhī" ti.*

[749] Nạp y 納衣, áo được ghép bằng nhiều mảnh vải khác nhau, đủ màu sắc, góp nhặt từ khắp nơi trong đống rác, bãi tha ma...

đã lâu, con cũng khen ngợi người mặc nạp y, làm sao con có thể bỏ được?"

Phật bảo Ca-diếp: "Thầy thấy mặc nạp y có ý nghĩa và lợi ích gì mà mặc suốt thời gian dài; tự hành hạnh a-luyện-nhã, khen ngợi người tu hạnh a-luyện-nhã; tự đi khất thực, khen ngợi người đi khất thực?"[750]

Ca-diếp bạch Phật: "Bạch Thế Tôn! Con thấy mặc nạp y có hai điều lợi: Trong đời hiện tại sống an lạc; đời vị lai làm pháp chiếu soi cho các tỳ-kheo, được người đời sau học tập theo.[751] Chúng sanh đời sau sẽ nghĩ rằng: 'Xưa kia, Phật còn tại thế, Tỳ-kheo Đại đức lâu dài tu Phạm hạnh, vui thích Phật pháp, thâm hiểu phép tắc, thiểu dục tri túc; tự hành hạnh A-luyện-nhã, khen ngợi người hạnh A-luyện-nhã; mặc y phấn tảo, khen ngợi người mặc y phấn tảo; đi khất thực, khen ngợi người đi khất thực.' Người ở đời vị lai luôn luôn phát sanh tâm này, ngưỡng mộ pháp này, được làm người cứu độ, đem lại nghĩa lợi, và an lạc."[752]

Đức Phật khen Ca-diếp: "Lành thay! Lành thay! Nếu làm được như vậy, Thầy là người trong lâu dài thương xót thế gian, làm lợi ích rộng lớn, làm người cứu độ, đem lại nghĩa lợi, và an lạc.[753] Nếu có sa-môn, bà-la-môn nào hủy báng người hành Đầu-đà, những người ấy chính là hủy báng Ta. Nếu có người nào **[416c01]** khen ngợi công đức Đầu-đà, người ấy chính là khen ngợi Ta. Vì sao? Ta bằng nhiều nhân duyên, vô số phương tiện khen ngợi công đức hành Đầu-đà, an lập Đầu-đà,

---

[750] *No. 99:* Thầy quán sát có bao nhiêu nghĩa mà tập hạnh A-luyện-nhã, ... mặc y phấn tảo, khất thực?

[751] *No. 99:* Và đời vị lai làm gương cho chúng sanh. *Pāli Attano ca diṭṭhadhammasukhavihāraṃ sampassamāno, pacchimañca janataṃ anukampamāno – 'appeva nāma pacchimā janatā diṭṭhānugatiṃ āpajjeyyuṃ'.*

[752] *No. 99:* Nếu ai nghe được điều này, tâm họ sẽ thanh tịnh và tùy hỷ, lúc nào cũng được an lạc và lợi ích.

[753] *No. 99:* Thầy là người trong lâu dài đem lại nhiều lợi ích, an lạc cho chúng sanh, thương xót thế gian, và an lạc trời, người. *Pāli Bahujanahitāya kira tvaṃ, kassapa, paṭipanno bahujanasukhāya lokānukampāya atthāya hitāya sukhāya devamanussānaṃ.*

tán thán Đầu-đà là hạnh tu thù thắng nhất trong các hạnh. Từ nay về sau, Thầy thường phải tự thực hành hạnh A-luyện-nhã, khen ngợi người hành hạnh A-luyện-nhã."

Bấy giờ, Đại Ca-diếp và các tỳ-kheo sau khi nghe những lời Phật dạy, hoan hỷ phụng hành.

KINH 117. TỆ NẠP Y[754]

Tôi nghe như vầy:

Một thời, Đức Phật ở tại vườn Cấp Cô Độc, rừng cây Kỳ-đà, nước Xá-vệ. Lúc ấy, Tôn giả Ma-ha Ca-diếp ở biên ải xa, trải tòa cỏ mà an trú, y bị rách nát, màu sắc biến đổi bạc phếch, râu tóc cũng dài ra, đi đến chỗ Phật[755]. Bấy giờ, Thế Tôn đang thuyết pháp cho đại chúng vây quanh. Khi ấy, các tỳ-kheo nhìn thấy Ca-diếp, đều khởi lên suy nghĩ: "Vị tôn giả kia chẳng biết oai nghi của người xuất gia, mặc y bạc màu, dơ bẩn, râu tóc dài thượt, oai nghi không đủ".

Bấy giờ, Thế Tôn biết tâm niệm của các tỳ-kheo, vì muốn khiến cho họ sanh kính trọng, nên từ xa nhìn thấy Ca-diếp, liền nói: "Đến đây! Ca-diếp! Hãy cùng ngồi trên nửa tòa này, Ta đang suy nghĩ: "Thầy xuất gia trước, Ta xuất gia sau, vì thế Ta chia nửa tòa cho Thầy, mời Thầy ngồi."[756]

Ma-ha Ca-diếp sau khi nghe lời dạy này rồi, hoảng hốt, liền đứng

---

[754] Tương đương *No. 99* (1142). Pāli, S. 16. 9. *Jhānābhiññā*. Tham khảo *Tạp A-hàm*, Việt dịch, kinh 1283.

[755] *No. 99*: ... sống lâu nơi sàng tọa A-luyện-nhã, nước Xá-vệ, râu tóc ra dài, mặc y rách vá, đến chỗ Phật.

[756] *No. 99*: Nay Ta muốn biết, ai xuất gia trước. Thầy ư? Ta ư? Các tỳ-kheo nghe rồi, sanh lòng sợ hãi, chân lông dựng đứng lên, nói với nhau: "Lạ thay! Tôn giả ấy là Ma-ha Ca-diếp, có oai đức lớn, thần lực lớn, là đệ tử của Đại sư, được mời cùng ngồi trên nửa tòa."

dậy chắp tay, đảnh lễ sát chân Phật, bạch Phật: "Bạch Thế Tôn! Ngài là bậc Đại sư của con, con là đệ tử, làm sao con có thể ngồi chung với Thầy được?" Lần thứ hai, lần thứ ba, cũng nói như vậy.

Đức Phật bảo Ca-diếp: "Thật đúng như lời ông nói. Ta là Thầy của ông. Ông là đệ tử." Rồi đề nghị Ca-diếp: "Ông hãy đến ngồi trên chỗ ngồi thích hợp này."

Khi ấy, Tôn giả Ca-diếp vâng lời Phật dạy, trải tòa mà ngồi. Bấy giờ, Đức Thế Tôn vì muốn cho các tỳ-kheo kia được tăng ích, yếm ác, tự trách mình. Vì muốn khen ngợi công đức của Ma-ha Ca-diếp tôn trọng ngang bằng với Phật, nên nói với các tỳ-kheo: "Khi Ta tu định ly dục, nhập vào Sơ thiền, khởi lên suy nghĩ, Tỳ-kheo Ca-diếp cũng muốn xa lìa pháp ác bất thiện, có tầm có tứ, nhập vào Sơ thiền. Cũng lại ngày đêm, muốn nhập Sơ thiền. Nhị thiền, Tam thiền, và Tứ thiền cũng lại như vậy. Nếu ta phát tâm muốn nhập Từ tâm, tâm không hiềm oán, tâm không não hại, tâm rộng khắp, khéo tu vô lượng, ở nơi phương Đông kia mà khởi tâm như vậy; ở nơi phương Nam, Tây, Bắc, [417a01] bốn phía trên dưới cũng khởi tâm này. Ta ngày đêm muốn tu tâm này. Ma-ha Ca-diếp cũng lại như vậy, muốn nhập Từ tâm, tâm không hiềm oán, tâm không não hại, tâm rộng khắp, khéo tu vô lượng, ở nơi phương Đông kia mà khởi tâm như vậy; ở nơi phương Nam, Tây, Bắc, bốn phía trên dưới cũng khởi tâm này.

"Nếu Ta tu tâm bi, hỷ, xả, ngày đêm thường nhập tâm này, Ma-ha Ca-diếp cũng lại như vậy, ngày đêm thường nhập tâm này.

"Ta muốn diệt trừ não hoại, loại bỏ Sắc tưởng. Nếu loại trừ tưởng, nhập Hư không vô biên, Ta cũng muốn ngày đêm thường nhập định này. Thức vô biên xứ, Vô sở hữu xứ,⁷⁵⁷ Phi tưởng phi phi tưởng xứ cũng lại như vậy.

"Ta cũng muốn nhập các định thần thông, có thể biến một thân thành vô lượng thân, vô lượng thân trở lại thành một thân.

"Ta muốn quán sát các phương trên dưới, đi vào vách đá không hề chướng ngại. Thí như hư không, ngồi nằm trong không như nhạn

---

⁷⁵⁷ Thức xứ, bất dụng xứ 識處不用處.

vương kia, đi trên đất như đi trên nước, đi trên nước như đi trên đất, thân lên đến Phạm thiên, tay sờ chạm mặt trời mặt trăng. Nếu ta ngày đêm muốn tu định này, thì Tỳ-kheo Ca-diếp cũng lại như vậy, muốn nhập các định thần thông kia, có thể biến một thân thành vô lượng thân, vô lượng thân trở lại thành một thân, quán sát bốn phương, bốn phía trên dưới. Có thể bằng thân này đi vào vách đá mà không hề chướng ngại. Thí như hư không, ngồi nằm trong không như nhạn vương kia, đi trên đất như đi trên nước, đi trên nước như đi trên đất, thân lên đến Phạm thiên, tay sờ chạm mặt trời mặt trăng, cũng muốn ngày đêm thường nhập định này. Thiên nhãn, thiên nhĩ và tha tâm trí; túc mạng trí, lậu tận trí cũng lại như vậy."[758]

Bấy giờ, Thế Tôn ở giữa vô số Đại chúng kia, xưng tán công đức của Ca-diếp, tôn trọng như vậy, mọi thứ đều ngang bằng mình[759]. Khi ấy, các tỳ-kheo sau khi nghe những lời Phật dạy, hoan hỷ phụng hành.

KINH 118. CHỨNG TRI[760]

Tôi nghe như vầy:

Một thời, Đức Phật ở tại vườn Trúc, Ca-lan-đà, thành Vương Xá[761].

---

[758] *No. 99:* "Ta tùy theo sở dục mà thành tựu và an trụ từ, bi, hỷ, xả, Không vô biên xứ, ... thần thông hiện các cảnh giới, có trí thiên nhĩ, ... trí lậu tận, hoặc ngày, hoặc đêm, hoặc ngày đêm. Tỳ-kheo Đại Ca-diếp cũng lại như vậy, ... *cho đến hoặc ngày đêm.*"

[759] *No. 99:* Thế Tôn ... tán thán công đức thắng diệu rộng lớn của Tôn giả Ma-ha Ca-diếp như mình.

[760] Tương đương *No. 99* (1143). Pāli, S. 16. 10. *Upassaya.* Tham khảo *Tạp A-hàm,* Việt dịch, kinh 1284.

[761] Phật tại Vương Xá thành, Kì-xà-quật sơn Ca-lan-đà Trúc lâm 佛在王舍城耆闍崛山迦蘭陀竹林. 'Kì-xà-quật sơn' ở đây, có lẽ bị chép nhầm, vì vườn Trúc Ca-lan-đà và núi Kỳ-xà-quật là hai địa danh khác nhau, mặc dầu rất gần nhau.

Bấy giờ, Tôn giả Ma-ha Ca-diếp và Tôn giả A-nan đang ở trong núi Kỳ-xà-quật. Đến giờ khất thực A-nan nói với Tôn giả Ca-diếp: "Bạch Đại đức! Đã đến giờ khất thực, chúng ta hãy cùng đi khất thực."

Ngay sau đó, Ma-ha Ca-diếp đắp y ôm bát, cùng với A-nan ra khỏi núi Kỳ-xà-quật, vào thành Vương Xá khất thực. A-nan nói với Ma-ha Ca-diếp: "Bây giờ còn sớm, tôi muốn đến tinh xá Tỳ-kheo-ni, xem pháp thức tu hành của các tỳ-kheo-ni."

[417b01] Ca-diếp đáp: "Đúng vậy." Tức thì hai Tôn giả cùng đến Tinh xá Tỳ-kheo-ni. Bấy giờ, các tỳ-kheo-ni từ xa trông thấy hai Tôn giả đến, liền trải tòa ngồi. Trải tòa xong, họ bạch hai Tôn giả: "Thỉnh hai vị ngồi vào chỗ này!" Hai Tôn giả liền ngồi vào nơi ấy. Các tỳ-kheo-ni thấy hai vị ngồi xong, liền đảnh lễ sát chân, rồi đứng sang một bên.

Bấy giờ, Ma-ha Ca-diếp bằng nhiều cách thuyết pháp cho các tỳ-kheo-ni, khai thị, chỉ dạy làm cho lợi ích, vui mừng. Ở trong chúng này có Tỳ-kheo-ni Thâu-la Nan-đà[762], nghe Ca-diếp thuyết pháp yếu, tâm không ưa thích, liền thốt ra lời nói ác: "Hôm nay vì sao Trưởng lão Ca-diếp lại thuyết pháp yếu cho tỳ-kheo-ni ở trước mặt A-nan? Giống như người bán kim đến nhà người làm kim, muốn bán kim, rốt cuộc không bán được. Hôm nay Ca-diếp, cũng lại như vậy. Tại sao ở trước mặt ngài A-nan mà thuyết pháp?" Nói như vậy rồi, đứng im lặng.

Khi ấy, Ma-ha Ca-diếp bằng thiên nhãn thanh tịnh nghe Tỳ-kheo-ni ấy nói rồi, liền nói với trưởng lão A-nan: "Thầy có thấy Tỳ-kheo-ni Thâu-la Nan-đà này, tâm không hoan hỷ, không vui thích, thốt ra những lời thô ác chăng?"

Tôn giả A-nan hỏi Tôn giả Ca-diếp: "Tỳ-kheo-ni kia nói việc gì?"

Ca-diếp đáp: "Tỳ-kheo-ni ấy nói: 'Tại sao Ca-diếp lại nói pháp yếu cho tỳ-kheo-ni ở trước mặt A-nan Tì-đề-ha Mâu-ni[763]?' Thầy ví như con của người làm kim, còn ta là kẻ bán kim."

---

[762] Thâu-la Nan-đà Tỳ-kheo-ni 偷羅難陀比丘尼. Pāli *Thullatissā (Thullanandā) bhikkhunī*.

[763] A-nan Tì-đề-hê-tử-mâu-ni 阿難比提醯子牟尼. *No. 99*: A-nan Tì-đề-ha-mâu-ni 阿難鞞提訶牟尼. Pāli *Ānanda Vedehamuni*.

Tôn giả A-nan nói với Tôn giả Ca-diếp: "Thôi! Thôi! Tôn giả! Thứ trẻ con, ngu si thiếu trí[764], không đáng trách, cúi xin Đại đức cho cô ta sám hối."[765]

Ca-diếp liền nói với Trưởng lão A-nan: "Như Lai, A-la-hán, Đẳng-chánh-giác[766] vì để giáo hóa dìu dắt mà dẫn ví dụ mặt trăng kia, mỗi ngày lớn dần, đầy đủ tàm quý, lìa xa vô tàm, nhẫn sự mạ nhục, thúc liễm thân tâm, qua lại trong nhân gian, là nói Ta, hay nói Thầy giống như mặt trăng kia chăng?[767]"

A-nan đáp: "Như Lai Thế Hùng, thật chẳng nói tôi giống như mặt trăng kia."

Ca-diếp lại nói: "Cúi xin Đức Phật, Thế Tôn, A-la-hán, Đẳng-chánh-giác[768] chứng tri, đã nói con giống như trăng mới mọc kia, mỗi ngày lớn dần, đầy đủ tàm quý, lìa xa vô tàm, nhẫn sự mạ nhục, thúc liễm thân tâm, qua lại mọi nhà."

A-nan bạch: "Thật đúng như vậy."

Tôn giả Ca-diếp nói với A-nan: "Như Lai, Thế Tôn ở trước vô lượng trăm ngàn Đại chúng, xưng tên ta rằng: 'Đại đức này, người có tàm quý, trí huệ sâu xa, ví tợ như Ta.' [417c01] Phật bảo các tỳ-kheo: 'Ta nay xa lìa các dục ác bất thiện, có tầm có tứ, hỷ lạc nhất tâm, nhập vào

---

764 Anh ngu thiếu trí 孾愚少智. *No. 99*: Ngu si lão ẩu 愚癡老嫗. *bālo mātugāmo ti.*

765 *No. 99*: Thôi, hãy nhịn! Đó là mụ già ngu si, thiếu trí tuệ, chưa từng tu tập! *Khama, bhante kassapa, bālo mātugāmo ti.* Hãy kham nhẫn, thưa Tôn giả *Kassapa*, ngu si là phụ nữ!

766 Như Lai, Thế Tôn, Đa-đà A-dà-độ, A-la-ha, Tam-miệu-tam Phật-đà 如來、世尊、多陀阿伽度、阿羅呵、三藐三佛陀; *...tassa Bhagavato arahato sammāsambuddhassa.*

767 *No. 99*: Tỳ-kheo, hãy sống như mặt trăng, thường như người mới học ... Đó là nói A-nan sống như mặt trăng, thường như người mới học chăng?

768 Như Lai, Thế Tôn, Đa-đà A-dà-độ, A-la-ha, Tam-miệu-tam Phật-đà, Đẳng-chánh-giác 如來、世尊、多陀阿伽度、阿羅呵、三藐三佛陀、等正覺.

Sơ thiền, đêm ngày thường ở trong định này. Tỳ-kheo Ca-diếp cũng thường xa lìa các dục ác bất thiện, có tầm có tứ, hỷ lạc nhất tâm, nhập vào Sơ thiền, đêm ngày thường ở trong định này.'"[769]

A-nan đáp: "Thật đúng vậy. Thưa Tôn giả Ca-diếp!" Nhị thiền, Tam thiền, Tứ thiền, Từ, bi, hỷ, xả và Tứ định, Tam minh, Lục thông cũng lại như vậy."

Bấy giờ, Tôn giả Ma-ha Ca-diếp ở trước Đại chúng Tỳ-kheo-ni, đã rống lên tiếng rống Sư tử, từ chỗ ngồi đứng dậy, trở về trú xứ của mình.

KINH 119. CHÚNG GIẢM THIỂU[770]

Tôi nghe như vầy[771]:

Bấy giờ, Đức Như Lai sắp nhập Niết-bàn.[772] Tôn giả A-nan và Ma-ha Ca-diếp đang ở tại núi Kỳ-xà-quật. Gặp lúc đói kém, khất thực khó được, vì thế Tôn giả A-nan dẫn các tân học tỳ-kheo đi đến tụ lạc Nam Sơn[773]. Trong số các tân học tỳ-kheo có những vị còn nhỏ tuổi, ưa thích đùa giỡn, ham mê ăn uống, không nhiếp các căn, không có oai nghi, đầu đêm cuối đêm, không siêng năng hành đạo, không đọc tụng

---

[769] *No. 99:* "A-nan, ngươi có từng được Như Lai, ... bậc Kiến giả, ở giữa vô lượng đại chúng, mời đến ngồi chung chăng? Lại nữa, Thế Tôn có tán thán đức độ rộng lớn của ngươi bằng Ngài không? A-nan đã ly dục, lìa pháp ác bất thiện, ... *cho đến* được Ngài tán thán lậu tận thông chăng?"

[770] Tương đương *No. 99* (1144). Pāli, S. 16. 11. *Cīvara.* Tham khảo *Tạp A-hàm*, Việt dịch, kinh 1285.

[771] Để bản không có câu này.

[772] Theo nội dung bản Kinh thì 'Phật vừa mới Niết-bàn' như *Tạp A-hàm* hợp lý hơn. *No. 99:* Thế Tôn Niết-bàn chưa bao lâu.

[773] Nam Sơn tụ lạc 南山聚落. *No. 99:* Nam sơn quốc thổ 南山國土. Pāli *dakkhiṇagiri.*

kinh điển, hông trái dính đất, mặc tình ngủ nghỉ. Sau khi đến đó, có hơn ba mươi người trong số các tân học tỳ-kheo đã bỏ đạo hoàn tục, cho nên đồ chúng giảm thiểu. Sau chuyến du hành kết thúc, trở về lại núi Kỳ-xà-quật, thành Vương Xá, A-nan thu lấy y bát, rửa tay chân, đi đến chỗ Tôn giả Đại Ca-diếp, đảnh lễ sát chân Tôn giả, rồi ngồi sang một bên.

Lúc ấy, Đại Ca-diếp nói với A-nan: "Thầy từ đâu về đây mà đồ chúng còn quá ít vậy?"

A-nan đáp: "Tôi đi đến tụ lạc Nam Sơn kia. Hơn ba mươi người trong số các đệ tử, ngày trước đều là đồng chơn xuất gia, đã bỏ đạo hoàn tục. Vì lý do này mà đồ chúng còn quá ít."⁷⁷⁴

Ma-ha Ca-diếp nói với A-nan: "Đức Như Lai vì sao chế pháp *Biệt chúng thực*, nhưng cho phép ba người cùng ăn chung một chỗ?"⁷⁷⁵

[A-nan đáp:] "Ý này là vì muốn bảo hộ mọi người, khiến không bị tổn giảm, cũng vì để chế phục các tỳ-kheo ác dục, đoạn trừ đối với những người có nhiều quyến thuộc, xưng danh nghĩa Tăng mà mong cầu nhiều, làm cho gia chủ tổn giảm, phá hoại chúng Tăng, chia rẽ thành hai bộ, khiến cho các tỳ-kheo như pháp không được cúng dường y phục, ẩm thực; còn tỳ-kheo phi pháp thì được nhiều lợi dưỡng. Ác dục tỳ-kheo đã được cúng dường rồi lại còn tranh cãi nhau với những vị tịnh hạnh."

[Ma-ha Ca-diếp nói với A-nan:] "Thầy vì lí do gì vào thời buổi đói khát này lại dẫn những tỳ-kheo tân học, nhỏ tuổi kia làm đồ chúng? Mà các tỳ-kheo này lại ưa thích đùa giỡn, **[418a01]** ham mê ăn uống,

---

774 *No. 99:* Từ nước Nam Sơn, du hành trong nhân gian, có ba mươi tỳ-kheo tuổi trẻ xả giới hoàn tục, đồ chúng giảm, nay còn lại phần nhiều là trẻ con.

775 *No. 99:* Có bao nhiêu phước lợi mà Như Lai, ... chế giới cho phép ba người trở lên cùng ăn chung? *Tạp A-hàm* có lẽ chép nhầm *ba người trở xuống* thành *ba người trở lên*, nếu Tăng từ bốn người trở lên cùng ăn, sẽ phạm vào 'Biệt chúng thực'. Pāli *kati nu kho, āvuso ānanda, atthavase paṭicca bhagavatā kulesu tikabhojanaṃ paññatta "nti?*

các căn buông lung, không có oai nghi, tham đắm ngủ nghỉ, không hề chán đủ, đầu đêm cuối đêm không tinh cần hành đạo, không đọc tụng kinh điển, với đồ chúng như vậy sao lại cùng du hành đến tụ lạc Nam sơn kia? Để sau khi đến đó, hơn ba mươi người, ngày trước đều là đồng tử xuất gia, đã bỏ đạo hoàn tục. Bây giờ, đồ chúng của Thầy bị tan hoại. Thầy vô trí, giống như trẻ con.[776]"

A-nan thưa: "Tôi đã lớn tuổi, sao lại nói 'giống như trẻ con'?"[777]

Ca-diếp lại nói: "Ta chẳng phải vô cớ mà gọi Thầy là trẻ con. Trong thời buổi đói kém, khất thực khó được, sao Thầy lại dẫn đông đảo chúng như vậy du hành đến tụ lạc Nam Sơn kia? Trong số đệ tử của Thầy có các vị nhỏ tuổi, ưa thích đùa giỡn, ham mê ăn uống, các căn buông lung, không có oai nghi, tham đắm ngủ nghỉ không hề chán đủ. Đầu đêm cuối đêm không siêng năng hành đạo, không tụng đọc kinh điển, khiến cho hơn ba mươi người bỏ đạo hoàn tục. Những việc làm như vậy há chẳng phải giống như trẻ con kia sao?"

Bấy giờ, Tỳ-kheo-ni Đế-xá Nan-đà[778] nghe Đại Ca-diếp quở trách Tôn giả A-nan hành động như trẻ con, trong lòng không vui, rất buồn bực, liền thốt ra lời thô ác: "Ông Đại Ca-diếp này vốn là ngoại đạo, nay vì sao dám chê trách A-nan Tì-đề-hê Mâu-ni hành động như trẻ con?"

Lúc ấy, Ca-diếp bằng thiên nhĩ thanh tịnh, đã nghe Tỳ-kheo-ni thốt ra lời thô ác này, mắng chửi mình, vì vậy Ca-diếp nói với A-nan: "Tỳ-kheo-ni Đế-xá Nan-đà, trong lòng không vui, rất buồn bực, thốt ra những lời thô ác này: 'Ông Đại Ca-diếp này vốn là ngoại đạo, vì sao dám chê trách A-nan Tì-đề-hê Mâu-ni hành động như trẻ con?'"

Bấy giờ, A-nan nói với Ca-diếp: "Tỳ-kheo-ni này ấu trĩ, vô trí, giống

---

[776] *No. 99:* Thầy chỉ là trẻ con, không biết trù lượng. Pali *Na vāyaṃ kumārako mattamaññāsī" ti.*

[777] *No. 99:* Thế nào, đầu tôi đã hai thứ tóc mà vẫn còn gọi tôi là trẻ con sao, bạch Tôn giả Ma-ha Ca-diếp? Pali *Api me, bhante kassapa, sirasmiṃ palitāni jātāni. Atha ca pana mayaṃ ajjāpi āyasmato mahākassapassa kumārakavādā na muccāmā" ti.*

[778] Đế-xá Nan-đà Tỳ-kheo-ni 帝舍難陀比丘尼. *No. 99:* Đê-xá Tỳ-kheo-ni 低舍比丘尼. Pali *Thullatissā bhikkhunī.*

như con nít thôi. Cúi xin Đại đức cho cô ta sám hối!"

Ma-ha Ca-diếp nói với A-nan: "Khi ta xuất gia, đã phát thệ quan trọng này: 'Trong thế gian nếu có bậc A-la-hán, ta sẽ quy y.' Từ khi xuất gia đến nay, chưa hề có ý hướng khác, duy chỉ y Như Lai, Vô Thượng Chí Chân, Đẳng Chánh Giác.[779] Khi còn ở thế tục, chưa xuất gia, ta đã nhìn thấy thế gian là nơi tụ tập những thứ khổ, sanh lão bệnh tử ưu bi sầu não, những việc như vậy tranh nhau đến bức bách. Lúc bấy giờ, ta chán ghét sự bức bách của gia đình, không có gì đáng lưu trú, ưa pháp xuất gia, xa lìa trần cấu. Ta thấy những sự ồn náo ở tại gia, [418b01] giống như đi vào một khu rừng đầy gai gốc, móc, cắt, đâm, kéo, làm cho thân thể bị thương, y phục rách nát, khó thoát ra được. Tại gia cũng vậy, nhiều sự ràng buộc, chìm đắm trong vũng bùn ái dục, không được tu Phạm hạnh thanh tịnh. Đêm ngày tư duy, chẳng thấy một pháp nào thù thắng hơn người cạo bỏ râu tóc, đắp mặc pháp y, buông bỏ gia nghiệp, tín tâm xuất gia.

"Khi sắp xuất gia, ta lựa chọn y phục kém cõi nhất trong nhà, được một chiếc y xấu, nhưng trị giá của nó cũng đáng mười vạn lượng vàng, ta liền lấy nó làm Tăng-già-lê.[780] Cơ nghiệp của tổ tiên, tất cả ta đều buông bỏ; quyến thuộc, thân thích cũng đều xa lìa.

"Ta lại nghĩ: 'Nếu trong thế gian có ai là A-la-hán, ta sẽ quy y, và xuất gia theo vị ấy.' Bấy giờ, ở khoảng giữa đại thành Vương Xá có La-la-kiền-đà,[781] ở khoảng giữa La-la-kiền-đà có tháp Đa tử.[782] Tại nơi ấy, ta gặp Đức Thế Tôn, đoan nghiêm thù diệu, các căn tịch tĩnh, tâm ý an nhiên, tâm đạt đến trạng thái điều phục vô thượng, tướng tốt chói sáng như lầu vàng. Sau khi nhìn thấy Ngài, trong tâm phấn khởi, ta suy nghĩ: 'Xưa nay ta tìm cầu một bậc Thầy xuất thế. Bây giờ ta đã

---

[779] *No. 99*: ... chưa từng biết ai khác là Thầy, ngoài Như Lai...

[780] *No. 99*: đem y quí, trị giá trăm ngàn lượng vàng cắt nhỏ từng mảnh may thành Tăng-già-lê.

[781] La-la-kiền-đà 羅羅健陀. *No. 99*: Na-la tụ lạc 那羅聚落, tụ lạc Na-la. [Pāli] *Nāḷanda*.

[782] *Đa tử tháp* 多子塔. [Pāli] *Bahuputta-cetiya*.

gặp, đúng là Đức Thế Tôn, A-la-hán, Chánh Đẳng Giác[783] của con.' Nghĩ như vậy rồi, tâm không tán loạn, chuyên niệm quán Phật, ta liền sửa y phục, nhiễu quanh bên hữu ba vòng, quỳ xuống chắp tay, bạch Phật: 'Phật là Thế Tôn của con. Con là đệ tử của Phật.' Nói như vậy ba lần. Đức Phật đáp lại: 'Đúng vậy! Ca-diếp! Ta là Thế Tôn của ông, ông là đệ tử của ta.' Ngài cũng đáp lại ba lần như vậy.

'Phật dạy: 'Này Ca-diếp! Nếu thế gian có đệ tử Thanh văn đều không chí tâm, thì thật chẳng phải Thế Tôn nói là Thế Tôn. Thật chẳng phải La-hán nói là La-hán. Chẳng phải Nhất thiết trí nói là Nhất thiết trí. Những người như vậy, đầu sẽ bị vỡ tan thành bảy mảnh. Nay Ta thật là người biết, thật là người thấy, thật là La-hán nói là La-hán, thật Chánh Đẳng Giác nói Chánh Đẳng Giác. Sự diễn thuyết của Ta thật có nhân duyên, chứ không phải không nhân duyên mà nói pháp yếu. Thật có thừa xuất, chứ không phải không thừa xuất. Thật có đối trị, chứ không phải không đối trị. Thật có tinh tấn, chứ không phải không tinh tấn. Có thể đoạn các kết, lậu, chứ không phải không thể đoạn. Này Ca-diếp! Nay ông nên học như vậy. Những gì ông được nghe đều là thiện pháp, là nghĩa lợi, nên phải chí tâm thọ trì đừng để quên mất, phải tôn trọng ghi nhớ, loại bỏ tâm tán loạn, nên phải chuyên tâm quán sát sự tăng trưởng và tổn giảm của năm uẩn, thường phải quán sát sự sanh diệt của lục xứ kia, an trụ tâm nơi Bốn niệm xứ, tu tập **[418c01]** Bảy giác chi, làm cho tăng trưởng rộng lớn, chứng Bát giải thoát, buộc niệm theo thân, chưa từng buông bỏ, tăng trưởng tàm quý.'

"Bấy giờ, Như Lai bằng nhiều cách phân tích pháp yếu cho ta, khai thị, chỉ dạy làm cho được lợi ích, vui mừng. Lúc ấy, ta thường theo sau Phật, chưa từng xa lìa. Lúc nào cũng nghĩ như vầy: 'Nếu Phật ngồi, ta sẽ đem Tăng-già-lê này, giá trị đến mười vạn lượng vàng, trải tòa cho Như Lai.'[784] Đức Phật vì biết tâm niệm ta, Ngài ra khỏi đạo tràng mà an trụ, ta mau chóng xếp y, trải làm tòa ngồi, bạch Phật: 'Thỉnh Thế

---

[783] Bà-già-bà, A-la-hán, Tam-miệu-tam
Phật-đà 婆伽婆、阿羅呵、三藐三佛陀.

[784] No. 99: Ta lấy cái y giá trị trăm ngàn lượng vàng cắt may thành tăng-già-lê kia, gấp bốn làm tòa ngồi...

Tôn ngồi trên chỗ ngồi này!' Đức Phật liền ngồi trên tòa ấy. Ngồi xong, Ngài nói với ta: 'Ca-diếp! Chiếc y này nhẹ, mềm mại.' Ta bạch Phật: 'Thật vậy, Thế Tôn! Cúi xin Thế Tôn thương xót con, thọ nhận chiếc y này!' Đức Phật bảo ta: "Ông có thể nhận chiếc nạp y bằng vải gai thô xấu này của ta không?' Ta đáp: 'Dạ. Con xin nhận!'

"Bấy giờ, Như Lai liền nhận đại y ta dâng. Lúc bấy giờ, ta cũng đón nhận chiếc y phấn tảo bằng vải gai thô xấu này từ chính tay Phật. Sau khi nhận y ta rồi, Đức Phật liền đứng dậy đi, ta theo sau Phật. [Về đến chỗ Phật], ta nhiễu quanh Phật ba vòng, đảnh lễ Phật rồi trở về chỗ của mình. Trong tám ngày tu học, ta đạt được ba quả. Đến ngày thứ chín, ta dứt sạch các hữu lậu, đắc A-la-hán.[785]

"A-nan nên biết! Nếu người nào nói chân chánh, nói như thật, thì nên nói: 'Ta là trưởng tử của Phật, từ miệng Phật sinh ra, từ Pháp hóa sanh, gìn giữ gia tài Phật pháp. Trong các môn tam-muội, thiền định, giải thoát, ta xuất nhập vô ngại.' Thí như con trưởng của Chuyển luân vương, dù chưa thọ nhận vương vị, vẫn tha hồ hưởng ngũ dục. Ta bây giờ cũng như vậy, là trưởng tử của Phật, sinh ra từ miệng Phật, hóa sanh từ pháp, gìn giữ gia tài Phật pháp, các môn tam-muội, thiền định, giải thoát, xuất nhập vô ngại.[786] Như voi báu của Chuyển luân vương rất là cao lớn, lấy một lá cây Đa-la che trùm thân thể nó, muốn khiến cho không nhìn thấy, có thể được vậy chăng?"

A-nan liền đáp: "Lá cây này, hoàn toàn không thể che trùm thân đại tượng kia."

Tôn giả Ca-diếp nói với A-nan: "Voi kia còn dễ che trùm, nhưng sáu thần thông của ta không người nào có thể ngăn che. Nếu người nào đối với Như ý thông mà sanh nghi hoặc, ta có thể diễn thuyết nghĩa

---

[785] *No. 99:* Đức Phật giáo thọ lần lượt như vậy, trong vòng tám ngày, ta đã học pháp thọ nhận khất thực, cho đến ngày thứ chín, ta đạt đến vô học.

[786] *No. 99:* Con trưởng thứ nhất của Chuyển luân vương, sẽ bằng phép quán đảnh mà ngồi lên vương vị, hưởng thụ ngũ dục của vua, không phải dùng phương tiện khổ, tự nhiên hưởng được. Ta cũng như vậy, … tự nhiên được.

này cho họ, khiến cho hiểu rõ ràng. Thiên nhĩ thông, tha tâm thông, túc mạng thông, sanh tử trí thông, lậu tận thông, nếu lại có người nào sinh khởi nghi hoặc đối với những thần thông này, ta cũng có thể diễn nói nghĩa này cho họ, khiến cho hiểu rõ ràng."

A-nan đáp: "Tôi đối với Tôn giả, **[419a01]** tâm luôn luôn kính tín, thanh tịnh."

Bấy giờ, sau khi hai Tôn giả nói như vậy xong, hoan hỷ mà đi.[787]

KINH 120. VÔ KÝ THUYẾT[788]

Tôi nghe như vầy:

Một thời, Đức Phật ở tại vườn Trúc, Ca-lan-đà, núi Kỳ-xà-quật, thành Vương Xá. Bấy giờ, Tôn giả Xá-lợi-phất và Đại Ca-diếp đều ở trong núi này. Lúc ấy, trong nước có bè đảng Lục sư, những người có chủ trương khác[789], đi đến chỗ Tôn giả Xá-lợi-phất, thăm hỏi xong, ngồi sang một bên, hỏi thế này: "Như Lai, Thế Tôn có nói 'Ta chết ở đây sẽ sanh nơi kia', có nói như vậy không?"[790]

Xá-lợi-phất đáp: "Những việc như vậy, không được Phật nói."[791]

Lục sư ngoại đạo lại hỏi: "Nếu vậy, Đức Phật có nói 'Thân Ta ở tại

---

[787] *No. 99:* Tôn giả Đại Ca-diếp sau khi nói những điều này, Tôn giả A-nan nghe những gì Ngài nói, hoan hỷ thọ trì.

[788] Tương đương *No. 99* (905). Pāli, S. 16. 12. *Paraṃmaraṇaṃ.* Tham khảo *Tạp A-hàm,* dịch Việt, kinh 1286.

[789] *No. 99:* Có nhiều chúng xuất gia ngoại đạo.

[790] *No. 99:* Như Lai có sanh tử đời sau chăng? Pāli *hoti tathāgato paraṃ maraṇāti,* Như Lai có tồn tại sau khi chết không?

[791] *No. 99:* Thế Tôn nói rằng: Điều này không ký thuyết. Pāli *Abyākataṃ kho etaṃ, āvuso, bhagavatā... Này Hiền giả! Điều này Thế Tôn không ký thuyết.

thế gian này? Không tái sanh?"⁷⁹²

Xá-lợi-phất lại đáp: "Những việc như vậy, Phật cũng không nói."

Ngoại đạo lại hỏi: "Đức Phật có nói 'Ta chết ở đây, vừa sanh nơi kia, vừa không sanh nơi kia'chăng?"⁷⁹³

Xá-lợi-phất nói: "Phật cũng không nói."

Ngoại đạo lại hỏi: "Đức Phật có nói 'Sau khi chết, Ta không tái sanh, cũng không phải không tái sanh' chăng?"⁷⁹⁴

Xá-lợi-phất nói: "Phật cũng không nói."

Ngoại đạo lại nói: "Trước chúng tôi hỏi Ngài, chết nơi này sanh nơi kia, cho đến không tái sanh cũng không phải không tái sanh, đều không thấy Ngài trả lời. Nếu Ngài được gọi là Bậc xuất gia túc cựu, thì nên hiểu rộng ý nghĩa, mà phân tích cho chúng tôi. Nay xem ra Ngài không thể trả lời chúng tôi, há chẳng là đứa trẻ chưa biết gì, kẻ ngu si, vô trí." Sau khi nói lời này rồi, ngoại đạo kia liền từ chỗ ngồi đứng dậy, trở về trú xứ của mình.

Bấy giờ, Tôn giả Ma-ha Ca-diếp ở cách Xá-lợi-phất không xa. Sau khi ngoại đạo đi rồi, Xá-lợi-phất liền đến chỗ của Đại Ca-diếp, đem những câu hỏi của ngoại đạo nói với Ca-diếp: "Như Lai vì sao im lặng không trả lời bốn loại câu hỏi này? Vì sao không dẫn tỷ dụ tương tợ để giải đáp cho họ? Trước đây, tôi từng nghe có người hỏi Phật: 'Chết ở đây rồi, có thọ thân đời sau không?' Phật im lặng không trả lời. Họ lại hỏi: 'Sau khi chết, không thọ thân đời sau chăng?' Phật cũng không trả lời. Lại hỏi: 'Ta chết ở đây rồi, vừa thọ thân đời sau, vừa không thọ thân đời sau chăng?' Phật cũng không trả lời. Lại hỏi: 'Sau khi ta

---

792 *No. 99:* Như Lai không có sanh tử đời sau chăng? Pāli *na hoti tathāgato param maraṇāti?*

793 *No. 99:* Như Lai vừa có sanh tử đời sau, vừa không sanh tử đời sau chăng? Pāli *hoti ca na ca hoti tathāgato param maraṇā " ti?*

794 *No. 99:* Như Lai không có sanh tử đời sau, cũng không phải không sanh tử đời sau chăng? Pāli *neva hoti, na na hoti tathāgato param maraṇā " ti?* Như Lai không tồn tại, cũng không phải không tồn tại sau khi chết?

chết, không thọ thân đời sau, cũng không phải không thọ thân đời sau chăng?' Đức Phật cũng không trả lời."

Tôn giả Ca-diếp nói với Xá-lợi-phất: "Như Lai sao có thể nói sắc diệt rồi, sẽ thọ sanh đời sau, *cho đến..* không phải sanh cũng không phải không sanh. Vì Thế Tôn đã diệt tận sắc kia, đã chánh trí giải thoát, nên hoàn toàn không còn chết đây sanh kia, chết chỗ này không sanh ở chỗ kia, vừa sanh vừa không sanh, **[419b01]** không phải sanh cũng không phải không sanh, cho nên Thế Tôn không trả lời. Ý nghĩa này sâu xa rộng lớn, vô lượng vô biên, không thể tính đếm, cho đến tịch diệt.[795]

"Thọ, tưởng *cho đến..* thức, chết đây sanh kia, *cho đến..* không sanh cũng không phải không sanh, cũng lại như vậy. Đây là động chuyển, đây là kiêu mạn, đây là phóng dật, đây là nghiệp hữu vi tạo tác, đây là ái kết, sanh ái chỗ này không sanh ái chỗ kia, vừa sanh ái chỗ kia vừa không sanh ái chỗ kia, không phải sanh chỗ kia cũng không phải không sanh chỗ kia. Như Lai, ái đã tận, đã đắc thiện giải thoát. Ái đã dứt sạch, nên sanh chỗ kia cũng không tồn tại; không sanh chỗ kia, cũng không tồn tại; vừa sanh chỗ kia, vừa không sanh chỗ kia, cũng không tồn tại; không phải không có sanh chỗ kia, cũng không phải không có không sanh chỗ kia, cũng không tồn tại. Ý nghĩa này sâu xa rộng lớn, vô lượng vô biên, không thể tính đếm, cho đến tịch diệt.

"Đại đức Xá-lợi-phất nên biết, vì nhân duyên này, nên Đức Như Lai không chính thức trả lời những câu hỏi: chết đây sanh kia, chết đây không sanh kia, vừa sanh kia vừa không sanh kia, không sanh cũng không phải không sanh."

Sau khi hai vị Đại nhân tán thán[796] nhau xong, mỗi vị đều trở về chỗ mình.

---

[795] *No. 99:* Nếu nói Như Lai có sanh tử đời sau, *cho đến...* chẳng phải có sanh tử đời sau, chẳng phải không có sanh tử đời sau, đây đều là sắc. Nếu nói Như Lai như vậy.. đều không đúng. Vì Như Lai đã diệt tận sắc, tâm khéo giải thoát sâu xa, rộng lớn vô lượng, vô số, Niết bàn vắng lặng.

[796] *No. 99:* Hai vị Chánh sĩ cùng bàn luận.

KINH 121. TƯỢNG PHÁP⁷⁹⁷

Tôi nghe như vầy:

Một thời, Đức Phật ở tại vườn Cấp Cô Độc, rừng cây Kỳ-đà, nước Xá-vệ. Bấy giờ, Tôn giả Ma-ha Ca-diếp đang ở trong giảng đường Tỳ-xá-khư, phía tây Viên lâm⁷⁹⁸, nước Xá-vệ. Khi mặt trời vừa lặn, Đại Ca-diếp từ thiền định dậy, đi đến chỗ Phật, đảnh lễ sát chân Phật rồi ngồi sang một bên, bạch Phật: "Bạch Thế Tôn! Do nhân duyên gì, lúc đầu Như Lai chế giới rất ít, lại nhiều người tu hành? Ngày nay, vì sao chế giới tăng dần lên, lại ít người thực hành?"⁷⁹⁹

Đức Phật bảo Ca-diếp: "Đúng vậy, đúng vậy! Vì chúng sanh mạng trược, phiền não trược⁸⁰⁰, chúng sanh trược, kiếp trược, kiến trược, chúng sanh dần chuyển ác, Chánh pháp cũng tiêu diệt. Vì thế, Như Lai chế nhiều cấm giới cho các đệ tử. Ít có tỳ-kheo thuận theo lời Phật dạy, thọ trì cấm giới. Các chúng sanh từ từ thối đọa, giống như vàng báu từ từ tổn giảm, cho đến vàng tương tợ xuất hiện. Chánh pháp Như Lai cũng lại như vậy, dần dần tổn giảm, Tượng pháp mới xuất hiện. Vì Tượng pháp xuất hiện, nên Chánh pháp diệt mất.

"Ca-diếp nên biết! Thí như trong biển có thuyền chở nhiều châu báu, thuyền ấy chắc chắn bị đắm chìm. Giáo pháp Như Lai cũng lại như vậy, diệt mất từ từ. Chánh pháp Như Lai không do đất mà biến mất, cũng chẳng do nước, lửa, gió làm tiêu hoại. Nếu ở trong pháp Ta, sanh khởi ác dục, thực hành ác oai nghi, thành tựu những điều

---

⁷⁹⁷ Tương đương *No. 99* (906). Pāli, S. 16. 13. *Saddhammapatirūpaka* (tượng pháp). Tham khảo *Tạp A-hàm*, Việt dịch, kinh 1287.

⁷⁹⁸ *No. 99:* Giảng đường Lộc Tử Mẫu, trong vườn phía Đông.

⁷⁹⁹ *No. 99:* Trước đây, Thế Tôn chế ít cấm giới cho các Thanh văn, lại có nhiều tỳ-kheo tâm ưa thích học tập; còn ngày nay thì chế nhiều cấm giới, mà các tỳ-kheo lại ít ưa học tập." Pāli *"... hetu ko paccayo, yena pubbe appatarāni ceva sikkhāpadāni ahesuṃ bahutarā ca bhikkhū aññāya saṇṭhahiṃsu? ... hetu ko paccayo, yenetarahi bahutarāni ceva sikkhāpadāni appatarā ca bhikkhū aññāya saṇṭhahantī " ti?*

⁸⁰⁰ Kết sử trược 結使濁.

ác, **[419c01]** Chánh pháp nói là phi pháp, phi pháp nói Chánh pháp; chẳng phải Tỳ-ni nói Tỳ-ni; phạm nói không phạm, không phạm nói phạm; tội nhẹ nói nặng; tội nặng nói nhẹ. Những việc như vậy xuất hiện ở đời, đều từ cú vị tương tợ của Tượng pháp, khiến cho Chánh pháp của Phật từ từ diệt mất.

"Ca-diếp nên biết! Có năm nhân duyên khiến cho Chánh pháp diệt mất, tất cả chương cú đều bị quên mất, thiện pháp thối chuyển. Những gì là năm? Không cung kính Phật, không tôn trọng Phật, không cúng dường Phật, đối với Phật không chí tâm quy mạng, nhưng lại y chỉ Phật pháp để sống.

"Không kính Pháp, không tôn trọng Pháp, không cúng dường Pháp, không thành tâm đối với Chánh pháp, nhưng lại y chỉ Chánh pháp để sống.

"Không cung kính giới, không tôn trọng giới, không cúng dường giới, không chí tâm thọ trì giới, nhưng lại y chỉ giới để sống.

"Không cung kính giáo thọ, không tôn trọng giáo thọ, không cúng dường giáo thọ, đối với giáo thọ không chí tâm quy hướng. Vì không cung kính, không tôn trọng, không cúng dường, nên cũng không thành tâm hướng đến giáo thọ, nhưng lại nương nhờ Giáo thọ sư này để sống.

"Đối với các đồng Phạm hạnh được Phật ca ngợi, không cung kính, không tôn trọng, không cúng dường, không thành tâm lễ bái thăm hỏi, nhưng lại nương nhờ người ấy để được sống yên ổn.[801] Này Ca-diếp! Do năm nhân duyên trên đây, nên khiến cho Chánh pháp từ từ tiêu diệt, suy thối và biến mất.

"Này Ca-diếp! Lại có năm nhân duyên khiến cho Chánh pháp tồn tại lâu dài ở thế gian, không chìm, không thoái, không tiêu, không

---

[801] *No. 99:* Đối với Đại sư, pháp, học giới, giáo giới tùy thuận, các Phạm hạnh được Đại sư khen ngợi cũng không kính, không trọng, không thành ý phụng sự vẫn sống y chỉ. *bhikkhū bhikkhuniyo upāsakā upāsikāyo satthari …, dhamme …, saṅghe …, sikkhāya …, samādhismiṃ agāravā viharanti appatissā.*

mất. Những gì là năm? Cung kính Thế Tôn, tôn trọng Phật, cúng dường Phật, thường chí tâm quy y Phật, Pháp, Giới, cho đến Giáo thọ, đồng Phạm hạnh, cũng phải cúng dường, cung kính, tôn trọng, chí tâm quy hướng. Do năm nhân duyên tốt đẹp này, khiến cho Chánh pháp tồn tại lâu dài ở thế gian, không chìm, không thoái, không tiêu, không mất. Vì ý nghĩa này, nên phải cung kính Phật, Pháp, Giáo thọ, đồng Phạm hạnh."

Phật nói kinh này xong, Tôn giả Ma-ha Ca-diếp hoan hỷ, tùy hỷ, đảnh lễ rồi đi.[802]

NHIẾP TỤNG

Nguyệt dụ và Thí dữ
Thắng thua và Vô trụ
Đức Phật là gốc rễ
Cực lão, Nạp y trọng
Đúng thời, Chúng giảm thiểu
Ngoại đạo, pháp tổn hoại.

---

[802] Câu này dịch theo *No. 99*. Để bản: Các tỳ-kheo sau khi nghe những lời Phật dạy, hoan hỷ phụng hành. Hết quyển 6.

BIỆT DỊCH TẠP A-HÀM

Hết quyển I

SÁCH DẪN

GIÁO HỘI PHẬT GIÁO VIỆT NAM THỐNG NHẤT
HỘI ĐỒNG HOẰNG PHÁP*

CHỨNG MINH:
Trưởng lão HT Thích Huyền Tôn   (Úc châu),
HT Thích Bảo Lạc   (Úc châu)

CỐ VẤN:
HT Thích Minh Đạt   (Hoa Kỳ)

CHÁNH THƯ KÝ:
HT Thích Như Điển   (Đức)

PHÓ THƯ KÝ:
HT Thích Nguyên Siêu   (Hoa Kỳ),
HT Thích Bổn Đạt   (Canada)

THÀNH VIÊN:
Âu châu: HT Thích Quảng Hiền (Thụy Sĩ), HT Thích Minh Giác (Hòa Lan), HT Thích Thông Trí (Pháp), TT Thích Nguyên Lộc (Pháp).
Úc châu: HT Thích Minh Hiếu, HT Thích Tâm Minh
Hoa Kỳ: HT Thích Nhật Huệ, HT Thích Từ Lực

---

* Cập nhật ngày 15/09/2024.

Liên lạc HỘI ĐỒNG HOẰNG PHÁP

Hòa thượng Thích Như Điển, Chánh Thư Ký, HĐHP
Chùa Viên Giác, Karlsruher Str. 6, 30519 Hannover, Germany
Website: www.hoangphap.org; Email: hdhp.ctk@gmail.com;
Tel: + 49 511 879 630

Thượng tọa Thích Nguyên Tạng, Trưởng ban Báo Chí & Xuất Bản, HĐHP
Tu Viện Quảng Đức, 105 Lynch Road, Fawkner, Vic.3060 Australia
Website: www.hoangphap.org; Email: hdhp.bbc@gmail.com;
Tel: +61 481 169 631

Hòa thượng Thích Tâm Hòa, Trưởng ban Bảo Trợ, HĐHP
Trung Tâm Văn Hóa Phật Giáo Pháp Vân, Ontario, Canada
420 Traders Blvd E, Mississauga, ON L4Z 1W7, Canada
Website: www.phapvan.ca; Email: thichtamhoa@gmail.com
Tel: +1 905-712-8809

www.ingramcontent.com/pod-product-compliance
Lightning Source LLC
Chambersburg PA
CBHW081653120626
46550CB00010B/2880